AF104005

ഗ്രീൻ ബുക്സ്

നിശീഥിനിയുടെ ആഴങ്ങൾ

ഹുദാ ബറാക്കത്ത്

ലെബനീസ് നോവലിസ്റ്റ്. ജീവിതത്തിന്റെ
നല്ലൊരു പങ്ക് ബെയ്റൂട്ടിൽ ചെലവഴിച്ചതിനുശേഷം
ഇപ്പോൾ പാരീസിലാണ് താമസം.
ബറാക്കത്തിന്റെ അറബിക് രചനകൾ ഇംഗ്ലീഷ്,
ഹീബ്രൂ, ഫ്രഞ്ച്, ഇറ്റാലിയൻ, സ്പാനിഷ്, തുർക്കിഷ്,
ഗ്രീക്ക് ഭാഷകളിലേക്ക് പരിഭാഷപ്പെടുത്തിയിട്ടുണ്ട്.
1975-76 കാലഘട്ടത്തിൽ ലെബനനിലെ ആഭ്യന്തരയുദ്ധം
തുടങ്ങിയപ്പോൾ ബറാക്കത്ത് പി.എച്ച്ഡി. പഠനം നിർത്തിവെച്ച്
പാരിസിൽ നിന്ന് നാട്ടിലേക്ക് മടങ്ങിവരാൻ തീരുമാനിച്ചു.
യുദ്ധസമയത്തായിരുന്നു അവരുടെ രചനകളെല്ലാം
പ്രസിദ്ധീകൃതമായത്. ആദ്യ കൃതിയായ വനിതാസന്ദർശകർ
എന്ന ചെറുകഥാസമാഹാരം 1985ൽ പ്രസിദ്ധീകരിച്ചു.
1988ൽ 'ഷഹ്രസാദ്' വനിതാമാസിക തുടങ്ങുന്നതിൽ
നിർണായക പങ്ക് വഹിച്ചു. 1989ൽ പാരീസിലേക്കു
മടങ്ങിപ്പോവുകയും അവിടെവെച്ച് പ്രധാനകൃതികളായ
'സ്റ്റോൺ ഓഫ് ലാഫർ', 'പീപ്പിൾ ഓഫ് ലവ്'
എന്നിവ പ്രസിദ്ധീകരിച്ചു. ബറാക്കത്തിന്റെ ആദ്യനോവലും
സ്വവർഗ്ഗാനുരാഗിയായ പുരുഷന്റെ കഥ പറഞ്ഞ
ആദ്യ അറബിക് കൃതിയുമായ 'സ്റ്റോൺ ഓഫ് ലാഫർ'
അൽ- നാഖിദ് സാഹിത്യപുരസ്കാരം നേടി.

ഉബൈദ്: മലപ്പുറം ജില്ലയിലെ പട്ടിക്കാട് സ്വദേശി.
സോഷ്യോളജിയിൽ ബിരുദവും സോഷ്യൽ സയൻസിൽ
ബി.എഡും ഇംഗ്ലീഷിലും അറബിയിലും
ബിരുദാനന്തര ബിരുദവുമുണ്ട്.
എനിക്കും പറയാനുണ്ടൊരു പ്രണയകഥ (വിവർത്തനം)
ഗ്രീൻ ബുക്സ് പ്രസിദ്ധീകരിച്ചു.

ഗ്രീൻ ബുക്സ് പ്രസിദ്ധീകരിച്ച
ഗ്രന്ഥകർത്താവിന്റെ ഇതര കൃതി

ശിലാഹൃദയരുടെ ചിരിമുഴക്കം
(നോവൽ)

നോവൽ
നിശീഥിനിയുടെ ആഴങ്ങൾ
ഹുദാ ബറാക്കത്ത്

വിവർത്തനം
ഉബൈദ്

ഗ്രീൻ ബുക്സ്

green books private limited
gb building, civil lane road, ayyanthole,
thrissur- 680 003, kerala, ph: +91 487-2381066, 2381039
website: www.greenbooksindia.com
e-mail: info@greenbooksindia.com

original arabic title

بريد اليل

Barid al layl

novel
by
hoda barakat

english
The Night Post

malayalam
niseedhiniyute aazhangal

translated by
ubaid

first published august 2019

منحة الترجمة
Translation Grant
صندوق منحة الشارقة للترجمة
Sharjah Translation Grant Fund

cover design : mansoor cheruppa

branches:
thrissur 0487-2422515
palakkad 0491-2546162
thiruvananthapuram 0471-2335301
calicut 0495 4854662
kannur 0497-2763038
ernakulam 8589095007

isbn : 978-93-88830-11-9

GBPL/1107/2019

മുഖക്കുറി

അറബ് സാഹിത്യത്തിലെ വിവാദ എഴുത്തുകാരി, ഹുദാ ബറാക്കത്തിന്റെ ശ്രദ്ധേയമായ നോവൽ. കലാപപ്രദേശത്ത് മരവിച്ചുപോയ ഒരു കാലഘട്ടത്തിൽ ജീവിക്കുന്ന കല്ലിന്റെ ഹൃദയമുള്ള മനുഷ്യർ. ഭീകരതയുടെ പശ്ചാത്തലത്തിൽ ഇരകളായി തോൽപ്പിക്കപ്പെട്ട അറബ് വംശജർ, അമ്മയ്ക്കും സഹോദരനും സഹോദരിക്കും കാമുകിക്കും എഴുതിയ ലക്ഷ്യത്തിലെത്താതെ പോയ കത്തുകൾ. അതിലൂടെ ഒരു രാജ്യം അകപ്പെട്ട ഭീകരപ്പകർച്ചകൾ. വ്യാമോഹത്തിന്റെ കാത്തിരിപ്പ്. ഹുദാ ബറാക്കത്തിന്റെ മൂർച്ചയുള്ള വ്യത്യസ്ത നോവൽ. 2019ലെ അറബ് ബുക്കർ പ്രൈസ് നേടിയ കൃതി.

കൃഷ്ണദാസ്
മാനേജിങ് എഡിറ്റർ

പരിഭാഷകക്കുറിപ്പ്

'ദാഇഷ്' (ISIS) തീവ്രവാദികളാൽ തകർക്കപ്പെട്ട ഗ്രാമത്തിലെ പോസ്റ്റ് ഓഫീസിൽ ജോലിയെടുക്കുന്നവന്റെ കൈകളിൽ വന്നു ചേർന്ന കത്തുകൾ രണ്ട് ഭാഗങ്ങളാക്കി ക്രമീകരിച്ച് വെയ്ക്കുന്നു. ആദ്യഭാഗത്ത് പരസ്പരം ബന്ധമില്ലാത്ത ആറു കത്തുകളും രണ്ടാം ഭാഗത്ത് ആദ്യ കത്തുകളിൽ പറയപ്പെട്ടവർ എഴുതുന്ന കുറിപ്പു കളുമാണ്. കത്തുകളും കുറിപ്പുകളും സമാധാന അന്തരീക്ഷം തകർന്ന അറേബ്യൻ സംസ്കൃതിയുടെ പരിച്ഛേദമാണ്. അനധി കൃത താമസക്കാരനായ കാമുകൻ കാമുകിക്ക് എഴുതുന്ന കത്ത്, ഹോട്ടൽ മുറിയിൽ കാത്തിരിക്കുന്ന കാമുകിയുടെ കത്ത്, പീഡന ത്തിനിരയായി കൊലപാതകിയാകേണ്ടിവന്ന ഒരാൾ അമ്മയ്ക്ക് എഴുതുന്ന കത്ത്, സഹോദരനുവേണ്ടി അമ്മയുടെ മരണത്തെ ക്കുറിച്ചുള്ള കൂടുതൽ വിവരങ്ങൾ എഴുതുന്ന സഹോദരി, സ്വവർഗ്ഗാനുരാഗിയായ മകൻ അച്ഛന് എഴുതുന്ന കത്ത്, പോസ്റ്റ്മാൻ സാഹചര്യം വ്യക്തമാക്കി എഴുതിയ കുറിപ്പ് എന്നിവയാണ് ആദ്യ ഭാഗത്തുള്ളത്.

രണ്ടാം ഭാഗത്ത് പാരീസിലേക്ക് പറക്കാൻ ശ്രമിക്കുന്ന കാമുകനെ തേടി എയർപോർട്ടിലെത്തുന്ന കാമുകിയുടെ കുറിപ്പ്, കാനഡ ക്കാരനായ കാമുകനെ കാത്തിരുന്ന് മടുത്ത കാമുകിയുടെ കുറിപ്പ്, മൂന്നാമത്തെ കത്ത് എഴുതിയവന്റെ അൽബേനിയക്കാരനായ കൂട്ടുകാരൻ എഴുതിയ കുറിപ്പ്, നാലാമത്തെ കത്ത് എഴുതിയ സഹോദരി തന്നെയാണ് അമ്മയെ കൊന്നതെന്ന് വിശ്വസിക്കുന്ന സഹോദരന്റെ വിചാരങ്ങൾ എന്നിവയാണ് രണ്ടാം ഭാഗത്ത്.

സംശയങ്ങളും സന്ദേഹങ്ങളും വളർത്തുന്ന മനുഷ്യരുടെ ചിന്ത കളിൽ കെട്ടുപിണഞ്ഞാണ് കഥയുടെ വളർച്ച. ഒരു ബന്ധവു മില്ല എന്ന് തോന്നിക്കുന്നുവെങ്കിലും യുദ്ധങ്ങളും അധിനിവേശ ങ്ങളും മേധാവിത്വമനോഭാവങ്ങളും തകർത്ത അറേബ്യയെ വരച്ചു കാട്ടാനാണ് പരിചിതമല്ലാത്ത വഴിയിലൂടെ സഞ്ചരിക്കു ന്ന നോവലിസ്റ്റ് ശ്രമിക്കുന്നത്. ആത്മസംതൃപ്തി അന്വേഷി ച്ചുകൊണ്ട് വിശ്രമമില്ലാതെ ഓടിക്കൊണ്ടിരിക്കുന്ന മനുഷ്യനെ ഓർമിപ്പിക്കുന്നുണ്ട് ഈ പുസ്തകം.

ജാലകപ്പുറം

എനിക്കേറ്റവും പ്രിയമുള്ളവളേ... ഇങ്ങനെ വേണമല്ലോ കത്തുകൾ തുടങ്ങാൻ. അതിനാൽ ഞാൻ തുടങ്ങട്ടെ എന്റെ പ്രിയമുള്ളവളേ...

എന്റെ ജീവിതത്തിലുടനീളം ഒരിക്കൽപോലും ഞാൻ ഒരു കത്തെഴുതാൻ തുനിഞ്ഞിട്ടില്ല. എന്നാൽ വർഷങ്ങളായി തലയിൽ ഒരു ഭാവനാത്മക കത്ത് എഴുതിക്കൊണ്ടിരിക്കപ്പെടുന്നുണ്ട്. എന്റെ അമ്മ വായിക്കാനറിയാത്തവരായിരുന്നു. കുട്ടിക്കാലത്ത് കത്തുകൾ വായിച്ചു കേൾപ്പിക്കാൻവേണ്ടി അവർ ഗ്രാമത്തിലെ ജ്ഞാനിയുടെ അടുത്ത് പോകുകയായിരുന്നു പതിവ്. ദുഃഖകരമെന്ന് പറയട്ടെ, അണക്കെട്ട് തകർന്ന് ആ ഗ്രാമം മുഴുവൻ വെള്ളത്തിനടിയിൽ പെട്ടത് പിന്നീടാണ് ഞാനറിഞ്ഞത്. അവർ എങ്ങോട്ടു പോയെന്നോ അവരെ എങ്ങോട്ട് കൊണ്ടുപോയെന്നോ ഒന്നും എനിക്ക് അറിയില്ലായിരുന്നു. നിലവിലുള്ള അണക്കെട്ട് ഭരണാധികാരി വരണ്ട പാടങ്ങളിൽ ജലസേചനം നടത്താൻ നിർമിച്ചതായിരുന്നു. അണക്കെട്ടിനെക്കുറിച്ച് ഞാൻ നിന്നോട് പറഞ്ഞിട്ടുണ്ടാകും എന്നാണ് കരുതുന്നത്, ഏതായാലും അതിനെക്കുറിച്ച് ശരിയായി ഓർമ കിട്ടുന്നില്ല. പറയാൻ വന്ന കാര്യം അതൊന്നുമല്ല. മനസ്സിൽ കയറിക്കൂടിയ ആ സംഭവത്തെ കുറിച്ചാണ്. എനിക്ക് എട്ടോ ഒമ്പതോ വയസ്സുണ്ടായിരുന്നപ്പോൾ അമ്മ ആ ട്രയിനിൽ എന്നെ കയറ്റി വിട്ടതിനെ കുറിച്ചാണ് പറയാനുള്ളത്... എന്റെ കൈയിൽ റൊട്ടിയും രണ്ട് പുഴുങ്ങിയ മുട്ടയും തന്ന് അമ്മ എന്നോട് പറഞ്ഞു: "നിന്റെ കൊച്ചാപ്പ തലസ്ഥാനത്ത് നിന്നെ കാത്തിരിക്കുന്നുണ്ട്, സഹോദരങ്ങളേക്കാൾ ബുദ്ധിശാലിയായതിനാൽ നിനക്ക് കൂടുതൽ പഠിക്കാനാകും. "നീ പേടിക്കരുത്, കരയരുത്" എന്ന് ആശ്വസിപ്പിക്കുകയും ചെയ്തു.

ട്രെയിൻ ചലിച്ച് തുടങ്ങിയതു മുതൽ വല്ലാത്ത ഭയവും ഏകാന്തതയും തോന്നി. പ്രത്യേകിച്ച് കാരണങ്ങളൊന്നുമില്ലെങ്കിലും മുൻപരിചയമില്ലാത്ത ഒരാളെ ബുദ്ധിമുട്ടിക്കാനുള്ള താത്പര്യക്കുറവ് മനസ്സിലുണ്ടായിരുന്നു. എന്റെ ആഗ്രഹം നിറവേറ്റാൻ ബുദ്ധി പ്രയോഗിക്കുകയല്ലാതെ മറ്റൊരു വഴിയുമില്ലാത്തതിനാൽ ഒരു കാര്യം അറിയാമായിരുന്നു, കൊച്ചാപ്പ എന്ന് അമ്മ പറഞ്ഞ വ്യക്തിയുമായി എനിക്ക് ഒരു ബന്ധവുമില്ല. ചിലപ്പോൾ തോന്നും ബുദ്ധിയാണ് എന്റെ ആദ്യശത്രുവെന്ന്.

ട്രെയിൻ ചലിക്കാൻ തുടങ്ങി. ശൈത്യകാല സന്ധ്യാസമയത്തെ പോലെ എന്നെ ഇരുട്ട് മൂടി. ഞാൻ പേടിച്ചില്ല, കരഞ്ഞതുമില്ല, മറിച്ച് പുഴുങ്ങിയ മുട്ടയുടെ നാറ്റം ആസ്വദിക്കുകയായിരുന്നു. ആ ഉണക്ക റൊട്ടി വലിച്ചെറിയാൻ തോന്നിയെങ്കിലും അതിനുള്ള ധൈര്യമില്ലായിരുന്നു. പിറ്റേന്ന് രാവിലെ നേരത്തെ ഉണർന്നു. ട്രെയിൻ അപ്പോഴും സ്റ്റോപ്പില്ലാതെ നീങ്ങിക്കൊണ്ടിരുന്നു.

ദിവസങ്ങൾ ഒരുപാട് കഴിഞ്ഞെങ്കിലും ആ അസ്തമയം മനസ്സിൽ തളംകെട്ടിനിന്നു. ചക്രവാളസീമയിൽ ലയിച്ച് തീരുന്ന അർക്കകിരണങ്ങളോർത്ത് എല്ലാ കുഞ്ഞുങ്ങളും വാശി പിടിച്ച് കരയുന്നതും, ഇഹ്സാൻ അബ്ദുൽ ഖുദ്ദൂസ് മുതൽ റേൽക വരെയുള്ള നല്ലവരായ റൊമാന്റിക് നായകന്മാരും സങ്കടപ്പെടുന്ന അസ്തമയമായിരുന്നു അത്. അതിസുന്ദരമായ പ്രപഞ്ചത്തെ ചുരുട്ടി കൂട്ടി ഉപേക്ഷിച്ചിരുന്ന ദുരന്തം. എന്നാൽ അതിനെക്കുറിച്ച് കൂടുതൽ വിശദീകരിക്കാനും സാധ്യമാകില്ല. ഒരു സൈക്യാട്രിസ്റ്റ് എഴുതിയത് ഓർമ്മ വന്നു. അമ്മാ... ആറുമണി കരച്ചിൽ കച്ചേരിയോർത്ത് നിങ്ങൾ പേടിക്കണ്ട. അതൊരു തിരിച്ചറിവാണ്. അമ്മയിൽനിന്ന് അകന്ന് നിൽക്കേണ്ടി വന്ന, തനിച്ചാകേണ്ടി വന്ന കുഞ്ഞിന് താൻ മരിച്ച് പോകും എന്നൊരു വിചാരമുണ്ടാവും. താൻ ജീവിച്ചിരിക്കുന്നുവെന്ന് മറ്റ് പലരേയും ബോധിപ്പിക്കാനുള്ളതാണ് അവന്റെ ആ കരച്ചിൽ. അമ്മ കുഞ്ഞിന്റെ അടുത്തുണ്ട്. അതുകൊണ്ടു തന്നെ അവൻ മരിക്കുകയുമില്ല. പക്ഷേ, എന്റെ അമ്മ തിരിച്ച് വന്നില്ല.

അസ്തമയസമയത്തിൽ നഷ്ടബോധം ഉണ്ടാകുന്ന പ്രണയാതുരമായ മനസ്സുള്ളവരാണ് ഞാനും നീയും. പോസ്റ്റ്മാൻ തന്റെ കക്ഷത്തുള്ള ബാഗിൽ കൊണ്ടുവരുന്ന കടലാസ് നിനക്ക് ഇഷ്ടമാണെന്ന് എനിക്ക് അറിയാവുന്നതിനാൽ ഞാൻ ഒരു കത്തെഴുതും. ഒരുപക്ഷേ, എന്റെ ജീവിതത്തിൽ ഞാൻ അയയ്ക്കുന്ന ഏക കത്തായിരിക്കും ഇത്. രാവിലെ മുതൽ മഴയുമായി ചേർന്നുള്ള മഞ്ഞുവീഴ്ച ഇപ്പോഴും തുടരുന്നതിനാൽ ഞാൻ ഇന്ന് വീട്ടിലിരിക്കും. ഈ കാലാവസ്ഥയിൽ ഞാൻ പുറത്തിറങ്ങാറില്ല. ഏതായാലും ഞാൻ നിനക്ക് ഒരു കത്തെഴുതും.

ഇപ്പോൾ എനിക്ക് വെള്ളവരയുള്ള പേപ്പറുകൾ വേണം. എനിക്ക് നിന്നോട് എന്താ പറയാനുള്ളത്? നമ്മൾ അവസാനമായി കണ്ടിട്ട് അധികം ദിവസമൊന്നുമായിട്ടില്ലല്ലോ... അതോ നിങ്ങൾക്കെങ്ങാനും അതൊരു ദീർഘകാലമായി തോന്നുന്നുണ്ടോ? കഥകളുണ്ടാക്കി പറയാനുള്ള കഴിവ് എനിക്കില്ല. അതുകൊണ്ടുതന്നെ ഉപകാരമുള്ള ഒന്നും ഒരാളോടും ഞാൻ പറയാറുമില്ല. ജിജ്ഞാസയാണ് അന്യരുടെ സംസാരം ശ്രദ്ധിക്കാൻ ജനങ്ങളെ പ്രേരിപ്പിക്കുന്നത്. മറ്റുള്ളവരുടെ കുറ്റങ്ങളും കുറവുകളും കേൾക്കാൻ മാത്രമാണ് ഓരോരുത്തരും കാത് കൂർപ്പിച്ചിരിക്കുന്നത്. സംസാരം കേൾക്കുന്ന കക്ഷി എന്റെ മുമ്പിൽ നിൽക്കുന്തോറും

ഞാൻ സംസാരിച്ചുകൊണ്ടിരിക്കും. ആ സംസാരങ്ങളെല്ലാം എന്റെ ജീവിതത്തിൽ വന്നവരെക്കുറിച്ചായിരിക്കും. ഇല്ലെങ്കിലും കൂടെയുണ്ടെന്ന് തോന്നുന്നവരെ കുറിച്ചുമായിരിക്കും. അതാണ് പരദൂഷണം. പല പേരു കളിൽ നാമതിനെ വിളിച്ച് വെള്ള പൂശാൻ ശ്രമിക്കുന്നുണ്ടെങ്കിലും അതാണ് ശരി, പരദൂഷണം. അവരുടെ അഭാവത്തിൽ നമ്മൾ ഇങ്ങനെ പറയുന്നത് ശരിയല്ല. ഞാൻ വായ തുറക്കുമ്പോൾ തോന്നിയതെന്താണോ അതാണ് പറയുക എന്നത് നിനക്ക് നന്നായി അറിയാമല്ലോ.

ഒരാൾ കോഫീഷോപ്പിൽ മരക്കസേരയിൽ ഇരിക്കുന്നത് കണ്ടാൽ മരപ്പണിയെക്കുറിച്ചും വ്യത്യസ്ത മരങ്ങളെയും അവയുടെ ഉപയോഗ ങ്ങളെക്കുറിച്ചുമായിരിക്കും ഞാൻ ചിന്തിക്കുന്നത്. ചിന്തകളുടെ തോട് പൊട്ടിച്ചിറങ്ങി കഴിഞ്ഞാൽ പിന്നെ അതിന്റെ പിറകിൽ കാടുകൾ വെട്ടി തെളിക്കും. അത് ഭൂമിക്ക് വരുത്തിവെക്കുന്ന കേടുപാടുകളും കുത്തക കമ്പനികളും കഴുത്തറുപ്പൻ മുതലാളിമാരും ദേശാതിർത്തികൾ പോലും ഭേദിച്ച് ഊറ്റിയെടുത്ത് വീർക്കുമ്പോൾ നശിച്ച് തീരുന്ന ലോകത്തെ കുറി ച്ചാകും എന്റെ ചിന്ത. ഇനി എന്റെ മുമ്പിലുള്ള ആളുടെ കസേര പ്ലാസ്റ്റിക് ആണെങ്കിൽ ഞാൻ അസംസ്കൃത വസ്തുക്കളെ ഉരുക്കി പ്ലാസ്റ്റിക്കാ ക്കുന്നത് വരെയുള്ള നിർമ്മാണചരിത്രം ആലോചിക്കാൻ തുടങ്ങും. അതി ലൂടെ മനുഷ്യജന്മങ്ങൾക്ക് വരുത്തി വെക്കുന്ന വിനകളുടെ പട്ടികയും നിരത്തും.

റെയിൽവേ സ്റ്റേഷൻ എന്റെ പിറകിലായി മറഞ്ഞ് പോയത് മുതൽ കുറേ കാര്യങ്ങൾ എനിക്ക് പിടികിട്ടിയിട്ടുണ്ടായിരുന്നു. ബുദ്ധിയുണ്ടെന്ന് അമ്മ പറഞ്ഞിരുന്ന എന്റെ തലച്ചോറിന് ആവശ്യത്തിന് പണി ഞാൻ തന്നെ കൊടുത്ത് കൊണ്ടിരുന്നു. നേടിയെടുക്കാവുന്ന ഏത് അറിവും ഞാൻ സ്വന്തമാക്കാൻ ശ്രമിച്ച് കൊണ്ടിരുന്നു. കാരണങ്ങളും സന്ദർഭ ങ്ങളും ലക്ഷ്യങ്ങളും മറന്ന് തെണ്ടി തിരിഞ്ഞ് നടക്കേണ്ടിയിരുന്ന ആ തലച്ചോറിൽ ഒഴിഞ്ഞ് കിടക്കുന്ന ഓരോ ഇടവും ഞാൻ നിറച്ചു. അതി ലൂടെ എന്റെ കേൾവിക്കാരെയും ആശ്രയിക്കുന്നവരേയും സഹായിക്കാൻ ആവശ്യമായ കാര്യങ്ങൾ ചെയ്തു തുടങ്ങി. സ്ത്രീകളെ അമ്പരപ്പി ക്കാനും ഞാൻ ശ്രമിക്കാറുണ്ട്. നിന്നെയും ആ കൂട്ടത്തിൽ നിന്ന് മാറ്റി നിർത്തിയിട്ടില്ല. കാരണം നിന്റെ ചിന്തകളെ ഞാൻ ഭയക്കുന്നുണ്ട്. നിന്നെ ആദ്യമായി കണ്ടുമുട്ടിയ അന്ന് അറിയാൻ കഴിഞ്ഞതിനേക്കാൾ കൂടുതൽ ഒന്നും ഇനി എനിക്കറിയേണ്ട. അതിന്റെ അർത്ഥം ഇനി നിന്നോട് മിണ്ടാൻ വരുന്നില്ല എന്നല്ല, വിദ്വേഷത്തിന്റെ വാതായനം നിന്റെ മുന്നിൽ തുറന്ന് തരാൻ എനിക്ക് തീരെ താത്പര്യമില്ല. വിദ്വേഷം അത് പലതിന്റെയും സൃഷ്ടിയാണ്. രണ്ട് പരിചയക്കാർക്കിടയിൽ താഴ്ന്ന സ്വര ത്തിലുള്ള സംസാരം ഏകാന്തതയെ ഇല്ലാതാക്കാനും വിയോജിപ്പിന്റെ അകൽച്ചയെ ഇല്ലാതാക്കി അടുപ്പിക്കാനും സാദ്ധ്യമാക്കും.

എന്റെ കാര്യങ്ങളിൽ ഒന്നും പുതുതായി സംഭവിക്കുന്നില്ല. മാത്രമല്ല ഒരു മാറ്റവും സംഭവിക്കുന്നില്ല. ആർത്തിയും അത്യാഗ്രഹവും മാത്രമാണ് ഏറിയും കുറഞ്ഞും മാറി വന്നത്. യഥാർത്ഥത്തിൽ ഞാൻ അസ്വസ്ഥനാണ്, നിന്നെ സമാധാനിപ്പിക്കാനും എനിക്കാവില്ല. നീ കേട്ട് മടുത്ത കാര്യങ്ങൾ ഞാൻ ആവർത്തിക്കുകയാണ് എന്നറിയാം. മടുപ്പ് കാരണം നീ അക്കാര്യം തുറന്ന് പറയുകയും ചെയ്തിട്ടുണ്ട്. ആവർത്തനങ്ങൾ വിരസമാണെന്ന് അറിഞ്ഞിട്ടും ഞാൻ കഥ തുടരുകയാണ്. മനഃപൂർവ്വം ഞാൻ നിന്നെ മടുപ്പിക്കുന്നതിലൂടെ, മറ്റൊന്നും പറയാനില്ലാതെ. എന്നിട്ടും എന്തിനാണ് എന്റെ കൂടെ നീ കടിച്ച് തൂങ്ങി തങ്ങുന്നത്? എന്നിൽനിന്നും എന്താണ് നിനക്ക് ലഭിക്കുന്നത്? അതും എന്റെ പക്കൽ നിന്ന്.

സാമാന്യം സുമുഖനാണ് ഞാനെന്ന് എനിക്ക് ബോദ്ധ്യമുണ്ട്. എനിക്ക് സംസ്കാരം കുറവാണെന്നും അറിയാം. പരസ്പരം കണ്ട് മുട്ടലുകൾ കുറയ്ക്കാനെങ്കിലും, നാം തമ്മിൽ കാണുമ്പോഴൊക്കെ നിന്നെ സംസാരിക്കാൻ വിളിക്കുന്നതിന് പകരം എനിക്ക് ഉറക്കം വരുന്നെന്നും പുറത്തിറങ്ങാൻ താത്പര്യമില്ലെന്നും പറഞ്ഞ് ഒഴിഞ്ഞു മാറുകയായിരുന്നു. ഒരിക്കലും നിന്നെ എന്റെ താമസ സ്ഥലത്തേക്ക് വിളിച്ചിട്ടില്ല. എന്റെ കണക്ക് കൂട്ടൽ പ്രകാരം വളരെ കുറച്ച് സമയം മാത്രം ഒഴിവുള്ള നീയാണെങ്കിൽ അതിനുവേണ്ടി കാത്തിരിക്കുകയുമായിരിക്കും. കോട്ട്വാ ഇട്ട് എന്റെ രസക്കുറവ് അറിയിക്കുകയും യാതൊരു മുന്നറിയിപ്പ് നൽകാതെയും അടുത്ത തവണ എവിടെവെച്ച് സംസാരിക്കാൻ പറ്റും എന്നത് സൂചിപ്പിക്കാതെയും ഞാൻ സംസാരം അവസാനിപ്പിക്കും. എന്നിട്ടും എന്തേ നീ എന്നെ ഉപേക്ഷിക്കാതിരുന്നത്?

പരാതിയും പരിഭവവുമില്ലാതെ നീ വീണ്ടും ഞാൻ പറഞ്ഞ സ്ഥലത്തേക്ക് വരും. ഹൃദ്യമായി ചെറിയ രണ്ട് നേർത്ത ചുംബനങ്ങൾ തന്ന് നിന്റെ തല എന്റെ തലയുമായി ചേർത്ത്വെച്ച്, എന്റെ കണ്ണുകളിൽ നോക്കി ഹൃദയഹാരിയായി ചോദിക്കും "സുഖമാണോ" എന്ന്. സംസാരം ശരിയായ ദിശയിലല്ല പോകുന്നത് എന്ന് കണ്ടാൽ ഞാൻ തന്നെ എനിക്ക് ക്ഷീണമുണ്ട് നേരത്തെ ഉറങ്ങണം എന്ന് പറഞ്ഞ് കാര്യങ്ങൾ പെട്ടെന്ന് അവസാനിപ്പിക്കും. ചില സമയത്ത് സരളമായി സംസാരിച്ചിരിക്കാൻ എനിക്കും നിനക്കും കഴിയാറുണ്ട്. അപ്പോൾ നമ്മുടെ ഭാഷണത്തിൽ ഉറക്കത്തെക്കുറിച്ചും ഉറക്കില്ലായ്മയെക്കുറിച്ചും സ്വപ്ന രഹസ്യങ്ങളും പകൽകിനാവുകളും വിഷയങ്ങളായി വരാറുണ്ടല്ലോ. പക്ഷേ, ഞാൻ പറയുന്ന കാര്യങ്ങളെല്ലാം നിനക്ക് തലവേദനയുണ്ടാക്കുന്നതായിരുന്നു. സംസാരിച്ച് തുടങ്ങുമ്പഴേക്ക് നീ എന്റെ വായിൽ നിന്ന് പുറത്തുചാടുന്ന കാർബൺഡൈ ഓക്സൈഡിനെ തടയാൻ എന്നോണം വാ പൊത്തി പിടിക്കും. നിനക്ക് അറിയേണ്ടുന്നത് മറ്റൊരു കാര്യമാണ്. എന്റെ ഉറക്കം

കെടുത്തുന്ന കാര്യങ്ങളെക്കുറിച്ച് നിന്നോട് പരാതി പറയണം എന്നാണ് നീ ആഗ്രഹിക്കുന്നത്. എന്തിനാണ് നീ ഇതുപോലെത്തെ ഒരു കളിക്ക് നിൽക്കുന്നത്, എന്താണ് അതിന്റെ ആവശ്യകത? എന്റെ പ്രണയം കയ്പ്പേറിയ വികാരമായിരുന്നു എന്ന് നീ തിരിച്ചറിയുന്ന ദിവസം വരാനുണ്ട്. നീ അടുത്ത് വരുമ്പോൾ ശ്വാസം വിടാൻ പോലുമാകാതെ ഞാൻ തരിച്ചിരിക്കുന്നു. ചെറിയ മൃഗങ്ങളെ പോലെ അന്നേരം ഞാൻ നിന്റെ കാലിൽ മണപ്പിച്ച് നടക്കുകയും ചെയ്യും. നീ കിഴക്കിന്റെ സന്ത തിയാണ്. അതിസുന്ദരിയുമാണ്. നിനക്ക് എന്നെ അത്ര വലിയ കാര്യമൊന്നുമുണ്ടാകില്ല. നിന്റെ പിറകിൽ നടക്കാൻ ഒരുപാട് പേരുണ്ടെ ന്നത് നിനക്കറിയാമല്ലോ. പുരുഷന്മാരുടെ കണ്ണുകളിൽ നിന്നോടുള്ള ദാഹം നിനക്ക് തന്നെ കണ്ടെത്താൻ കഴിയുമല്ലോ. നിന്റെ ആത്മവിശ്വാസ മാണ് നിന്നോട് ഒട്ടി നിൽക്കാൻ കൊതിപ്പിക്കുന്നത്. നിന്നെപ്പോലുള്ള വർ ഒരിക്കലും പേടിക്കാറില്ല, ആശങ്കപ്പെടാറുമില്ല, ദേഷ്യപ്പെടുകയുമില്ല. അതുകൊണ്ട് മാത്രമാണ് കൂടുതൽ സെക്സിയായി പുറത്തിറങ്ങുന്ന നിന്നെ കണ്ടാൽ ഞാൻ തന്നെ മാറി നിൽക്കുന്നത്. നീ ഒരു കൂട്ടുകാരി മാത്രമാണെന്ന് എന്നെ തന്നെ ധരിപ്പിക്കാനായി ഞാൻ ശ്രമിക്കാറുണ്ട്. ഒരുമിച്ച് കട്ടിലിൽ കിടന്ന് പുസ്തകം വായിക്കുന്നതിനിടയിൽ നിന്നെ ചൊടിപ്പിക്കാനും നിന്റെ മനസ്സറിയാനും സുന്ദരികളെ കുറിച്ച് ഞാൻ പരാ മർശിക്കാറുണ്ടായിരുന്നല്ലോ. എന്റെ കഴിവിന്റെ പരമാവധി നിന്നോട് സുന്ദരികളുമായി വേഴ്ച നടത്തുന്നതിനെക്കുറിച്ച് സംസാരിച്ച് കാര്യങ്ങളെ വഴിതിരിച്ച് വിടാൻ ശ്രമിക്കും. അപ്പോഴെല്ലാം നീ ഒരു ദേഷ്യവും കാണി ക്കാതെ എന്തിന് ചെറിയ ഒരു വിയോജിപ്പ് പോലും പ്രകടിപ്പിക്കാൻ നിൽക്കാതെ എന്റെ കൂടെ ചിരിച്ച് മറിയും. അതേ ചിരിയോടെ നീ പുറ ത്തേക്ക് പോകുകയും ചെയ്യും.

ഖേദിച്ചിട്ട് കാര്യമില്ലല്ലോ... നീ എന്നെ സഹായിക്കണം. നീ കുറച്ച് താഴ്മ കാണിച്ചേ മതിയാകൂ. എന്നാൽ ദൈന്യത വരുത്തുന്ന തരത്തി ലാവേണ്ടതില്ല. എന്നോട് ചെറിയ ബന്ധമെങ്കിലും നിലനിർത്തുന്ന രീതി യിൽ ഒന്ന് താഴ്മ കാണിക്കണം. അനാഥനായാണ് ഞാൻ വളർന്നതെന്ന് നിന്നെ ഓർമ്മിക്കേണ്ടതില്ലല്ലോ... എന്റെ അഛൻ എന്നെ വിട്ടേച്ച് പോയി, അത് മറക്കാൻ ആഗ്രഹിക്കുന്ന ഓർമകളാണ്. അമ്മ എന്ന ആ സ്ത്രീ എന്നെ തീവണ്ടിയുടെ അകത്തേക്ക് എടുത്തെറിഞ്ഞപ്പോൾ അച്ഛനെ പുറ ത്തേക്കാണ് എറിഞ്ഞതെന്ന് തോന്നുന്നു. പുരുഷന്മാർ സ്ത്രീകളെ എങ്ങനെ സ്നേഹിക്കുമെന്ന് എനിക്കറിയില്ല. വെള്ളക്കെട്ട് തകർത്തു കളഞ്ഞ എന്റെ ഗ്രാമത്തിൽ, പ്രണയിക്കുന്ന അല്ലെങ്കിൽ പ്രണയിക്ക പ്പെടുന്ന തരുണിമണികളില്ലായിരുന്നു. പ്രത്യേക ഇനങ്ങളിലൊന്നും ചേർക്കപ്പെടാനാകാത്ത ഒരു പറ്റം പടപ്പുകളാണ് അവിടെയുണ്ടായിരുന്നത്.

എന്റെ പ്രായക്കണക്ക് എടുത്ത് നോക്കിയാൽ ഞാനും അവരുടെ കൂട്ട ത്തിൽ ചേർക്കപ്പെടാനാകാത്ത തരത്തിലായിരിക്കും.

ശക്തമായ വിശപ്പും അത് ഒതുക്കിവെക്കാനുള്ള എന്റെ വെപ്രാള ത്തിനുമിടയിൽ ഞാൻ പലപ്പോഴും അപമാനിതനായിട്ടുണ്ട്. പാഠഭാഗം ശ്രദ്ധിക്കാൻ പോലും എനിക്ക് സാധിച്ചിരുന്നില്ല. വീട്ടിലും റോഡിലും കുട്ടികൾ തേനീച്ചക്കൂട്ടത്തെപ്പോലെ, കൊതുകുകളെ പോലെ എന്റെ ചുറ്റുമുണ്ടാകും. ചില സമയങ്ങളിൽ അവർ പാറി നടക്കുന്ന ചീവീടു കളെ പോലെ എന്റെ ചുറ്റും കൂടി. ഓടി രക്ഷപ്പെടാൻപോലും ഒരു അവസരം അവർ തരില്ല.

ആ പ്രദേശത്തെപ്പറ്റിയും പ്രദേശവാസികളെപ്പറ്റിയും മാത്രമേ ഓർമ യുള്ളൂ. എല്ലാം ദുഃസ്വപ്നങ്ങളായി ഉറക്കിലെത്തുന്ന ഓർമകൾ. ഈ സ്ഥലങ്ങളും സംഭവങ്ങളും ചൊറിയും, പാണ്ടും വന്ന് ചിതറിയ കുഷ്ഠരോഗികളുടെ വിരലുകൾ പോലെ ഓർമയിൽ നിന്ന് കൊഴിഞ്ഞ് വീണ് കൊണ്ടിരിക്കുന്നുണ്ട്. ചികിത്സാസമയം കഴിഞ്ഞ പ്രായാധിക്യ ത്താൽ തൊലി ചുക്കിച്ചുളിഞ്ഞ രോഗികളെ പോലെയാണ് അവയെല്ലാം. നിഷ്കളങ്ക സ്നേഹവും ഓമനത്തവും നിറഞ്ഞ കുട്ടിക്കാലം ഓർക്കു മ്പോഴെല്ലാം ഞാൻ പരിഹാസ്യനാവുന്നു. എന്റെ മൂക്കിൽ ചെളി പുരണ്ട കാഷ്ഠത്തിന്റെ വാസന നിറയുന്നു. പൊടി നിറഞ്ഞ് കണ്ണിൽനിന്ന് വെള്ളം ഒഴുകുമായിരുന്നു. സ്വതന്ത്രമായി കൺപോളകൾ തുറക്കാൻ പോലും സാധിച്ചിരുന്നില്ല. ഒന്നോ രണ്ടോ മണിക്കൂറുകൾ ആ നിലയിൽതന്നെ ഇരിക്കേണ്ടി വരും. അപ്പോഴേക്കും ഈച്ചകൾ വീണ്ടും കൂട്ടം കൂട്ടമായി മൂളിപ്പാട്ടോടെ ചുറ്റും കറങ്ങാൻ തുടങ്ങും. കൈയ്യാട്ടി വിട്ടാലും അവകൾ തിരികെ എത്തും. ഇതാണോ നിനക്ക് അറിയേണ്ടിയിരുന്നത്? എന്റെ കുട്ടി ക്കാലം? ഇങ്ങനത്തെ എന്റെ കുട്ടിക്കാലമാണോ നിങ്ങൾ ഓർക്കാനാ ഗ്രഹിക്കുന്നത്? ഒരു മനുഷ്യന്റെ സകല നേട്ടങ്ങൾക്കും കാരണമാകുന്ന കുട്ടിക്കാലത്തെ കുറിച്ചാണോ അറിയേണ്ടത്? വർഷങ്ങളുടെ പോരാട്ട ങ്ങൾക്ക് ഒടുവിൽ വിജയാരവങ്ങൾ മുഴക്കുന്നതിന് സാധ്യമാക്കിയ ആദ്യകാല വർഷങ്ങളെ കുറിച്ചാണോ അറിയേണ്ടത്?

എന്നെ ഉറക്കിക്കിട്ടുന്ന അവസരം മുതലാക്കാനായിരുന്നില്ലേ നീ മടങ്ങിവന്നിരുന്നത്. എന്നിട്ടും ഇതാണോ എനിക്ക് വിധിക്കപ്പെട്ടത്? നിനക്ക് നന്നായി ഉറങ്ങാൻ കഴിയുന്നുണ്ടല്ലോ അല്ലേ? എന്റെ ഉപദേശം കേട്ട് ഞാൻ പറഞ്ഞ ചെടി വിഴുങ്ങിയോ? എന്തുകൊണ്ട് നിനക്ക് കമിതാ ക്കളുടെ ഉറക്കമില്ലായ്മ കാണാനാകുന്നില്ല? സത്യം പറയാമല്ലോ, ഇന്നലെ എന്റെ ഉറക്കം കളഞ്ഞ സ്വപ്നം ഇന്നുണ്ടായില്ല.

ചില സമയങ്ങളിൽ സംഭവിച്ചതെന്താണെന്ന് ഞാനാരോടും പറ യാറില്ല. കളവ് പറഞ്ഞ് രക്ഷപ്പെടും. അപ്പോഴാണ് നീ എന്നോടത് ആവർ ത്തിച്ച് ചോദിക്കാറുള്ളത്.

മറ്റു ചില സമയങ്ങളിൽ കുറ്റബോധം തോന്നി പറഞ്ഞ കള്ളം തിരിച്ചെടുത്ത് സത്യം പറയും. ആ സമയം എന്റെ ധൈര്യത്തേയും കഴിവിനേയും നിങ്ങൾ മനസ്സിലാക്കും. അംഗീകരിക്കും.

ചില സമയത്ത് ഉറക്കം വന്നവരെ പോലെ ഞാൻ പറഞ്ഞ അഭിപ്രായങ്ങളേയും നിന്നെ കുറിച്ചുള്ള എന്റെ ധാരണകളേയും തിരുത്തും.

ആ ഉറക്കമില്ലായ്മയുടെ കാരണം എന്തുകൊണ്ട് നീ ആയിക്കൂടാ...? മറ്റൊരു സ്ത്രീയുമായുള്ള എന്റെ ബന്ധത്തിൽനിന്ന് തിരിച്ച് വരാനുള്ള ശ്രമങ്ങൾ കാരണമാണ് ഉറക്കമില്ലാരാത്രികളുണ്ടായത് എന്ന് കരുതാമല്ലോ? അല്ല വെറും ഉദാഹരണം പറഞ്ഞെന്ന് മാത്രം.

വ്യക്തമായി പറഞ്ഞാൽ നിന്റെ ചിന്തകളും ചർച്ചകളും അർത്ഥമില്ലാതെയായിരിക്കുന്നു. നീ വായിച്ച് തീർത്ത പുസ്തകങ്ങളിലെ കഥാപാത്രങ്ങളെ പോലെയാണ് ചിന്തിച്ച് കൊണ്ടിരിക്കുന്നത്. നീ നിന്റെ ബുദ്ധിയെ തന്നെ പേടിച്ചുകൊണ്ടിരിക്കുന്നു. നിന്റെ ആന്തരികശക്തിയെ പോലും പിറകോട്ടടിപ്പിക്കുന്നു. ആയുധപ്രയോഗത്തിൽ വീണുപോയ മൃഗത്തിന്റെ അരികിലെത്തുന്ന വേട്ടക്കാരന്റെ ഭാവമാണ് ചിലപ്പോൾ നിനക്ക്. തന്റെ അരയിൽ നിന്ന് കത്തിയെടുത്ത് അതിന്റെ ശ്വാസം നിലക്കുന്നതിന് മുമ്പേ കുത്തിക്കീറും. അപ്പോഴും അതിന്റെ മൂക്കിലൂടെ നിശ്വാസത്തിന്റെ പൊടി പാറുന്നുണ്ടായിരിക്കും.

ഞാൻ വല്ലാതെ കാട് കയറുന്നുണ്ട്. കാരണം കോടതികളിലെ സാക്ഷിമൊഴികൾക്ക് അമിതപ്രാധാന്യം നൽകപ്പെടുന്നതുപോലെ നീ പല കാര്യങ്ങൾക്കും പതിവിൽ കവിഞ്ഞ പരിഗണന നൽകുന്നുണ്ടല്ലോ. ഒരിക്കൽ നമ്മൾ 'തനിച്ചാണ് നോക്കണോ' എന്ന് പറഞ്ഞത് ഓർമയുണ്ടോ? ഏത് ബുദ്ധി കുറവുള്ള സ്ത്രീക്കും മനസ്സിലാവും ഇത് പുരുഷന്റെ അടവാണെന്ന്. മറ്റൊരിക്കൽ എനിക്ക് നിന്നോട് പ്രണയമാണെന്ന് പറഞ്ഞത് ഓർക്കുന്നോ. അത് കേട്ടപ്പോൾ നിനക്കുണ്ടായ ഭാവം കണ്ടിട്ട് നിന്നോട് ആരും ഇത് വരെ പ്രണയമുണ്ടെന്ന് പറഞ്ഞിട്ടില്ല എന്ന് മനസ്സിലാക്കാനാകുന്നുണ്ട്. ഞാനാണ് നിന്റെ ആദ്യത്തെ കാമുകൻ. സന്തോഷം കൊണ്ടായിരിക്കാം നീ ചെറുപുഞ്ചിരിയോടെ കണ്ണീരൊഴുക്കി. എന്നെ നീയിഷ്ടപ്പെടുന്നു എന്ന് പറഞ്ഞില്ലെങ്കിലും എല്ലാം ആ കണ്ണീരിലുണ്ടായിരുന്നു. പിന്നീട് കഥാരംഭത്തിനായി കാത്തിരുന്നു. ഏത് കഥ? എന്തിന്റെ കഥ? എന്റെ മോളെ എന്ത് കഥയാണ് നീ കാത്തിരിക്കുന്നത്? ആ ഒരു തിരിച്ചറിവ് മതിയായിരുന്നില്ലേ നിനക്ക്? സൗന്ദര്യറാണിയായ രാജകുമാരിയെ സ്വന്തമാക്കാൻ എന്താണ് ചെയ്യേണ്ടത് എന്ന് യോഗ്യരായവർക്ക് മനസ്സിലാക്കി നടപ്പിലാക്കാൻ ബുദ്ധിമുട്ടുകൾ ഉണ്ടാകാറില്ലല്ലോ. ആലോചിച്ച് വരുമ്പോൾ മുത്ത്മാണിക്യങ്ങളെ കാത്ത് സൂക്ഷിക്കുന്ന

മത്സ്യത്തെ കണ്ടെത്താൻ ഞാനും കിണഞ്ഞ് ശ്രമിക്കുന്നുണ്ട്. ഇനി ഞാൻ കഥയിലെ ആ മത്സ്യത്തെ വലയെറിഞ്ഞ് വീഴ്ത്താൻ ശ്രമിക്കട്ടെ.

ഒരു ബധിരയോടാണോ ഞാൻ സംസാരിക്കുന്നത്...? എങ്കിൽ മനസ്സിലാക്കുന്നതെല്ലാം തലതിരിച്ചായിരിക്കും. ഏതായാലും നീ കാത്തിരിക്കൂ...

എന്നെ ഏത് സമയത്തും നിരീക്ഷിക്കുന്ന ഒരാളുണ്ടായിരുന്നു. ബാൽക്കണിയിലേക്ക് പോയാലും കണ്ണുകൾ എന്നിൽ തന്നെയായിരിക്കും. ജനൽഗ്ലാസിലൂടെ ഒരുപാട് നേരം എന്നെ തന്നെ നിരീക്ഷിക്കും. അയാളെ കൊണ്ടുള്ള ബുദ്ധിമുട്ട് ശക്തമായപ്പോൾ എന്നെ തന്നെ നോക്കിയിരിക്കുന്ന ആ പണി നിർത്താൻ ഞാൻ കൈ കൊണ്ട് ആംഗ്യത്തിലൂടെ ആവശ്യപ്പെട്ടു. ഞാൻ ഒരു കാഴ്ച വസ്തുവല്ല എന്ന വസ്തുത അയാളെ ബോധിപ്പിക്കുകയും ചെയ്തു. എന്നിട്ടും കാര്യമായ മാറ്റമൊന്നുമുണ്ടായില്ല. അയാൾ നോട്ടം തുടർന്നു, ചില സമയത്ത് തുറിച്ച് നോട്ടമായിരുന്നു, മറ്റു ചിലപ്പോൾ ഞാൻ ഒന്നുമറിഞ്ഞില്ലേ എന്ന ഭാവത്തിലായിരുന്നു നോട്ടം. അയാളുടെ നോട്ടത്തിൽ നിന്ന് രക്ഷപ്പെടാൻ ജനാലവിരി പല തവണ വലിച്ചിടേണ്ടി വന്നിട്ടുണ്ട്. അത് ഒരർത്ഥത്തിൽ ബുദ്ധിശൂന്യതയായിരുന്നു. ആ വിരി വലിച്ചിട്ടാൽ എന്റെ മുറിയിലേക്കുള്ള വെളിച്ചത്തിന്റെ കവാടമാണ് മറച്ചിട്ടിരുന്നത്. അത് എല്ലാ സമയത്തും മറച്ചിടാൻ പറ്റില്ലല്ലോ. അത് ഭയത്തെ അംഗീകരിക്കുന്നത് പോലെയായിരുന്നു, എനിക്ക് അയാളെ പേടിയായി തുടങ്ങി. അയാളിൽ നിന്ന് ഒളിച്ച് നടക്കാനുള്ള ആഗ്രഹം എന്റെ മനസ്സിലുണ്ടായി. വെളിച്ചം കെടുത്തിയാൽ പോലും അപ്പുറത്തിരുന്ന് അയാൾ തന്റെ കട്ടിയുള്ള മീശ തടവി എന്നെ തന്നെ നോക്കി നിൽകുകയാണ് എന്ന് എനിക്ക് തോന്നാൻ തുടങ്ങി. മറയ്ക്കുള്ളിലൂടെ അയാൾക്ക് എന്നെ കാണാൻ കഴിയുന്നുണ്ട്.

ഇതെല്ലാം നീ എങ്ങനെയാ മനസ്സിലാക്കുന്നത്? എന്റെ പൊട്ടത്തരമായിട്ടാണോ തോന്നുന്നത്? ഇതെല്ലാം കൊക്കെയ്ൻ ഉപയോഗിക്കുന്നവർക്കുള്ള സ്വഭാവമാണെന്നാണോ പറഞ്ഞുവരുന്നത്? ഞാൻ ഒരു ഡ്രഗ് അഡിക്റ്റാണെന്നാണോ വിശ്വസിക്കുന്നത്? എന്റെ ആരോഗ്യം കേടുവരുത്തുന്ന കാര്യത്തിന് ഞാൻ നിൽക്കുമെന്നാണോ നീ കരുതുന്നത്? സത്യം പറഞ്ഞാൽ യഥാർത്ഥലോകത്തുനിന്ന് നീ വളരെ ദൂരെയാണല്ലോ എന്നോർക്കുമ്പോൾ സങ്കടമാണ് തോന്നുന്നത്. കൊക്കെയ്ൻ അല്ല യഥാർത്ഥജീവിതമെന്നത് ആദ്യം മനസ്സിലാക്കൂ. അല്ലെങ്കിലും അതിനെക്കുറിച്ച് നിനക്ക് എന്തറിയാം? കിട്ടിയ വിവരങ്ങളിൽ ഏതാണ് വിശ്വാസയോഗ്യമായിട്ടുള്ളത്? അതിൽ ആവശ്യമുള്ളതും ഇല്ലാത്തതും കാണും.

എന്നിട്ടോ അതുവെച്ച് എന്നെ കുറ്റപ്പെടുത്തുകയും ചെയ്യുന്നു. എന്റെ റൂമിനെ, നിന്നെ പോലെ, ഒരു വീടായിട്ടാണ് ഞാൻ കാണുന്നത്. താഴെ റോഡിന്റെ ഇരുവശങ്ങളിലും കസ്റ്റമേഴ്സിനെ കാത്തിരിക്കുന്ന വേശ്യ കൾക്കുള്ള ഇടത്താവളമായി അറിയപ്പെടുന്ന ഈ ഫ്ളാറ്റിന്റെ ഒരു അറ്റ ത്തായി നല്ല ഒന്നാന്തരം റൂം. അതിനെയും നമുക്ക് വീട് എന്ന് വിളിക്കാം. ദാരിദ്ര്യത്തിൽനിന്ന് ഞാൻ കര കയറി എന്ന് നിനക്കുണ്ടായ തോന്നൽ ശരിയാണെന്ന് തെളിയിക്കാനെന്നോണം നീ മനഃപൂർവം മേശപ്പുറത്ത് മറന്നുവെയ്ക്കുന്ന നിന്റേതായ വസ്തുവഹകൾ, എല്ലാം നല്ലതുതന്നെ യാണ്. പക്ഷേ, ഒരു തിരുത്ത് മാത്രം. ഞാൻ ദരിദ്രനല്ല, അഗതിയാണ്. നിങ്ങളൊക്കെ എടുത്ത് പറയുന്ന എന്റെ ബുദ്ധി ദൈവത്തിന്റെ വരദാന മാണ്. എല്ലാം ശരി. ഒരു കാര്യം നീ സങ്കൽപിച്ച് നോക്കണം. ക്ലീനിംഗ് സാമഗ്രികളും വിവിധ ലേബലിലുള്ള പോളിഷ് സാമഗ്രികളും വ്യത്യസ്ത വലുപ്പത്തിലുള്ള പെട്ടികളും നൈലോൺ നൂലുകളും ടെലിവിഷൻ ചാനലു കളിൽ കൊടുങ്കാറ്റായി പാറിവരുന്ന പരസ്യങ്ങളും അടിക്കാനും തുടയ്ക്കാനും തിളക്കമുള്ളതാക്കാനുമുള്ള സാധനങ്ങളെ വേർതിരിച്ച് ഈ റൂമിനെ ഒരു വീടാക്കി മാറ്റുന്നതിനെക്കുറിച്ച് നീ ഒന്ന് ചിന്തിച്ച് നോക്ക്. നീ സന്തോഷത്തോടെ ജീവിക്കുമ്പോൾ എനിക്ക് എങ്ങനെ അതിനെ എതിർത്ത് നിൽക്കാൻ തോന്നും? നീ സ്വതന്ത്രയാണ് എന്നുവെച്ച് കേട് വന്ന സാധനങ്ങളും മോശപ്പെട്ട വസ്തുക്കളും മാത്രമേ അനുഭവിക്കാൻ യോഗമുള്ളൂ എന്ന നിയമമൊന്നുമില്ലല്ലോ. ശരിയാണ്. വൃത്തിയുള്ള വിരിയും വാസനയുള്ള ഡെറ്റോളിന്റെയും മറ്റും ശുദ്ധീകരണ വസ്തു ക്കളുടെ വാസനയും എന്റെ താൽപര്യവും വേഗതയും കുറച്ചിരിക്കുന്നു എന്നതാണ് സത്യം. ഈ ലോകത്തുനിന്ന് ഞാൻ മാറിനിൽക്കുന്ന ദൂരത്തെയാണ് നീ അകൽച്ച എന്ന് വിളിക്കുന്നതെങ്കിൽ, എല്ലാ പ്രശ്ന ങ്ങളും അവസാനിച്ച് തുടങ്ങിയിടത്തേക്കുതന്നെ, പരസ്യങ്ങളൊന്നു മില്ലാത്ത ലോകത്തേക്ക് തിരിച്ച് നടക്കാനാകുമെന്ന് നീ പറയുന്നെങ്കിലും അതൊന്നും സംഭവിച്ചു കാണുന്നില്ലല്ലോ.

ഞാൻ നീ വരുന്നതിന് മുമ്പ് തന്നെ നിന്നെ പേടിച്ച് പൊടി തട്ടി വിരി മാറ്റി വൃത്തിയാക്കി വെക്കുന്നുണ്ടല്ലോ. നമ്മുടെ പ്രണയലോകം വളർത്താൻ സാധ്യമാകുന്ന ഒരു ഭാഗം മാത്രം ഞാൻ മാറ്റി വെക്കുന്നുണ്ട്. നാം പണ്ട് കാറ്റ് ലോഗ് നോക്കി തീരുമാനിച്ചുറപ്പിച്ച പോലെയുള്ള ഒരു കട്ടിൽ അൽപാൽപ്പമായി ഞാൻ പണിയാനും തുടങ്ങിയിട്ടുണ്ട്.

നീ പൂർണാർത്ഥത്തിൽ ജീവിതയാഥാർത്ഥ്യങ്ങളിൽനിന്ന് പുറത്താണ്. ഒരിക്കൽ പാതി തമാശയെന്നോണം നിന്റെ മാസമുറ തെറ്റിയിരിക്കുന്നു എന്ന് പറഞ്ഞില്ലേ. എന്താണ് അതിന്റെ അർത്ഥം? എന്താ നീ ഉദ്ദേശിക്കു ന്നത്? നീ അമ്മയാകാൻ പോവുകയാണോ? ഇതുപോലെത്തെ കാര്യങ്ങൾ

കൊണ്ട് കളിക്കാൻ നിനക്ക് എങ്ങനെ തോന്നി. ഹോർമോണുകളുടെ വർദ്ധനവിൽ നിന്റെ കാഴ്ചശക്തി പോലും നശിച്ചോ? അതിന്റെ ബുദ്ധി മുട്ടുകൾ അനുഭവിക്കേണ്ടിവരുന്ന പച്ചയായ മനുഷ്യയല്ലേ നീയും? ഫെമിനിസത്തെക്കുറിച്ചുള്ള നിന്റെ വാദമുഖങ്ങളെല്ലാം എവിടെ പോയി? അതോ ഇതും എന്നെ പറഞ്ഞ് പറ്റിക്കാനുള്ള മറ്റൊരു കാര്യം മാത്രമാ യിരുന്നോ? നീ വാക്ക് തന്നാൽ കൂടുതൽ വിശദീകരിക്കാതെ തന്നെ ഞാൻ എനിക്ക് പറയാനുള്ളത്, അന്ന് ആ ലോക്കൽ ട്രയിൻ എങ്ങോട്ടാണ് എന്നെയും കുട്ടി പോയത് എന്ന് പറഞ്ഞ് മനസ്സിലാക്കി തരാം. അഥവാ എന്നെ അതിൽ ഇട്ടേച്ച് പോയ ആ സ്ത്രീയെ എത്ര പെട്ടന്നാണ്, അല്ലെ ങ്കിൽ എങ്ങനെയാണ് മറന്നത് എന്ന കാര്യം ഞാൻ പറഞ്ഞ് തരാം. എങ്ങോട്ടാണ് എന്നറിയാതെ അകലേക്ക് പാഞ്ഞ് കൊണ്ടിരുന്ന അതിന കത്തിരുന്ന് ആശങ്കപ്പെട്ട എന്റെ കഥ നിനക്ക് പറഞ്ഞ് തരാം. മുൻപേ പറഞ്ഞതൊക്കെ നീ എത്ര പെട്ടെന്ന് മറന്നു. അവരും എന്നെ മറന്നു. എന്റെ മുഴുശ്രദ്ധയും പഠനത്തിലാകാനായിരിക്കാം അവർ ഒരിക്കലും എന്നെ കാണാൻ വന്നിട്ടില്ല. അവരുടെ അറിവില്ലായ്മയും അകൽച്ചയും ആ നാറിയ പുഴുങ്ങിയ മുട്ടയുടെ അളിഞ്ഞ വാസന മാത്രമാണ് എന്റെ യുള്ളിൽ വർദ്ധിപ്പിച്ചത്. മറ്റ് സ്ത്രീകളുടെ കൂടെ അവരെയും നിർത്തുക യാണെങ്കിൽ എനിക്ക് ഒരിക്കലും അവരെ തിരിച്ചറിയാൻ കഴിയില്ല. ആ സ്ത്രീയാണ് എന്റെ ആയുസ്സ് നശിപ്പിച്ചത്. അവരാണ് എന്നെ പാവ ങ്ങളുടെ ലോകമായ ദൈവത്തിന്റെ ഭൂമിയിലേക്ക് വലിച്ചെറിഞ്ഞത്. അനാഥരുടെയും അഗതികളുടെയും ലോകം. എന്നെ അന്വേഷിച്ച് അവർ വരുമെന്ന ഒരു വിശ്വാസവും എനിക്കുണ്ടായിരുന്നില്ല. അവർ മരണപ്പെട്ട പ്പോൾ എന്റെ സഹോദരന്മാർ ആരോ എങ്ങനെയൊ എന്റെ ഫോൺ നമ്പർ സംഘടിപ്പിച്ച് വിളിച്ചു. നിന്റെ സഹോദരനാണ് എന്ന് പേര് സഹിതം പറഞ്ഞെങ്കിലും എനിക്ക് ഓർത്തെടുക്കാൻ കഴിഞ്ഞില്ല. അതിന് ശേഷം അവൻ പറഞ്ഞു

"നിന്റെ അമ്മ മരിച്ചിരിക്കുന്നു."

നിങ്ങൾ സന്തോഷത്തോടെ ജീവിക്കൂ എന്നോ അതുപോലെത്തെ മറ്റെന്തോ ആണ് ഞാൻ അതിന് മറുപടി നൽകിയത്. സംസാരത്തിനിട യിൽ എനിക്ക് എപ്പഴോ ദേഷ്യം കയറി.

"പോ... നിങ്ങൾ എന്തിന് എന്നെ വിളിക്കണം... പോ."

ഇക്കാര്യം പറയാൻ അവർക്ക് എന്റെ നമ്പർ കിട്ടുമെങ്കിൽ എന്ത് കൊണ്ട് ഇതിന് മുമ്പ് ഒരിക്കൽ പോലും അവർ വിളിക്കാൻ ശ്രമിച്ചില്ല. എന്റെ വിവരമന്വേഷിച്ച് ഒരിക്കലെങ്കിലും ഒരു വിളി. അതുണ്ടായി ല്ലല്ലോ.

അമ്മ. കോഴിക്ക് അസുഖമായാൽ പോലും മറ്റു കോഴികളുടെ കൊത്ത് കൊള്ളാതിരിക്കാനായി എപ്പോഴും എടുത്ത് നടന്ന് മരുന്നും മറ്റും നൽകാറുണ്ടായിരുന്നു. സ്നേഹത്തോടെ അതിനെ ഊട്ടി മരുന്നും വെള്ളവും നൽകും, അസുഖം പൂർണമായും ഭേദമായാൽ മാത്രമേ അവർ അതിനെ കൂട്ടത്തിൽ വിടുമായിരുന്നുള്ളൂ. പ്രസവമടുത്ത ആടിന്റെ മുതുകു തടവിയും ആശ്വസിപ്പിച്ചും പ്രസവം കഴിയുന്നത് വരെ അതിന്റെ കൂടെ തന്നെയായിരുന്നു അമ്മ. പാൽ കിട്ടാതെ കരയുന്ന കുഞ്ഞുങ്ങളെ ഓർത്ത് അമ്മക്കായിരുന്നു കൂടുതൽ സങ്കടം. പക്ഷേ, എന്റെ കാര്യത്തിൽ മാത്രം അതൊന്നുമുണ്ടായില്ല. ദിവസങ്ങളോളം എന്റെ ഭാഗത്തേക്ക് നോക്കുക പോലും ചെയ്തില്ല. ഞാൻ എന്തിനെങ്കിലും വേണ്ടി കരയുകയോ പരാതി പ്പെടുകയോ ചെയ്താൽ ഒച്ചവെച്ച് ചൂട് വെള്ളം എന്റെ തലയിലേക്ക് ഒഴിക്കുകയാണ് അമ്മ ചെയ്തിരുന്നത്. എനിക്ക് ഒന്നും കിട്ടിയിരുന്നില്ല. മുട്ടയില്ല പാലില്ല, ഇറച്ചിയുമില്ല. ഒന്നുമില്ല. വായും വയറും കാലിയായി ഇരിക്കാൻ മാത്രം വിധിക്കപ്പെട്ടവനായിരുന്നു ഞാൻ. അതും കഴിഞ്ഞാണ് എനിക്ക് ഒരു പരിചയവുമില്ലാത്ത ഒരു നാട്ടിലേക്ക് എന്നെ നാട് കടത്തു കയും ചെയ്തത്...

അവർ മരിച്ചിരിക്കുന്നു. പ്രതികാരദാഹിയായി കണക്കുകൾ തീർക്കാൻ ഇനി കഴിയില്ല. എല്ലാ പ്രതികാരവും എന്റെ മനസ്സിലെ മോഹങ്ങൾ മാത്രമായി ശേഷിക്കണം. എന്റെ തലച്ചോറിനുള്ളിലെ പ്രത്യേക കഴിവുകൾ എങ്ങനെയാണ് ചത്തൊടുങ്ങിയത് എന്നത് വിശദമായി പറഞ്ഞ് കൊടുക്കാൻ ഒരു അവസരം കിട്ടിയെങ്കിൽ എന്ന് ഞാൻ വല്ലാതെ കൊതിച്ചിരുന്നു. ഡോക്ടർമാർ പോലും ഈ അസുഖത്തെ വിളിക്കുന്നത് ബന്ധബന്ധനങ്ങളുടെ അസുഖമെന്നാണ് എന്ന് ഞാൻ അവരെ പറഞ്ഞ് മനസ്സിലാക്കും. ഒരു കാലത്ത് തന്റെ സഹോദരന്മാരേക്കാൾ ഒരുപാട് കഴിവുള്ള തലച്ചോറ് എന്ന് അവർതന്നെ പറഞ്ഞിരുന്നതിന്റെ കെട്ടടങ്ങി, യാതൊരു ചലനവുമില്ലാതെ പോകാനുള്ള കാരണമെന്താണെന്ന് ഞാൻ വിശദീകരിച്ച് തന്നെ പറഞ്ഞുകൊടുക്കും. അങ്ങനെയുള്ള സംസാരം കൊണ്ട് മാത്രമേ മനസ്സിലുള്ള വെറുപ്പും പേടിയും സങ്കടവും ആശങ്കയും എല്ലാം ഒന്ന് ഒഴിഞ്ഞ് പോവുകയുള്ളൂ.

ഇഷ്ടക്കൂടുതലുള്ള ആൺമക്കൾക്ക് അമ്മമാർ ഭക്ഷണം കൊടുക്കുന്ന രീതിയെ കുറിച്ച് ഞാൻ ഒരു പുസ്തകത്തിൽ വായിച്ചിട്ടുണ്ട്. ആ കുട്ടി യുടെ വയറ്റിലേക്ക് ഓരോ ഉരുളയും ഉന്തി തള്ളിയിടാൻ അവർ കാണി ക്കുന്ന താൽപര്യത്തിനേക്കാൾ മറ്റൊരു ഇഷ്ടവുമുണ്ടാവുകയില്ല. അതി നേക്കാൾ വലിയ സന്തോഷം ഒന്നുമില്ല അമ്മമാർക്ക്. അവർക്ക് ആൺമ ക്കളായാൽ മാത്രം മതി. മറ്റൊന്നും ഒരു പ്രശ്നമല്ല.

എന്റെ അമ്മ എന്നെ ചവർസഞ്ചി വലിച്ചെറിയുന്നത് പോലെ ഒരു ലോക്കൽ ട്രയിനിലേക്ക് തള്ളി. അത് കൊണ്ട് തുടക്കത്തിൽ തന്നെ നിന്റെ

കളിക്കൂട്ടുകാരനാകാൻ കഴിഞ്ഞു. പ്രയാസമനുഭവിക്കുന്ന പല സമയങ്ങളിലും നീ എന്റെ കുഞ്ഞമ്മയാകുന്നു. നിന്റെ പാലിൻ മണം എന്റെ മൂക്കിലേക്ക് അടിക്കുന്നു. പക്ഷേ, എന്റെ കഠിന ശ്രമങ്ങളെല്ലാം വൃഥാവിലായത് പോലെ തോന്നുകയാണ്. നഗ്നനേത്രങ്ങൾ കൊണ്ട് കാണുന്ന പടുകുഴിയിലേക്ക് ചെന്ന് വീഴുന്നവനെ പോലെയാണ് ഞാൻ. നിന്റെ നിമ്നോന്നതങ്ങളുടെ അരികിലെത്തുമ്പോൾ പാൽ കുടിക്കാനിരിക്കുന്ന കുഞ്ഞിനെ ഓർമ വരുന്നു. ആവേശപ്പുറത്ത് അത് ഞെരിച്ചാൽ എന്റെ കൈകളിലൂടെ ആ പാൽ ഒഴുകിപ്പരക്കുമോ എന്ന ഭയമുണ്ടെനിക്ക്. ആ വെളുത്ത വെള്ളത്തിന്റെ വാടയും. എനിക്ക് പേടിയാകുന്നു.

പക്ഷേ, ആ 'വീട്ടിൽ' നിന്ന് ഒരു ദിവസം ഉള്ളി വാസനിച്ചതോടെ എല്ലാ കാര്യങ്ങളും നിർത്തി വെക്കണം എന്ന് എനിക്ക് തോന്നി. പൂർണമായും അകറ്റി നിർത്തണം. നിനക്ക് വേണമെങ്കിൽ മുട്ട കച്ചവടം നടത്താം അല്ലെങ്കിൽ മീൻ കച്ചവടം നടത്താം. പക്ഷേ, ഉള്ളി കച്ചവടം എന്തിന്? ഉള്ളി എന്നാൽ ചീഞ്ഞ നാറ്റം എന്നാണ്. എല്ലാവർക്കും സുപരിചിതമായ നാറ്റവുമാണത്. അതിനെതിരെ പിടിച്ച് നിൽക്കാൻ ഒരു ഗന്ധത്തിനും സാദ്ധ്യമല്ല. അപ്പോൾ പിന്നെ ഉള്ളി വാസനിക്കുന്ന വാ ഉള്ള സ്ത്രീയെ ആര് സഹിക്കും. ദുർഗന്ധം വമിക്കുന്ന പുരുഷൻമാരെ സ്ത്രീകൾ സഹിക്കും, അവരുടെ അടിവസ്ത്രവും പാന്റീസുമെല്ലാം സന്തോഷത്തോടെ കഴുകി വൃത്തിയാക്കും. പക്ഷേ, അതിന്റെ ദുർഗന്ധങ്ങൾ വിഴുങ്ങുന്നവളെ ആർക്കെങ്കിലും ഇഷ്ടമുണ്ടാകുമോ?

അപ്പുറത്തെ ബാൽക്കണിയിലിരുന്ന് എന്നെ തന്നെ തുറിച്ച് നോക്കിയിരുന്ന ഒരാളെ കുറിച്ച് പറഞ്ഞിരുന്നില്ലേ. അവനോട് എനിക്ക് സംസാരിക്കേണ്ടി വന്നു. പരസ്പരം മനസ്സിലാക്കാൻ രണ്ട് പേരേയും സഹായിച്ചാലോ എന്ന് കരുതിയാണ് ആ സാഹസത്തിന് മുതിർന്നത്. ഒരു കാര്യം ഞാൻ വെട്ടിത്തുറന്ന് പറഞ്ഞു, എനിക്ക് സ്ത്രീകളെയാണ് ഇഷ്ടം. അതെ സ്ത്രീകളെ മാത്രം. അഥവാ ഞാൻ ഒരു ലെസ്ബിയനാണ്. ആൺ പെൺ ബന്ധങ്ങളെ അത്ര താത്പര്യത്തോടെയല്ല ഞാൻ കണ്ടിരുന്നത്, കാണാൻ ആഗ്രഹിച്ചിരുന്നത് എന്ന് വേണം പറയാൻ.

പക്ഷേ, പുരുഷൻമാരിലും എനിക്കും കൂട്ടുകാരുണ്ടായിരുന്നു, അതും ഉറ്റ സുഹൃത്തുക്കളായിട്ട് തന്നെ. ഞാൻ പറയാൻ പോകുന്ന കാര്യം ശ്രദ്ധയോടെ കേൾക്കാൻ അവൻ തയ്യാറാണെങ്കിൽ എന്റെ നേരെയുള്ള നോട്ടം എങ്ങനെയാണ് തുളച്ച് കയറുന്ന നോട്ടമായി മാറിയത് എന്നും ശാന്തസ്വരത്തിൽ മനസ്സിലാക്കി കൊടുക്കാൻ എനിക്ക് കഴിയും. ഏതായാലും അവന്റെ ശല്യത്തിൽ നിന്ന് രക്ഷപ്പെടാൻ ഒരു പോലീസിന്റെയും അടുത്തേക്ക് എനിക്ക് പേകേണ്ടി വന്നില്ല...

ഞാൻ ഒരു സ്വവർഗ്ഗഭോഗിയല്ല. ഹോമോ സെക്ഷ്വലായി ജീവിക്കാൻ ആഗ്രഹിക്കുന്നവരിൽ എവിടെയോ വെറുപ്പിന്റെ ലോകം വളർന്നിട്ടുണ്ടാകുമെന്ന് ഏതോ ഒരു പുസ്തകത്തിൽ വായിച്ചത് ഓർക്കുന്നു. ആ വെറുപ്പ് മനസ്സിൽ കയറിക്കഴിഞ്ഞാൽ അതിനെ കവച്ച് വെച്ച് മുന്നേറാൻ ആർക്കും അത്ര പെട്ടെന്ന് സാധിക്കില്ല. എന്തിന്, ഒരാളെ കൊലപ്പെടുത്തുന്നതു പോലും അവനെ സമാധാനപ്പെടുത്തില്ല എന്നതാണ് സത്യം. ഈ ഒരു മനോഭാവമുള്ളവർ മിക്കവരും തനി വിഡ്ഢികളായി മാറുകയും ചെയ്യുന്നു. ലാഭനഷ്ടങ്ങളുടെ കണക്ക് എടുത്ത് നോക്കിയാൽ ആ പുസ്തകവും അതിലെ എഴുത്തുകളും ആർക്കാണ് മനസ്സിലാക്കാൻ കഴിയുക? അല്ലെങ്കിൽ അത് അറിയാൻ ആർക്കാണ് താത്പര്യമുള്ളത്? സത്യം പറഞ്ഞാൽ ഞാൻ എന്റെതന്നെ നിഴലിനെപോലും ഭയക്കുന്നു.

ആ വായ്നോക്കി കാര്യങ്ങൾ മനസ്സിലാക്കി തിരിച്ചറിഞ്ഞ് ഇളിഭ്യനായി സ്വയം അവസാനിപ്പിക്കും എന്നാണ് എന്റെ പ്രതീക്ഷ.

ഈ പ്രണയം ഇത്ര നിസ്സാരമായി കാണാൻ നിനക്ക് എങ്ങനെ കഴിയുന്നു എന്ന് എനിക്ക് ചോദിക്കണമെന്നുണ്ട്. അപൂർവ്വമായ ഈ പ്രണയത്തിൽ പത്തും നൂറും തവണ നിന്റെ കൂടെ താത്പര്യത്തോടെ കിടന്നപ്പോൾ ഒന്നു തൊട്ടു നോക്കാൻ പോലും ആഗ്രഹിച്ചിട്ടുണ്ടാകില്ലേ. ചേർത്ത് പിടിച്ച് ആഞ്ഞ് പുൽകുന്നതിന്മുമ്പ് എങ്ങനെയാകും എന്റെ നെഞ്ച് പിടച്ചിട്ടുണ്ടാകുക, എങ്ങനെയാണ് ശ്വാസഗതിയിൽ ഇറക്കവും പെരുക്കവുമുണ്ടായിട്ടുണ്ടാകുക. ഒരു വേലക്കാരനെ പോലെ സേവകനെ പോലെ നിന്റെ ശരീരത്തിന്റെ ചലനങ്ങൾക്കനുസരിച്ച് ഒതുങ്ങി നിന്നത് എങ്ങനെയായിരിക്കും. നിന്റെ കാൽവിരൽ മുതൽ മുടി വരെ മുത്തം കൊണ്ട് എങ്ങനെയാകും മൂടിയിട്ടുണ്ടാവുക. നിന്റെ സുന്ദരമേനിയുടെ അഴക് എങ്ങനെയാകും ആസ്വദിച്ചിട്ടുണ്ടാവുക. കണ്ണടച്ചാൽപോലും നിന്റെ ഓരോ അംഗലാവണ്യവും എടുത്ത് പറയാവുന്നത്ര മനസ്സിൽ പതിഞ്ഞ് പോയത് എങ്ങനെയാകും. ആ പ്രണയത്തെ എനിക്ക് എങ്ങനെ ചെറുതായി കാണാൻ കഴിയും. ഇതൊക്കെ എന്റേതായി ഉണ്ടെങ്കിലും ഇത് ഒരു ദുരന്ത കഥയാണ്. വിശുദ്ധപ്രണയം പൂർണത പ്രാപിക്കുകതന്നെ ചെയ്യും, ഒരിടത്തും അത് നിലച്ചുപോവുകയില്ല.

നിന്റെ കാര്യത്തിൽ മാത്രമാണ് ഞാൻ വീഴ്ച വരുത്തിയത്. ഒരു പുത്തൻ സാധനം വാങ്ങിച്ചാലുണ്ടാകുന്ന വാറന്റി സർവ്വീസിനെ കുറിച്ചുള്ള നിന്റെ നിരന്തര ചോദ്യങ്ങൾ ഓർമയുണ്ടോ.. തുടർചോദ്യങ്ങൾ... ആ ചോദ്യ ശരങ്ങൾക്ക് മുമ്പിൽ ഞാൻ പതറണം എന്ന് നീ ആഗ്രഹിക്കുന്നുണ്ടായിരുന്നു. ആ ചോദ്യങ്ങൾക്ക് കേൾക്കാൻ ആഗ്രഹിക്കാത്ത മറുപടികളാണ് നീ പ്രതീക്ഷിക്കുന്നതും ഞാൻ തരുന്നതും. കേൾക്കാൻ ഇഷ്ടമില്ലാത്ത കാര്യങ്ങൾ നിനക്ക് കിട്ടാനുള്ളത് കിട്ടിയാൽ

തൃപ്തിയാകുമല്ലോ അല്ലെ? ഒരു കാര്യം ഞാൻ പറയട്ടെ, നമ്മൾ പ്രകൃതിയാതന്നെ പരസ്പരം കണ്ടുമുട്ടുന്നതിന് വിധിക്കപ്പെട്ടവരാണ്. എന്തൊരു ബോറടിയായിരിക്കും നമ്മൾ തമ്മിൽ കാണാതിരിക്കുമ്പോൾ? ഏത് കാര്യവും അതിന്റെ തനതിലേക്ക് മടങ്ങിയാൽ മാത്രമാണല്ലോ അതിന്റെ യാഥാർത്ഥ്യത്തിലേക്ക് തിരിച്ചെത്താൻ കഴിയുന്നത്. സംസാരി ച്ചിരിക്കുമ്പോൾതന്നെ കൺമുന്നിലൂടെ കടന്നുപോകുന്ന പെണ്ണുങ്ങളുടെ മാറിടങ്ങളിലേക്കും കാൽതുടകളിലേക്കും തുറിച്ച് നോക്കാതിരിക്കാൻ കഴിയുമായിരുന്നില്ല. അതും നിന്റെ മധുരിതമായ സംസാരവും മുഴുത്ത മാറിടവും അടുത്തുണ്ടായിട്ട് പോലും നോക്കാതിരിക്കാനാകുമായിരുന്നില്ല എന്ന പരമസത്യം ഞാൻ തുറന്നുതന്നെ പറയട്ടെ. നീയത് വിശ്വസിക്കു ന്നുണ്ടോ? അങ്ങനെ മാത്രമെ എനിക്ക് നിന്നെ ജയിക്കാനാകൂ, നിന്റെ മുമ്പിൽ തോൽക്കാതിരിക്കാനാകൂ. നീ രോഷവും ദേഷ്യവും കലർത്തി എന്നെയും പ്രതിരോധിക്കുമായിരിക്കും. ആ ഒരു ഘട്ടം കഴിഞ്ഞാൽ പിന്നെ പതിയെ എന്റെ നുണയുടെ ഭാണ്ഡക്കെട്ട് അഴിക്കും. നീ അത് വിശ്വസിച്ച് തുടങ്ങും. ഇത്രയും ദിവസം നിന്നെ കാണാൻ കഴിയാതിരു ന്നതിന് എന്തെങ്കിലും മുട്ടൻകള്ളം പറയും. ബിസിയായിരുന്നു എന്ന മുട്ടൻനുണ. എന്ത് ബിസി? ആർക്കൊപ്പം? അത് മാത്രം നീ എന്നോട് ചോദിച്ചില്ല.

നാം പിരിഞ്ഞതിന് ശേഷം ഞാൻ പറഞ്ഞ കള്ളങ്ങൾ സത്യമായി പുലരുന്നത് കണ്ട് എനിക്ക് വേദന തോന്നിയിട്ടുണ്ട്. നിന്നെ കൂടാതെ ജീവിക്കാൻ സാധിക്കും എന്നത് സത്യം തന്നെയാണ്. അഥവാ അത് പ്രകൃതിയുടെ തന്നെ ഒരു വീണ്ടുവിചാരമാണെന്നാണ് ഞാൻ പറഞ്ഞ് വരുന്നത്. റോഡിന്റെ എതിർവശത്ത് തിരികെ വീട്ടിലേക്ക് നടന്ന് പോകുന്ന നിന്നെ കണ്ടിട്ട് എന്റെ മുഖപടം മാറ്റി വേഗത കുറച്ച് നടക്കു ന്നതിനിടയിൽ മനസ്സിൽ പറഞ്ഞു. സുന്ദരിയും സുശീലയുമായ പെണ്ണ്. നാം ഒരുമിച്ച് ചെലവഴിച്ച ആ സുന്ദരമുഹൂർത്തങ്ങൾ എന്ത് രസകര മായിരുന്നു...

എന്റെ മുഖപടം മാറ്റി ഞാൻ ബുദ്ധിമുട്ടി ശ്വാസമെടുത്തു. കാരണം കരച്ചിലിന്റെ തേങ്ങൽ എന്നെ അത്രക്ക് സ്വാധീനിച്ചിരുന്നു. ആർക്കും മനസ്സിലാകില്ല എന്ന് ഉറപ്പുണ്ടായിരുന്നത് കൊണ്ട് അറബിയിൽ വായിൽ തോന്നിയത് വിളിച്ച് പറയുന്നതോടൊപ്പം കണ്ണീർ ഒലിച്ചിറങ്ങുന്നു ണ്ടായിരുന്നു. സങ്കടവും ക്ഷീണവും തോന്നിയാൽ എനിക്ക് കരിച്ചിൽ തുടങ്ങും. ഒരു സംശയവും വേണ്ട, അത് അങ്ങനെയായിരുന്നു. കാരണം ഒരു സ്ത്രീയെ ആശ്വസിപ്പിക്കേണ്ട ഒന്നും തന്നെ എനിക്കുണ്ടായിരുന്നില്ല. അത് പ്രകൃതിയുടെ നിയമമാണ്, ആ നിയമം എനിക്കായി ബാക്കിവെക്കു കയും ചെയ്തു. പക്ഷേ, എനിക്ക് സഹിക്കാനും കഴിയുമായിരുന്നില്ല.

പരാജയഭീതിയിലും രക്ഷ തേടിയുള്ള അലച്ചിലിലും നിന്റെ കൂടെ നിൽക്കണോ എന്ന് സംശയിച്ച് നിന്നിരുന്ന കാലത്തെ കുറിച്ച് എഴുതുമ്പോൾ തന്നെ എനിക്ക് സങ്കടം വരുന്നുണ്ട്. അതിൽ നമ്മൾ രണ്ട് പേരും പരാജയപ്പെടുകയും ചെയ്തു.

ആ വായ നോക്കി അവിടെ തന്നെ നിൽകുന്നുണ്ട്. എങ്ങനെയാണ് അയാൾക്ക് ഈ തണുപ്പിലും അത്രേം നേരം അങ്ങനെ നിൽക്കാൻ കഴിയുന്നത്. അതോ ഞാൻ അവന്റെ കാഴ്ചയിൽ നിന്ന് മറഞ്ഞാൽ ജനാലയിൽ നിന്ന് മാറുന്നുണ്ടോ? ഞാൻ ലൈറ്റിടുമ്പഴോ ജനാല വിരി മാറ്റുമ്പഴോ ഒരു ഇന്ദ്രജാലക്കാരനെപ്പോലെ അയാളെ ആ ജനാലയ്ക്കരുകിൽ കാണാമായിരുന്നു. നഗരത്തിലെ മദ്ധ്യത്തിലുള്ള സൂപ്പർമാർക്കറ്റിൽ വെച്ച് കണ്ട തടിച്ച ആ മനുഷ്യനെപ്പോലെ ചില സമയത്ത് അയാളെ തോന്നിപ്പിച്ചിരുന്നു. അന്നേരം അയാൾക്ക് കട്ടി മീശയും ഒരു വളിഞ്ഞ നോട്ടവുമുണ്ടായിരുന്നു.

ഇപ്പോൾ നീ എന്റെ സ്വത്താണ് എന്ന് മറ്റുള്ളവരെ ബോധിപ്പിക്കേണ്ടതുണ്ട് എന്ന ചിന്ത എന്നിൽ വന്നു. ഇതുപോലെ ചില സമയത്ത് നിന്റെ സൗന്ദര്യം നിനക്ക് തന്നെ വിനയാകാറുണ്ട്. ആ സമയത്ത് ഞാൻ തല കുലുക്കി, കുളമ്പുരച്ച്, മണ്ണിലേക്ക് ശ്വാസം വിട്ട് വെറി പിടിച്ച ഒരു ആടായി മാറും. നിന്നോട് താത്പര്യം കാണിക്കുന്നത് കണ്ട് അത് പ്രണയമാണെന്ന് കരുതരുത്. തങ്ങളുടെ മുമ്പിൽ വരുന്ന പെണ്ണിനെ ചൊല്ലി ശണ്ഠ കൂടുന്ന സ്വഭാവം ആണുങ്ങൾക്ക് പറഞ്ഞതാണ്. ഈ വികാരം എന്റെ ജീനിലുള്ളതാണ്. എങ്കിലും ലോകത്തോടുള്ള എന്റെ മത്സരത്തിൽ ജീനുമായി മത്സരം നടത്താൻ എനിക്ക് ഒരു താത്പര്യവുമില്ല. എന്ത് കൊണ്ടാണ് ഞാൻ മുഴു ലോകത്തോടും മത്സരിക്കുന്നത് എന്ന ചോദ്യമുണ്ടോ നിനക്ക്? എനിക്കറിയില്ല, ഇനി ഉത്തരം വേണമെങ്കിൽ അത് ലോകരോടും ലോകത്തോടും ചോദിക്കൂ. ഒരുപക്ഷേ, ഒരു ആയുധവുമില്ലാതെ യുദ്ധമുഖത്തേക്ക് തള്ളി വിടപ്പെട്ട എന്റെ വികാരങ്ങളെ നിയന്ത്രിച്ച് നിർത്താൻ വേണ്ടിയുള്ള എന്റെ ബദ്ധപ്പാടാകാം. ഓരോ യുദ്ധങ്ങളിലും ചതവും ഒടിവുമായി ഞാൻ തിരിച്ച് കയറും. ഞാൻ കീഴടങ്ങുന്നതോ തോൽവി സമ്മതിക്കുന്നതോ അല്ല, മറിച്ച് എനിക്ക് വിശ്വസിച്ച് ഉപയോഗിക്കാവുന്ന ആയുധം ലഭിക്കുന്നില്ല എന്നതാണ് സത്യം. മാത്രമല്ല, ഭീമാകാരനല്ലാത്ത ഞാൻ ആരെയും വെറുതെ പോയി തല്ലാൻ താത്പര്യമില്ലാത്തവനുമായിരുന്നു. അഥവാ രണ്ട് കാര്യങ്ങൾ കൊണ്ട് ഞാൻ അശക്തനായിരുന്നു. വർദ്ധിച്ച ദേഷ്യങ്ങൾ എന്നെ ഇരട്ടി ശക്തിയോടെ തിരിച്ചടിക്കുകയായിരുന്നു.

ചില സമയങ്ങളിൽ ഞാൻ കാണിക്കുന്ന ശത്രുത മനോഭാവത്തിന്റെ കാരണമറിയാൻ സാധിക്കുന്നില്ല എന്ന് നീ പരാതി പറയാറുണ്ടല്ലോ.

എന്റെ ദേഷ്യത്തിന്റെ പ്രധാന കാരണമെന്താണെന്ന് നീ ചോദിക്കാറില്ലേ. അത് ഒരിക്കലും എന്നോടുള്ള ഇഷ്ടം കുറയ്ക്കാനോ ഇല്ലാതാക്കാനോ അല്ല. നിനക്ക് എന്നെ വിട്ട് പോകണം എന്നുണ്ടെങ്കിൽ ഒരുമിച്ച് കിടക്കുന്ന കട്ടിലിൽനിന്ന് ഇറങ്ങിപ്പോയാൽ മതി, പക്ഷേ, നീ ഒരു വിചിത്ര മായ ഒരു വികാരമാണ്. എപ്പോഴും പുതിയ പുതിയ തർക്കങ്ങൾക്കുള്ള മരുന്നുകൾ പാകപ്പെടുത്തുന്ന തിരക്കിലായിരിക്കും നീ.

ആദ്യമായി കണ്ട സന്ദർഭം ഓർമയുണ്ടോ നിനക്ക്? നിനക്ക് നാല്പതു കാരിയുടെ പ്രായം തോന്നിക്കുന്നുണ്ടെന്നാണ് അന്ന് ഞാൻ നിന്നോട് പറഞ്ഞത്. നീ സുന്ദരിയാണെന്ന് പറയാനാണ് ഞാൻ കരുതിയത്. പക്ഷേ, നീ ഒന്നും മറുപടി പറഞ്ഞില്ല, ഒന്ന് പുഞ്ചിരിച്ചത് പോലുമില്ല. അതോടെ നീ ഉടക്കിലാണെന്നും സമയം കിട്ടുമ്പോൾ തിരിച്ചടി വരുമെന്നും എനിക്ക് ഉറപ്പുണ്ടായിരുന്നു. നീ എന്റെ കട്ടിലിൽ വന്ന് കിടക്കുന്നതിന്റെയും എണീറ്റ് പോകുന്നതിന്റെയും ഇടയിൽ എന്റെ ശ്വാസഗതി പലപ്പോഴും താളം തെറ്റാറുണ്ടായിരുന്നു. നിന്റെ മുടി മെടഞ്ഞ് കെട്ടാൻ അവസരം കിട്ടുമ്പോഴൊക്കെ നിന്റെ സഞ്ചാരത്തെക്കുറിച്ചും മറ്റും നിന്നോട് ഞാൻ ചോദിക്കാറുണ്ടായിരുന്നു. നിന്നെ അകറ്റി നിർത്താൻ വേണ്ടി മാത്രം പല തവണ പറഞ്ഞുതീർത്ത തമാശകൾ പോലും ആവർത്തിച്ചിരുന്നു. കൂടുതൽ വൈകാതെ വീട്ടിൽ നിന്ന് ഇറങ്ങി പോയെങ്കിൽ എന്ന് കരുതി ചിലപ്പോൾ ജനാലക്കരുകിൽ ചെന്ന് പുറത്തേക്ക് നോക്കി കാലാവസ്ഥയെ കുറിച്ച് നിന്നെ ബോദ്ധ്യപ്പെടുത്താനായി വല്ലതും പറയും. അഴിച്ച് വെച്ച ഓവർ കോട്ട് എടുത്ത് നിന്നെ അണിയിക്കും. എന്നെ ചീത്ത വിളിക്കു കയോ ദേഷ്യം കാണിക്കുകയോ ചെയ്യാതെ എന്റെ കാട്ടികൂട്ടലുകളോട് നിർവ്വികാരമായി പ്രതികരിക്കുന്നത് എന്റെ വികാരങ്ങളെ ആഴത്തിൽ മുറി വേൽപ്പിക്കാറുണ്ടായിരുന്നു. ദിവസങ്ങൾക്ക് ശേഷം ഒന്നും സംഭവിക്കാ ത്തത് പോലെ നീ തിരിച്ച് വരും. നാശം. നിനക്ക് എങ്ങനെ സഹിക്കാൻ കഴിയുന്നു അത്? നിനക്ക് എന്താ എന്നെ സ്നേഹിക്കാതിരുന്നാൽ? നീ നശിച്ച് പോകട്ടെ!

ആദ്യമായി ഞാൻ നിന്നെ അടിച്ചപ്പോൾ ഓടി വന്ന് വീണത് എന്റെ മടിയിലായിരുന്നല്ലോ. അന്ന് ഞാൻ മനസ്സിലാക്കിയ ഒരു കാര്യമുണ്ട്, പ്രതീക്ഷിച്ചതിനേക്കാൾ പ്രയാസകരമായിരിക്കും നിന്നിൽനിന്നുള്ള രക്ഷപ്പെടൽ എന്ന പരമമായ സത്യം. തൊട്ടടുത്ത ദിവസം ഞാൻ തന്നെ നിന്നോട് സോറി പറഞ്ഞു. നീ എന്താണ് എന്നിൽനിന്ന് ആഗ്രഹിക്കു ന്നത് എന്ന് ചോദിച്ചത് ഓർമയില്ലേ? എനിക്ക് ഒന്നും ഒരിക്കലും ആവശ്യ മില്ല എന്നാണ് നീ പ്രതിവചിച്ചത്. ഒന്നുമില്ലന്നോ? ഇനി ഉണ്ടാകുമോ? എന്താ ഒന്നുമില്ലാതിരിക്കാൻ? പിന്നെ എന്ത് കാര്യത്തിനാണ് എന്റെ മുന്നിൽ കാത്തുനിൽക്കുന്നത്? എന്റെ പിറകിൽ ഇങ്ങനെ നടക്കുന്നത് എന്തിനാണ്? ഞാൻ നിന്റെ രഹസ്യങ്ങളും വിചിത്ര കഥകളും എടുത്ത്

നിന്നെ മോശക്കാരിയാക്കി മാറ്റുമെന്ന് നീ കരുതുന്നുണ്ടോ? അങ്ങനെ കരുതുന്നുണ്ടെങ്കിൽ പിന്നെ എന്തിനാണ് നീ എന്നെ തേടിവരുന്നത്? മറ്റ് സ്ത്രീകളുമായുള്ള എന്റെ ബന്ധം മറച്ച് വെക്കാൻ ഞാൻ ഇഷ്ട പ്പെടുന്നില്ല എന്ന് നിനക്ക് അറിയാവുന്നതല്ലേ? അവരെക്കുറിച്ച് പറഞ്ഞു തരുമ്പോൾ നീ കരുതുന്നുണ്ടോ നിനക്ക് പ്രത്യേക സ്ഥാനം എന്റെ മനസ്സിൽ കരുതിയിട്ടുണ്ടെന്ന്? നിന്നെ പ്രത്യേകം തിരഞ്ഞെടുത്ത് മറ്റുള്ള പെണ്ണുങ്ങളേക്കാൾ എന്റെ അടുപ്പക്കാരിയാക്കിയിട്ടുണ്ടെന്ന് നീ കരു തുന്നുണ്ടോ? അതോ നിന്റെ സാംസ്കാരിക ചിന്താഗതികളാണോ മറ്റൊരു ശരീരത്തെ തേടിപോകാതെ തടഞ്ഞ് നിർത്തുന്നത്? എന്നാൽ അങ്ങനെ ആയിക്കോട്ടെ.

നല്ലത്. ഇനി എന്റെ വാതിലിൽ തട്ടരുത്. വാതിൽ തുറക്കുന്നത് വരെ തട്ടിയും മുട്ടിയും എന്നെ ശല്യം ചെയ്യരുത്. എന്റെ കട്ടിലിൽ നീ കാണുന്ന പെണ്ണിനെ ഒരിക്കലും ആട്ടിയോടിക്കരുത്. അതിന്റെ പേരിൽ നിനക്ക് വിയർക്കുന്നെങ്കിൽ നീ തന്നെ അത് തുടച്ച് മാറ്റുക. ഒരിക്കലും എന്റെ ശിരസ്സ് നിന്റെ ആ നെഞ്ചിലേക്ക് ചേർത്ത് പിടിക്കരുത്. എന്തിനാണ് നീ ഇത്രയും പരുക്കൻസ്വഭാവക്കാരിയാകുന്നത്? ഞാൻ ഇത്രയും അടിച്ചിട്ടും കുത്തിയിട്ടും എന്തിനാണ് നീ എന്റെ കണ്ണീരും ഖേദപ്രകടനവും വിശ്വ സിച്ചു നിൽക്കുന്നത്?

സത്യത്തിൽ നിനക്ക് എന്നെ അറിയില്ല. നിന്റെ മുന്നിൽ പ്രത്യക്ഷ പ്പെടുന്ന എന്നെ മാത്രമേ നിനക്ക് അറിയൂ. എന്റെ തനിച്ചുള്ള സ്വഭാവത്തെ കുറിച്ച് നിനക്ക് ഒന്നുമറിയില്ല. നീ ഉച്ചത്തിൽ മറ്റൊരു പുരുഷനോട് സംസാരിക്കുമ്പോൾ എനിക്ക് നിന്റെ മുഖം നോക്കി പ്രഹരിക്കാൻ തോന്നാ റുണ്ട്. തനിച്ചാകുമ്പോൾ ഞാനത് കൊടുത്തിരിക്കും എന്നായിരിക്കും എന്റെ മനസ്സിലുള്ള ചിന്ത. നിന്നെ ചുറ്റിപ്പറ്റി നിൽകുന്നവരെ കാണു മ്പോൾ എനിക്കാകെ വിറച്ച് കയറും. അവിടെവെച്ച് നിന്നെ ചീത്ത വിളി ക്കാനും അടിക്കാനും തോന്നുമെങ്കിലും അത് ചെയ്യാത്തത് നിന്നെ ചുറ്റി യിരിക്കുന്നവരെ പേടിച്ചിട്ടല്ല എന്ന് കരുതുന്നത് നിനക്ക് നല്ലതാണ്. ഒരു പാട് പൊട്ടൻമാരുടെ കൂടെ നിൽക്കുക തന്നെയാണ് നിനക്ക് ഏറ്റവും നല്ലത്. അല്ല, നിനക്ക് വല്ല ആശ്വാസവും വേണോ? ഞാൻ ഇന്ന് ആകെ നിരാശനാണ്. മടുത്തിരിക്കുന്നു.

ഞാൻ എങ്ങനെയാണ്, എത്ര മാത്രം സന്തോഷത്തോടെയും ഊർജ്ജത്തോടെയുമാണ് നിന്റെ യോനിയിലും പരിസരങ്ങളിലും ഉമ്മ വെക്കുന്നത് എന്നത് നീ നിന്റെ സുന്ദരമായ ആ കണ്ണുകൾ കൊണ്ട് കാണുന്നതല്ലേ? ഇത് നിനക്ക് ഞാൻ നൽകുന്ന സുഖത്തിന്റെ ഒരു ഭാഗം തന്നെയല്ലേ. അല്ലേ? നിനക്ക് ഈ പ്രണയത്തിന്റെ തീവ്രത മനസ്സിലാ കില്ല. നിന്റെ കൂടെ കിടന്നപ്പോഴെല്ലാം ഖേദിക്കേണ്ടി വന്നിട്ടുണ്ട്. എനിക്കും ഈ പെണ്ണിനും തമ്മിൽ എന്ത് ബന്ധമാണുള്ളത് എന്ന് പലപ്പോഴും

ചോദിച്ചിട്ടുണ്ട്. എന്റെ ആഗ്രഹവും താത്പര്യവും പ്രണയവും അവളെ കൂടുതൽ ശക്തിയാക്കുമ്പോൾ എനിക്ക് സഹിക്കാനാകാത്ത ഭാരമായി പോവുകയാണല്ലോ. നിന്നെ സ്വപ്നം കാണുമ്പോൾ ദുഃസ്വപ്നം കണ്ടത് പോലെ ഞെട്ടിയുണരുകയാണ് ഞാൻ. വംശപരമായ എന്റെ ശക്തിയിൽ തന്നെ ഞാൻ ആകെ സംശയാലുവാണിപ്പോൾ.

പ്രണയഭ്രാന്ത് തലയ്ക്ക് പിടിച്ചവനെ പോലെ ഞാൻ നിന്നെ തേടി അലഞ്ഞു. നിന്നെ കണ്ട് കിട്ടുമ്പോൾ എന്റെ തെറ്റുകൾ എല്ലാം കഴുകിക്കളഞ്ഞ് ശുദ്ധനായി, നമുക്കിടയിൽ ഒരു സംശയത്തിനും സ്ഥാനമില്ലാതെയാക്കി, സന്തോഷത്തോടെ ജീവിക്കാൻ ഞാൻ കരുതിയിരുന്നതാണ്. ചായക്കടയിലും കാപ്പി ഗ്ലാസിന് മുന്നിലുമിരുന്ന് ഞാൻ നിന്നെ സമയത്തിന് കാണാൻ കിട്ടാത്തിന്റെ പേരിൽ എത്രയോ തവണ സങ്കടപ്പെട്ടിട്ടുണ്ട്. എന്റെ ലോകത്ത് മാത്രം ഒതുങ്ങി നിൽക്കുന്ന എന്റെ സമയബോധമില്ലായ്മയിൽ പലതവണ നിന്റെ വാച്ചിൽ നോക്കി നീ മുഷിവ് പ്രകടിപ്പിച്ചിട്ടുണ്ടാകും. എന്റെ ചെറിയ വൈകലുകളും സ്വഭാവ മാറ്റങ്ങളും ഒരുപക്ഷേ, എനിക്ക് നിന്നോട് മുഖ്യമായ ഒരു രഹസ്യം പറയാനുണ്ട് എന്ന ചിന്തയുണ്ടാക്കിയിട്ടുണ്ടാകും. ഇതേ ചിന്തയോടെ ഞാനും എത്രയോ തവണ എന്റെ വാച്ചിലേക്ക് നോക്കിയിരുന്നിട്ടുണ്ട്. കോഫി ഷോപ്പുകളിൽ പലപ്പോഴും നിന്നെ നോക്കിയിരിക്കുന്നതിനിടയിൽ എന്റെ സമയം അറിയാതെ പോയിട്ടുണ്ട്. പിന്നെ വാച്ച് നോക്കുമ്പോൾ ഒന്നും മിണ്ടാനാവാതെ ധൃതി പിടിച്ച് ഇറങ്ങി ഓടേണ്ടി വന്നിട്ടുമുണ്ട്. കാറ്റിൽ പറക്കുന്നത് പോലെയാണ് ഞാൻ പോയിരുന്നത്. പഴങ്ങളും മറ്റു കഴിക്കാനുള്ളതും വാങ്ങിക്കും. എന്തിനാണ് എന്നെ ഇങ്ങനെ തല ചൂടാക്കി കാത്തിരുന്നത് എന്ന് ചോദിച്ചുകൊണ്ട് നീ എന്റെ വീട്ടിലേക്ക് വരുമെന്നാണ് ഞാൻ വിശ്വസിച്ചിരുന്നത്. ഇല്ല നീ വരില്ല, നീ നിന്റെ കൂട്ടുകാരികളെ കാണാൻ പോയേക്കുമെന്ന് കരുതുമ്പോൾ കൈയിലുണ്ടായിരുന്ന പഴങ്ങളും മറ്റും തൊട്ടടുത്ത് കണ്ട വേസ്റ്റ് ബോക്സിലേക്കിട്ട് ഒഴിഞ്ഞ കൈകളുമായി ഞാൻ കോണി കയറി റൂമിലേക്ക് പോകും. എന്റെ ഏതെങ്കിലും ഒരു കൂട്ടുകാരിക്ക് അവളുടെ റൂമിലോ എന്റെ റൂമിലോ ഞാൻ നല്ല വിരുന്ന് ഒരുക്കി കൊടുത്ത് സമാധാനിക്കും.

എല്ലാ ഇഷ്ടങ്ങൾക്കു മുന്നിലും നിന്നെ കാണുന്നത് ഇഷ്ടമില്ലാതിരിക്കാനുള്ള കാരണമെന്തായിരിക്കും? എനിക്ക് അതിന് വ്യക്തമായ ഉത്തരം കിട്ടിയിരുന്നില്ല.

രാത്രി കാലങ്ങളിൽ തനിച്ചിരിക്കുമ്പോൾ കയറിവരുന്ന നിന്റെ മുഖത്തിന്റെ പൈശാചികത എന്നെ പീഢിപ്പിക്കുന്നുണ്ട്. ഞാൻ ദുഃഖിതനായിരിക്കണം, തനിച്ചിരിക്കണം, നിന്റെ കൂട്ട് ഒരിക്കലും ആരോടും എനിക്കുണ്ടാകാൻ പാടില്ല, ഓർമകൾ പോലും പുറത്തേക്കിടണം എന്നെല്ലാം പറഞ്ഞാണ് നീയെന്നെ പീഡിപ്പിച്ചുകൊണ്ടിരിക്കുന്നത്.

നിന്റെ കൂടെ സത്യമുണ്ട്, ജീവനുണ്ട്, ജീവിതമുണ്ട്. എത്ര കാലം എനിക്ക് ആ ജീവിതം തിരിച്ച് കിട്ടും? ഞാൻ തകർന്നവനാണ്, നശിച്ച വനാണ്. ജനങ്ങൾ എല്ലാം കരുതുന്നത് ഞാൻ എന്റെ കഴിവിന്റെ അപ്പു റത്തുള്ള കാര്യങ്ങളാണ് ചിന്തിക്കുന്നതും പ്രവർത്തിക്കുന്നതുമെന്നാണ്. ഒരു ഉപകാരവുമില്ലാത്ത കാര്യങ്ങൾക്ക് എന്നെപോലെ കഴിവും പ്രാപ്തി യുമുള്ള ആരെങ്കിലും തയ്യാറാകുമോ എന്നാണ് അവർ ചോദിക്കുന്നത്. എന്റെ കൂലിയും ഉപകാരവും ആത്മാവിന്റെ ഭക്ഷണമാണ്. അത് വിശുദ്ധ മാണ്, പരമമായ സത്യവുമാണ്. പക്ഷേ, പ്രവർത്തനം... അത് എനിക്ക റിയില്ല. എന്റെ കൈയ്യിലുമല്ല. സൈനികവിപ്ലവകാലത്ത് ഞാൻ ഒരു പത്രം തുടങ്ങി, ജനാധിപത്യ വ്യവസ്ഥിതിയുടെ യാഥാർത്ഥ്യങ്ങളും ആവശ്യ കതയും പൊതുജനസമക്ഷം കൊണ്ടുവരാനായിരുന്നു അത്. ഓഫീസു കളിൽ നിന്ന് തൊഴിലാളികളെ പിരിച്ച്‌വിടുന്ന സമയമായിരുന്നു അത്. വലിയ വലിയ കോട്ടകളിലും കെട്ടിടങ്ങളിലും മറഞ്ഞിരുന്നാണ് ഞങ്ങൾ പ്രവർത്തിച്ചിരുന്നത്. കോഫി ഷോപ്പുകളിൽ ഞങ്ങൾ പോലീസുകാരെയും രഹസ്യ സേനക്കാരെയും കാത്തിരുന്നു. അവർ ഞങ്ങളെ വേട്ടയാടുക യായിരുന്നു. ഞങ്ങളുടെ ലക്ഷ്യത്തിൽനിന്ന് പിന്മാറാൻ ആവശ്യപ്പെട്ട് കൊണ്ട് ഭീഷണിപ്പെടുത്തുന്നുണ്ടായിരുന്നു. ഞങ്ങളുടെ പ്രവർത്തനങ്ങൾ മുഴുവൻ പേപ്പറില്ലാത്ത പ്രവർത്തനങ്ങളായിരുന്നു. ജനാധിപത്യവിശ്വാസ ങ്ങളെ മുന്നിൽ കാണുന്ന, ഒരു കാലത്ത് അതിനുവേണ്ടി സ്വന്തം നാട് പോലും ഉപേക്ഷിക്കേണ്ടിവന്ന ഒരാളാണ് ഞങ്ങളെ ഒരുമിച്ച് കൂട്ടിയതും ആവശ്യമുള്ള മാർഗ്ഗനിർദ്ദേശങ്ങൾ നൽകിയിരുന്നതും വിദ്യാർത്ഥികളാ യിരുന്നു ഞങ്ങളെ ഊർജ്ജസ്വലരാക്കി നിർത്തിയതും. തോൽക്കാൻ ഞങ്ങൾ തയ്യാറായിരുന്നില്ല. ഒരിക്കലും.

ജനാധിപത്യബോധമുള്ള സ്വതന്ത്രവിദ്യാർത്ഥികളായിരുന്നു ഞങ്ങൾ. ആരെങ്കിലും ഞങ്ങളുടെ പ്രവർത്തനരേഖ ചോദിച്ചാൽ അവനെ പ്രസ്ഥാനചാരന്മാർ പിടികൂടി രഹസ്യസ്വഭാവമുള്ള ചോദ്യക്കൂട്ടിൽ അടച്ച് പീഡിപ്പിക്കുമായിരുന്നു. പ്രവർത്തനം രഹസ്യമായിരുന്നത് പോലെ തന്നെ പ്രസ്ഥാനത്തിന്റെ ഓഫീസുകളും അതീവ രഹസ്യമായിട്ടാണ് പ്രവർത്തി ച്ചിരുന്നത്. തങ്ങളുടെ അധികാരത്തെ ചോദ്യം ചെയ്യുന്നവരെ ചൂണ്ടി കാണിച്ചാൽ മാത്രം മതിയായിരുന്നു. അവരെ പിടികൂടി തുറുങ്കിലടച്ച് പീഡിപ്പിക്കുമായിരുന്നു. ജയിലാകാം, തുറുങ്കിലാകാം, അടച്ചിട്ട പീഡന മുറികളാകാം. സ്ഥിരമായി ചായക്കൂട്ടുകൾ പാകമാക്കിയിരുന്ന കോഫി ഷോപ്പിന്റെ കീഴിലുള്ള ഈ ഓഫീസ് മാത്രം എന്തുകൊണ്ട് രഹസ്യ പ്പൊലീസുകാരുടെ കണ്ണിൽ പെടുന്നില്ല എന്ന ചോദ്യം ഞങ്ങൾ പരസ്പരം പല തവണ ചോദിച്ചതായിരുന്നു. പണം പല വായകളേയും എന്തിന് നിയമങ്ങളെ പോലും വിലക്ക് വാങ്ങിക്കുമെന്ന സത്യത്തിലേക്കാണ് ഞങ്ങളുടെ ചിന്ത എത്തിച്ചേർന്നത്. ഞങ്ങൾ കൂട്ടത്തിലെ ഓരോരുത്തരെ

നഷ്ടപ്പെടുത്തി കൊണ്ടിരുന്നു. ഞങ്ങൾ അനാഥരായിരുന്നു, ചോദിക്കാനും പറയാനും ആരുമില്ലായിരുന്നു, അന്വേഷിക്കാനും ആരും വരാനുണ്ടായിരുന്നില്ല. ഞങ്ങളും പിരിഞ്ഞു. എല്ലായിടത്തുനിന്നും ഒഴിഞ്ഞ് നിന്നു. ജോലി അന്വേഷിക്കുന്നത് പോലും മാറി.

ചാരപ്പൊലീസുകാരുടേയോ മറ്റോ പക എന്റെ നേരെയുണ്ടായില്ലെന്നത് എനിക്ക് വിചിത്രമായി തോന്നി. അവരെ തൃപ്തിപ്പെടുത്തുന്ന രീതിയിലായിരിക്കാം എന്റെ സമീപനങ്ങളുണ്ടായിരിക്കുക. ഞങ്ങൾ ഒരുമിച്ചിരുന്ന് സംസാരിക്കാറുണ്ടായിരുന്നു, ചിരിക്കാറുണ്ടായിരുന്നു. എന്റെയും അവരുടെയും ശരീരപ്രകൃതിയിൽപോലും കാര്യമായ മാറ്റമുണ്ടായിരുന്നു. എഴുത്തുകാരോട് പ്രത്യേക ശക്തിപ്രകടനത്തിന് എന്തോ അയാൾക്ക് വലിയ ഇഷ്ടമായിരുന്നു. എഴുത്തുകൊണ്ട് നിങ്ങൾക്ക് എന്ത് കിട്ടാനാണ് എന്ന് ഇടയ്ക്ക് ചോദിക്കാറുണ്ടായിരുന്നു. ഭാരം ഉയർത്തുക, കത്തിക്കൊണ്ടിരിക്കുന്ന തീ അണക്കുക, ട്രക്കുകളും മറ്റു ഭാരമുള്ള സാധനങ്ങളും കെട്ടി വലിക്കുക എന്നതൊക്കെയായിരുന്നു അവരുടെ ഇഷ്ടവിനോദം. അവർക്കൊപ്പം നിൽക്കുമ്പോൾ, സംസാരിക്കുമ്പോൾ എനിക്ക് ആശ്വാസം കിട്ടിയിരുന്നു. പത്രങ്ങളിൽ ഒരിക്കലും അവർക്കുവേണ്ടി പേജുകൾ ഞാൻ മാറ്റിവെച്ചിരുന്നില്ല. ആ ശ്രദ്ധ കൊണ്ടാകാം, ഞാൻ ഒരിക്കലും കാവൽക്കാരുടെയും പീഡകരുടെയും കൂടെ നടക്കാൻ ഇടവന്നതുമില്ല.

പരാജിതനായ ഞാനാണോ എല്ലാം ഉപേക്ഷിച്ചത്? ഞാനാണോ ജോലി കളഞ്ഞത്? കൊലക്കയർ കഴുത്തിലിട്ട് നടക്കേണ്ടിവന്ന വെറും കഴുതയാണ് ഞാൻ. ഒരു ദിവസം ഞങ്ങൾ എല്ലാവരും രാവിലെ ജോലിക്ക് വന്ന് ഗെയ്റ്റിന് മുന്നിൽ കാത്തിരുന്നു. മുകളിൽ സ്ഥാപിച്ച ക്യാമറയിലേക്ക് നോക്കി ഞങ്ങൾ സ്വിച്ച് വീണ്ടും വീണ്ടും അമർത്തി. കാരണം നേരം വൈകി ജോലിക്ക് കയറിയാൽ ഞങ്ങളുടെ ശമ്പളത്തിൽനിന്ന് തന്നെയാണ് അത് വെട്ടിക്കുറക്കുക. ഗെയ്റ്റ് സെക്യൂരിറ്റിക്കാർ ഒന്നും മിണ്ടിയില്ല, വാതിൽ തുറന്ന് തന്നതുമില്ല. ഒരുപാട് സമയം ഞങ്ങൾ അവിടെ കാത്തിരുന്നു. ജോലിക്കാരെകൊണ്ട് റോഡ് നിറഞ്ഞ് കവിയുന്ന അവസ്ഥ വന്നപ്പോൾ മൈക്രോഫോണിലൂടെ ഒരു ശബ്ദം പുറത്തേക്ക് കേട്ടു. "വീട്ടിലേക്ക് മടങ്ങി പോകുക. ഇന്ന് നിങ്ങൾക്ക് ആർക്കും ജോലിയില്ല" അടുത്ത ഏതാനും ദിവസങ്ങളിലും ഇത് തന്നെ ആവർത്തിച്ചതോടെ ഞങ്ങൾ പതിയെ ആ ജോലിയും മറക്കാൻ തുടങ്ങി. ഞങ്ങൾക്കിടയിൽ ജീവിച്ച് ഞങ്ങളുടെ വിഭവം തന്നെ പിടിച്ചെടുത്ത് അൽപാൽപ്പമായി മധുരരൂപത്തിൽ തന്ന് ഞങ്ങളെ അടക്കി നിർത്തിയിരുന്ന സൈനിക മേധാവികൾക്കെതിരെയും ഞങ്ങൾ ആരും പ്രതിരോധ മാർഗ്ഗം സ്വീകരിച്ചില്ല, എന്തിന്, ദേഷ്യപ്പെടുകപോലും ചെയ്തില്ല. എല്ലാവരും പുതിയ ജോലി അന്വേഷിക്കുന്ന തിരക്കിലായിരുന്നു. ആർക്കും പരാതിയുമില്ല

പരിഭവവുമില്ല. മാസങ്ങളോളമുള്ള അടിമത്വ ജീവിതത്തിലൂടെ മിണ്ടാതിരിക്കാനും എല്ലാം സഹിക്കാനും ക്ഷമിക്കാനും ഞങ്ങൾ പഠിച്ച് കഴിഞ്ഞിരുന്നു, അല്ല പഠിപ്പിച്ച് കഴിഞ്ഞിരുന്നു. തൊഴിൽ രേഖകളില്ലാതെ എന്ത് കേസും പരാതിയും.

ഇത് പോലുള്ള പ്രവർത്തനങ്ങൾ ആവർത്തിച്ചതോടെ അങ്ങാടിയിലെ കച്ചവടവും നിലച്ചു. അത് വരെ വലിയ തോതിൽ നടന്നിരുന്ന കച്ചവടങ്ങൾ മറ്റു അങ്ങാടികളിലേക്ക് നീങ്ങി. കച്ചവടങ്ങൾക്കൊപ്പം പണിക്കാരും മറ്റു അങ്ങാടികളിലേക്ക് നീങ്ങി. പതിയെ പതിയെ കൊക്കെയ്നിന്റെ അടിമകളാകണോ അതോ അതിനെ എതിർക്കുന്ന ഇസ്ലാമിസ്റ്റുകളാകണോ എന്ന ചോദ്യത്തിലേക്ക് ഞങ്ങളെ കൊണ്ടെത്തിച്ചു. ഞാൻ ഭീരുവായിരുന്നതിനാൽ, മാഹാഭീരു തന്നെയായിരുന്നതിനാൽ ഞാൻ ആദ്യത്തേത് തിരഞ്ഞെടുക്കാൻ തീരുമാനിച്ചു. അൽവഥൻ കോഫി ഷോപ്പിലേക്കുള്ള എന്റെ പോക്ക് വരവുകൾ വർദ്ധിച്ചു, ഒപ്പം സ്റ്റാഫിന്റെ ക്യാരിയറുമായി. ആരും എനിക്കിട്ട് പണിതില്ല, ആരും എതിർപ്പ് കാണിച്ചതുമില്ല. കോഫി ഷോപ്പിലെ എന്റെ സ്ഥാനം കയറി കൊണ്ടിരുന്നു. എല്ലാ നിലയിലും അതിന് എതിര് കാണിച്ചിരുന്ന ഇസ്ലാമിസ്റ്റുകളുമായി ഞാൻ ഒരു നിലയ്ക്കും അടുത്തില്ല. തീവ്രവാദികളുമായി ഞാൻ നശിച്ച് പോയിട്ടുണ്ടെങ്കിൽ പിന്നെ എങ്ങനെ ശരിയാകാനാണ്...

എന്റെ പാസ്പോർട്ട് പുതുക്കേണ്ട സമയമായപ്പോൾ എനിക്ക് വേദനിച്ചു, ആർക്കും എന്റെ കാര്യത്തിൽ താൽപര്യമില്ല എന്ന സത്യം അന്നാണ് ഞാൻ മനസ്സിലാക്കിയത്. അവർ എന്റെ പാസ്പോർട്ട് പിടിച്ച് വെച്ചു. അവരോട് "നോ പ്രോബ്ലം നിങ്ങൾ വെച്ചോളൂ" എന്ന് ഞാൻ പറഞ്ഞെങ്കിലും അത് പുതുക്കാനോ അമ്മാനിലേക്കോ ബൈറൂതിലേക്കോ ഒന്ന് പോയി വരാൻ അത് കിട്ടിയിരുന്നെങ്കിൽ എന്ന് ആഗ്രഹിക്കാതിരുന്നില്ല. ആ സംഭവത്തിന് ശേഷമാണ് ഞാൻ ആ കാര്യത്തെ കുറിച്ച് ചിന്തിച്ചത്. വിസയില്ലാതെ ഞാൻ എങ്ങനെ ഈ നാട്ടിൽ താമസിക്കും? അനധികൃത താമസക്കാരന് ജോലി പോലും ലഭിക്കില്ല. അങ്ങനെ വിസയില്ലാതെ താമസിക്കുന്നത് അസാധ്യവുമാണ്.

അങ്ങനെയാണ് ഞാൻ എതിരാളിയായത്. വിരോധിയായത്. പ്രതിപക്ഷമായി. അറബിയിൽനിന്ന് ഫ്രഞ്ചിലേക്ക് വിവർത്തനം ചെയ്ത ഒരു ലേഖനം ഫ്രാൻസിലെ ഒരു പത്രം പ്രസിദ്ധീകരിച്ചതോടെ എന്റെ രചനകളും എതിർവാദമുഖങ്ങൾ എടുത്ത് കാണിക്കുന്നതായി. ഞാൻ അത് വിവർത്തനം ചെയ്യുക മാത്രമാണ് ചെയ്തത്, എഴുതിയതല്ലായിരുന്നു. കാര്യമായ എതിർപ്പ് വന്നതോടെ ഞാൻ പറഞ്ഞു, കാര്യങ്ങളുടെ കിടപ്പ് വശം അങ്ങനെയെങ്കിൽ ഞാൻ എന്റെ അതേ യോഗമുള്ളവരെ പ്രതിപക്ഷ കക്ഷികളിൽ നിന്ന് കണ്ടെത്തി അവരുടെ കൂടെ കൂടാൻ പോവുകയാണെന്ന്. അവർ എനിക്ക് രക്ഷപ്പെടാനുള്ള എന്തെങ്കിലും

മാർഗ്ഗം കാണിച്ച് തരും. അവർക്കിടയിൽതന്നെ അഭിപ്രായവ്യത്യാസ മുണ്ടെങ്കിലും ഒരാളും എന്നെ സഹായിച്ചില്ല. എന്നെ കൊണ്ട് ഉപകാര മുണ്ടാകും എന്ന കാര്യത്തിൽ അവർ എല്ലാവരും ഒറ്റക്കെട്ടായിരുന്നു. റിപ്പോർട്ട് ചെയ്യാൻ പറ്റാവുന്ന കാര്യങ്ങൾ കിട്ടാനായി എന്നോട് കൂടുതൽ വിവരങ്ങൾ കണ്ടെത്താൻ അവർ ആവശ്യപ്പെട്ടു.

ഇനി എന്ത്?

കൂടാതെ ഞാൻ തോറ്റ് പോയവനാണ്, ശത്രുക്കളോ ശക്തരും അധി കാരഭ്രാന്ത് ബാധിച്ചവരുമാണ്. എന്റെ സുന്ദരമായ ചിന്തകളുടെ കൂട്ടത്തി ലായി ഞാൻ എണ്ണുന്ന ഒരു കാര്യമുണ്ട്, നിന്നെ ഞാൻ മറ്റൊരു പുരു ഷന്റെ കൈകൾക്കുള്ളിലായി സ്വപ്നം കാണുന്നു. നീ പൂർണനഗ്നയായി അവന്റെ മുകളിലോ താഴെയോ കിടക്കുന്നു. എന്റെ ദേഷ്യം പിടിച്ച് നിർത്താനായി മാത്രം നിന്നെ മോഹം ജനിപ്പിക്കുന്ന ഒരു പെണ്ണായി കണ്ട്, ഒരുപാട് പേരുടെ മോഹമായി, തിളങ്ങി വിളങ്ങി നിൽക്കുന്ന ഒരാളായി കാണാനാണ് ഞാൻ ആഗ്രഹിക്കുന്നത്. ഞാൻ എന്ത് കാണി ച്ചാലും, അടിച്ചാലും, എത്ര വേദനിച്ചാലും ചിരിച്ച് നിൽക്കുന്ന, ആനന്ദ തുന്ദിലമായ അവസരത്തിനുശേഷം ഭക്ഷണം കഴിക്കാൻ ആർത്തി കാണിക്കുന്ന എന്റെ അയൽവാസിയായ കുശ്നിക്കാരന്റെ തടിച്ച ഭാര്യയെ പോലെയാണ് നീ എന്ന് എനിക്ക് പലപ്പോഴും തോന്നിയിട്ടുണ്ട്. കാല ങ്ങളായി മനുഷ്യർ പരസ്പരം അറിയാതെ ഒരുമിച്ച് കൂടുന്ന പരസ്പരം കണ്ട് മുട്ടുന്ന സ്ഥലങ്ങളേക്കാൾ സുന്ദരമായ ഒരു ഇടം ഈ ഭൂമിയിലില്ല. അക്കാര്യത്തിൽ ഒരു തർക്കത്തിനും സ്ഥാനം ഞാൻ കാണുന്നുമില്ല.

എന്തൊക്കെയാണെങ്കിലും ഞാൻ നിന്നെ പ്രണയിക്കുന്നു.

ഞാനിതാ തളർന്നിരിക്കുന്നു. മാർക്കറ്റിലെ കൊക്കെയ്ന് അമിത വില യിട്ടിരിക്കുന്നു. വില കൂടി എന്ന് മാത്രമല്ല, സാധനവും മോശമായിരിക്കുന്നു. കോഴി വെള്ളമിറക്കാൻ പാട് പെടുന്നതുപോലെ അത് എന്റെ തലയ്ക്ക കത്തുള്ള ഓക്സിജനെകൂടി തടഞ്ഞുവെക്കാൻ തുടങ്ങി.

അല്ല എന്തിനാ ഞാൻ ഇതെല്ലാം നിന്നോട് പറയുന്നത്?

ആ, ഞാൻ എങ്ങനെയാണ് വിസ പേപ്പറുകൾ പോലും ഇല്ലാത്ത പാമരനായി തീർന്നത് എന്നത് നിന്നെ അറിയിക്കാൻ തന്നെ. ഇതൊന്നും എനിക്ക് നിന്നോടുള്ള ഇഷ്ടത്തെ ബാധിക്കുകയില്ല. എനിക്ക് നീ മറു പടി അയയ്ക്കണം എന്ന് കരുതിയല്ല ഞാൻ ഇത് എഴുതുന്നത്, ഒരു പക്ഷേ, ഇത് എന്റെ അവസാന കത്തായിരിക്കാം, നമ്മൾ തമ്മിലുള്ള അവസാന സംസാരവുമാകാം. എന്റെ അടുക്കൽ കൂടുതൽ സന്ദേഹചിന്ത കൾ ഒന്നുമില്ല. എന്നേക്കാൾ കുറച്ച് പ്രായക്കൂടതലുള്ളതോ, വിധവ യാകാൻ വിധിക്കപ്പെട്ടവളോ ആയ ഒരു സുന്ദരിയെ കണ്ട് കിട്ടിയാൽ

അവരെ കല്യാണം കഴിച്ച് വിസ പേപ്പറുകളും ശരിയാക്കി ഞാൻ സന്തോഷത്തോടെ ജീവിക്കും.

സത്യം പറയാലോ എല്ലാം വെറുതെയാണ്. എന്റെ ദിവസങ്ങൾ തന്നെ വെറുതെയാകലുകളുടെ ബാക്കിപത്രമാണ്.

ഞാൻ ഈ കത്തിൽ എഴുതിയ കാര്യങ്ങളെ നീ മറക്കണം. നിന്നോട് എനിക്ക് പ്രണയമുണ്ടായതുകൊണ്ട് തന്നെ ഒരുപാട് സമയം സംസാരിച്ചിരിക്കണം, കൂട്ട് കൂടണം എന്ന് മാത്രമാണ് ഞാൻ ആഗ്രഹിച്ചത്. ഞാൻ പറഞ്ഞുതുടങ്ങിയ കാര്യങ്ങൾ കേട്ട് നിന്നെയല്ലാത്ത മറ്റു വല്ല പെണ്ണിനേയും പോയി ഞാൻ കല്യാണം ചെയ്താലോ എന്നു പോലും എനിക്ക് തന്നെ ചില സമയത്ത് തോന്നിയിരുന്നു, ഞാൻ പറയുന്നത് കേട്ട്, എനിക്ക് ഒരു ഇരട്ട സഹോദരനുണ്ടെന്നും അവനാണ് ഇതെല്ലാം തന്നോട് പറയുന്നതെന്നും നീയും കരുതിക്കാണും. അങ്ങനെയുള്ള കാര്യങ്ങളാകാം നീയും കരുതിയിട്ടുണ്ടാവുക. കത്തിൽ ഞാൻ എഴുതിയ കാര്യങ്ങളെ നീ മറക്കുക, കാരണം ഞാൻതന്നെ അത് മറന്നതാണ്. കൊക്കെയ്ൻ കഥയാണ് മറക്കേണ്ടത്.

നീ ഇപ്പോൾ വന്നെങ്കിൽ...

നീ ഇപ്പോൾ വന്നെങ്കിൽ നമുക്ക് ഒരുമിച്ച് എല്ലാ കാര്യങ്ങളും മറക്കാമായിരുന്നു. നീ കൂടെയുണ്ടായിരുന്നെങ്കിൽ ഞാൻ പറയും "വാ... വന്ന് ഈ ജനാലയുടെ പിറകിൽ നിൽക്ക്, എന്നോട് ചേർന്ന് നിൽക്ക്. ഈ ജനാലചില്ലിന്റെ പിറകിൽനിന്ന് നമുക്ക് രാത്രിയുടെ സൗന്ദര്യം ആസ്വദിക്കാം. താഴെ പരന്നുകിടക്കുന്ന പ്രകാശലോകത്തിന്റെ സൗന്ദര്യം ആസ്വദിക്കാം...

ആ കാഴ്ച കണ്ട് ഉറക്കിലേക്ക് ആഴ്ന്ന് പോകാമായിരുന്നു. രാത്രി വീട്ടുകാർ അറിയാതെ പുറത്തിറങ്ങിയ സഹോദരിമാരെ പോലെ തോളോട് തോൾ ചാരിയിരിക്കണം. എന്താണ് നിനക്ക് കാണാൻ കഴിയുന്നതെന്ന് നീ ചോദിക്കണം. നിന്റെ സംശയങ്ങൾ ഒരിക്കലും നിന്നെ ബുദ്ധിമുട്ടിക്കില്ല. നീ ഈ രാത്രിയെ അല്ലാതെ മറ്റൊന്നും കാണില്ല. അതിന്റെ പിറകിലോ മുകളിലോ താഴെയോ നിനക്ക് ഒന്നും കാണാൻ കഴിയില്ല. അതൊന്നും അത്ര കാര്യമായി നിനക്ക് തോന്നുകയുമില്ല.

നിന്റെ സുന്ദരമായ ആ കാലുകൾക്ക് ആശ്വാസം നൽകി നീ ചെരിപ്പുകൾ അഴിച്ച് വെക്കണം. സമയത്തെ കുറിച്ച് നീ പേടിക്കണ്ട. എത്ര സമയം വേണമെങ്കിലും എടുത്തോളൂ, ഞാൻ നിനക്കായി കാത്തിരിക്കാൻ തയ്യാറാണ്. ഞാൻ ക്ഷീണിക്കില്ല, മാത്രമല്ല എന്റെമേൽ ചാരിയിരുന്ന് നീ ഉറക്കം തൂങ്ങുന്നെങ്കിൽ ഒരിക്കൽ പോലും നിന്നെ ഉണർത്തുകയില്ല. ഞാൻ നിൽകുന്ന സ്ഥലത്ത് കിടന്ന് കുഴഞ്ഞുവീഴുന്നത് വരെ ആ സ്ഥാനത്ത് നിന്ന് ചലിക്കുകപോലും ചെയ്യില്ല.

അൽപം കാത്തിരിക്കണേ. ഞാൻ പെട്ടെന്ന് തിരിച്ച് വരാം.

എന്റെ ജനാലയുടെ അപ്പുറത്ത് നിൽകുന്ന മനുഷ്യൻ എന്നെ തന്നെ നിരീക്ഷിച്ച് നിൽക്കുന്നുണ്ട്. ഒരുപാട് സമയമായിട്ട് എന്നെ തന്നെയാണ് അയാൾ നിരീക്ഷിക്കുന്നത്.

തടിച്ച മീശയുള്ള ആ മനുഷ്യനോട് യാതൊരു സാമ്യതയും ഇയാൾക്കില്ല. അതെ അത് അയാൾ തന്നെയാണ്. സി ഐ ഡികളിൽ ഒരാൾ. കൊക്കെയ്ൻ കൈമാറ്റത്തിലോ വ്യാപാരത്തിലോ അയാൾക്ക് പങ്കില്ല. ആഴ്ചകൾക്കോ, ദിവസങ്ങൾക്ക് മുമ്പോ വാടകക്കെടുത്ത റൂമിൽ നിന്ന് എന്നെ നിരീക്ഷിക്കാൻ മാത്രം ഞാൻ ഒരു കൊക്കെയ്ൻ ഉപഭോക്താവോ വ്യാപാരിയോ അല്ല. കോൺസുലേറ്റിൽ എന്റെ പാസ്പോർട്ട് പുതുക്കുന്നത് തടഞ്ഞ ഡിപ്പാർട്ട്മെന്റിലുള്ള ഒരാളാണ് അത്. അത് ചിരിക്കുള്ള വകയാണല്ലോ. ഒരേ സമയം ചിരിക്കാനും കരയാനുമുള്ള കാര്യം. ഒരുപക്ഷേ, കാര്യങ്ങൾ മണി മണിയായി പറയാനും വ്യക്തമാക്കാനും പരസ്പരം മുഖാമുഖമിരുന്ന് തിരിച്ചറിയാനുമുള്ള സമയമായി കാണും.

ഞാനിതാ വരുന്നു.

നല്ല ഉറക്കത്തിനുള്ള ക്ഷീണമുണ്ടായിരുന്നു.

ഉറക്കം കുറവായത് കൊണ്ടാണോ എന്നറിയില്ല. ഞാൻ ഒരിക്കലും കാത്തിരിപ്പ് ഇഷ്ടപ്പെടുന്നില്ല. അങ്ങനെ കാത്തിരിക്കേണ്ടതാണ് എന്ന് എനിക്ക് തോന്നിയിട്ടുമുണ്ടായിരുന്നില്ല. കൈകാലുകളും തലയും ഉയർത്താൻ പോലും സാധിക്കാത്ത തരത്തിലുള്ള മയക്കം എന്നെ കീഴടക്കിയിട്ടില്ല. എനിക്കാണെങ്കിൽ ഈ റൂമിൽ ഒരു സമാധാനവും ലഭിക്കുന്നുണ്ടായിരുന്നില്ല. എന്റെ മുന്നിലുള്ള പ്രധാന ലക്ഷ്യങ്ങളും അർത്ഥങ്ങളുമുണ്ടെന്ന് തോന്നിക്കുന്ന കാര്യങ്ങളെ ഞാൻ പിന്തുടർന്നുകൊണ്ടിരുന്നു. സ്വഭാവികമായും ഒറ്റയ്ക്കിരിക്കുന്ന ഒരാൾക്ക് വരുന്ന ചിന്തകളായിരുന്നു അവ. തന്റെ ലക്ഷ്യങ്ങളുടെതന്നെ അർത്ഥലക്ഷ്യബന്ധങ്ങളെക്കുറിച്ച് അറിയാതെയാണെങ്കിലും ചർച്ച ചെയ്യാൻ ആഗ്രഹിക്കുന്നത് തനിച്ചിരിക്കുന്നവരുടെ സ്വഭാവം തന്നെയാണല്ലോ. ഞാൻ അവളെ ഓർത്തുകൊണ്ടിരുന്നു, എനിക്കറിയാം, അവൾക്ക് എന്റെ അടുത്ത് മഹിതമായ ഒരു സ്ഥാനമുണ്ടല്ലോ.

പണ്ട് യുദ്ധകാലത്ത് എല്ലാം ഒഴിവാക്കി ഓടി പോരേണ്ടി വന്നപ്പോൾ അമ്മായിയുടെ ഫ്ളാറ്റിൽ വെച്ച് കണ്ട അലമാരയുടേത് പോലെയുള്ള പിടുത്തമാണ് ഇവിടെയുള്ളതിനുമുള്ളത്. അലമാരയുടെ മുകൾത്തട്ടിലേക്ക് ഞാൻ നോക്കി. അവിടെ മരത്തിന്റെ വെന്റിലേഷനിലേക്ക് കുറച്ച് നേരം നോക്കി നിന്നതോടെ എന്റെ കണ്ണുകൾ നിറഞ്ഞു. കട്ടിലിന്റെ അടുത്തുള്ള ചെറിയ മേശയുടെ അടുത്തേക്ക് നീങ്ങി. അതിലുള്ള അറ തുറക്കണമെന്ന് തോന്നി. അതു തുറക്കാനെന്തോ ഞാൻ സംശയിച്ചു. ഉള്ളിൽ യൂറോപ്പിലെ ഏത് ഹോട്ടലിലും കാണാറുള്ളത് പോലെ കനം കുറഞ്ഞ പേജുകളുള്ള ബൈബിളുണ്ടെന്ന് എനിക്കറിയാം. ഒരുപാട് കാലമായിട്ട് ഉപയോഗിക്കാത്തത് കൊണ്ട് മുറി വൃത്തിയാക്കുന്നവർ പോലും തിരിഞ്ഞ് നോക്കാത്ത ഒരു പഴയ ഒരു ലാൻഡ് ഫോണും അവിടെയുണ്ടായിരുന്നു.

എന്നെപ്പോലെ ഇവിടെ അന്തിയുറങ്ങിയ എത്ര പേരാണ് ഈ റൂമിൽ ഓരോ ചിന്തകളുമായി ഇരുന്നിട്ടുണ്ടാവുക. ഹോട്ടലിന്റെ വിശദ വിവരങ്ങളടങ്ങുന്ന കാറ്റലോഗ് ഒരു താമസക്കാരൻ മറന്ന് വെച്ചത് കണ്ടു. അതും ഇതിന് മുമ്പ് വന്ന താമസക്കാർ തുറന്ന് നോക്കിയതായി തോന്നിയില്ല.

ഇതുപോലെത്തെ ചെറിയ ഹോട്ടലുകൾക്ക് കാറ്റലോഗിന്റെ ആവശ്യ മൊന്നുമില്ല. ഫോൺ ഉപയോഗിച്ചതായി തോന്നുന്നില്ല. ആ ലാൻഡ് ഫോൺ ഹോട്ടൽ ഉടമസ്ഥരുടെ ഭാഗത്ത് നിന്ന് താമസക്കാർക്ക് ആഡം ബരത്തിന്റെ കണ്ണിലൂടെ നൽകപ്പെട്ട ചെറിയ ഒരു സമ്മാനമായിരുന്നു. ആ കാറ്റലോഗും ബൈബിൾ പോലെ വക്കുകൾ പൊട്ടിയടർന്ന് ആരാലും ശ്രദ്ധിക്കപ്പെടാതെ വലിച്ചെറിയപ്പെട്ടതായിരുന്നു.

ആ കാറ്റലോഗിന്റെ ഉള്ളറയിൽ നിന്ന് കിട്ടിയ കത്ത് എന്നെ വല്ലാതെ അദ്ഭുതപ്പെടുത്തി. അടുത്തുള്ള ശഅബി റോഡിലെ വാടക കുറഞ്ഞ ലോഡ്ജ് മുറിയിൽനിന്ന് ഒരു യുവാവ് എഴുതിയ കത്തായിരുന്നു അത്. പക്ഷേ, അത് എങ്ങനെ ഇവിടെ എത്തി? പൂർത്തിയാകാത്ത കത്തായത് കൊണ്ടുതന്നെ ധൃതി പിടിച്ച്, പേടിച്ചരണ്ട് എഴുതിയത് പോലെയാണ് തോന്നിയത്. അവൻ ഇപ്പോൾ ജയിലിലാണെന്നാണ് എനിക്ക് തോന്നു ന്നത്. ചാരപ്പൊലീസ് തന്നെ നിരീക്ഷിക്കുന്നുണ്ടെന്ന് മനസ്സിലായപ്പോൾ രക്ഷപ്പെടാനുള്ള ശ്രമം നടത്തിയിട്ടുണ്ടാകും. പക്ഷേ, അത് ഒരു ദുരന്ത ത്തിൽ ചെന്ന് സമാപിച്ച് കാണും. അത് കൊണ്ടായിരിക്കാം ഈ കത്ത് പൂർത്തിയാക്കാൻ അവന് സാധിക്കാതിരുന്നത്. സത്യത്തിൽ ആ കത്ത് അവൻ സ്നേഹിക്കുന്ന പെണ്ണിനയച്ചതായിരുന്നു. അവൾ ആ കത്ത് അന്വേഷണ ഉദ്യോഗസ്ഥരിൽ നിന്ന് മറച്ചുവെച്ചുവെന്നാണ് ഞാൻ വിശ്വസിക്കുന്നത്. കാരണം അതെഴുതിയവൻ തന്റെ ഒളിത്താവളത്തെ കുറിച്ചും, തന്റെ താമസം അനധികൃതമാണെന്നും നിയമവിരുദ്ധമായ കാര്യങ്ങളിൽ താൻ ഇടപെട്ട് കൊണ്ടിരിക്കുന്നുണ്ടെന്നതിനുമുള്ള സൂചന കളും അതിലുണ്ടായിരുന്നു. അവളായിരിക്കാം കത്ത് ഇവിടെ ഈ ഹോട്ട ലിൽ കൊണ്ട് വന്ന് വെച്ചത്. അവൾ മറന്ന് വെച്ചതാണോ കളഞ്ഞ് പോയ താണോ അതോ ഒളിപ്പിച്ച് വെച്ചതാണോ എന്നൊന്നും എനിക്ക് അറി യില്ല. ഏതായാലും അവന് കത്ത് പൂർത്തീകരിക്കാൻ കഴിഞ്ഞിട്ടില്ല. ചാര പ്പോലീസുകാരോടുള്ള അവന്റെ കണ്ടുമുട്ടൽ ഏതായാലും അത്ര സുഖ കരമായിരുന്നില്ല എന്ന് ഊഹിക്കാവുന്നതാണ്.

കത്തിന്റെ ഉടമസ്ഥനെ ചോദ്യം ചെയ്യാനായി ചാരപ്പോലീസ് ഈ റൂം വാടകക്ക് എടുത്തതാകാം. കത്ത് കിട്ടിക്കാണും. കത്തിന്റെ അനുബന്ധ രേഖകൾ കണ്ടെടുക്കാനായി അവന്റെ വീട്ടിലേക്ക് പോയതാകാം. കത്ത് അത്ര കാര്യപ്പെട്ട രേഖയല്ലാത്തത് കൊണ്ട് ഇവിടെ മറന്ന് വെച്ച് പോയ തുമാകാം.

അത് വിടാം. എല്ലാം ചിന്തകളുടെ ബാഹുല്യം അല്ലാതെന്ത്.

പക്ഷേ ഞാനാ കത്ത് വായിക്കുമ്പോഴൊക്കെ അവന്റെ ശബ്ദം എന്റെ കാതിൽ മുഴങ്ങുന്നുണ്ടായിരുന്നു. ജനാല ചില്ലിന്റെ പിറകിൽനിന്ന്, രാത്രി യുടെ ശൂന്യതയിലേക്ക്, അവളില്ലാതെ തനിച്ചായിപ്പോയ അവൻ നോക്കി നിന്നു, അവന്റെ കൂട്ടികാരി ഇല്ലാതെ... അതൊരു വിട ചോദിച്ചുകൊണ്ടുള്ള

കത്തായിരുന്നുവെന്ന് തോന്നുന്നു. പക്ഷേ സത്യത്തിൽ അവൻ അതവൾക്ക് എഴുതാൻ ഉദ്ദേശിച്ചിരുന്നോ? കാരണം ആ കത്ത് എഴുതി പൂർത്തിയായിട്ടില്ലല്ലോ...

എങ്കിലും ഞാൻ വിശ്വസിക്കുന്നത് ആ ചാരപ്പൊലീസ് തന്നെയാണ് ആദ്യമായി ഈ കത്ത് സ്പർശിച്ചത്. കത്ത് ഇവിടെ മറന്ന് വെച്ചതാവാനാണ് സാധ്യത. അല്ലെങ്കിൽ അവർക്ക് അത് ഇവിടെ വെച്ച് നഷ്ടപ്പെട്ടതുമാകാം. ഇവിടെ... ഈ മുറിയിൽ... പരന്ന് കിടക്കുന്ന ഈ കെട്ടിടങ്ങളിലെ റൂമുകളിൽനിന്ന് ഒരു അപശബ്ദവും പുറത്തേക്ക് കേൾക്കില്ല എന്നത് തന്നെയായിരിക്കും അവർക്ക് കൂടുതൽ സൗകര്യമായിട്ടുണ്ടാവുക.

ഞാനെന്തിന് നിന്നോട് ഇതെല്ലാം പറയണം. എനിക്ക് ഒരു ആശ്വാസം, എന്നു മാത്രം കരുതിയാണ്. ആ ആശ്വാസം ഞാൻ പ്രതീക്ഷിക്കുന്നുമുണ്ട്... ആ കത്ത് എഴുതിയവന്റെ ഏകാന്തത എന്റെ ഏകാന്തതയോട് പല കാര്യങ്ങളിലും സാദൃശ്യമുണ്ട്. പക്ഷേ അവന്റെ ഈ വരികൾക്ക് എന്റെ ജീവിതത്തോട് സാദൃശ്യമില്ലെങ്കിലും അവന്റെ വേവലാതികളെല്ലാം ഒരു സുഹൃത്തിനെ ഓർമിപ്പിച്ചു, അല്ല അതെല്ലാം പറയുന്നത് ഞാൻ തന്നെയല്ലെ എന്ന് പോലും തോന്നിച്ചു. അവൻ സംസാരിക്കാൻ ആഗ്രഹിച്ച ആ കാമുകി ഞാൻ തന്നെയാണ്. അത് ഒരുപക്ഷേ, ഞാൻ അവനോട് പറയാൻ ആഗ്രഹിച്ച കാര്യങ്ങൾ കൊണ്ടാകാം, അല്ലെങ്കിൽ അവനെ എന്റെ കൈകൾക്കിടിയിൽ സ്നേഹത്തോടെ ചേർത്ത് പിടിച്ച് ആശ്വസിപ്പിക്കണം എന്ന് ആഗ്രഹിച്ചത് കൊണ്ടാകാം. ഇതൊക്കെ വിചിത്രമായി തോന്നുന്നുണ്ടോ. ഞാനൊരിക്കലും ആ പെണ്ണിനെ ഇഷ്ടപ്പെട്ടിട്ടില്ല. എന്നെങ്കിലും ഞാൻ അവളെ കണ്ടാൽ (അതും ചിരിക്കാൻ വകയുള്ള കാര്യമാണ്) പച്ചക്ക് തെറി വിളിക്കുക തന്നെ ചെയ്യും. എന്റെ ചിന്തകൾ കാട് കയറി. അവളാണ് ആ കത്ത് മോഷ്ടിച്ച് മറച്ചുവെച്ചതും പിന്നീട് ഇവിടെവെച്ച് നഷ്ടപ്പെടുത്തിയതും. സത്യത്തിൽ അവൾ തന്നെയാണ് ആ കത്തെഴുതിയവനെ കൊന്നത്. ആ ചാരപ്പൊലീസുകാരല്ല, അല്ലെങ്കിൽ കൊലയാളി അവളുടെ ഭർത്താവാകാനും സാധ്യതയുണ്ട്. അവളുടെ വിവാഹേതരബന്ധം മണത്തറിഞ്ഞ അയാൾ ഒരു വാടക കൊലയാളിയെ കൃത്യ നിർവ്വഹണത്തിന് ഏൽപിച്ചതാകാനും മതി. എന്നാലും ചാരപ്പൊലീസുകാർ തന്നെയാണ് അയാളെ കൊലപ്പെടുത്തിയത് എന്ന് വിശ്വസിക്കാനായിരുന്നു എനിക്ക് ഇഷ്ടം.

ശരിയാണ്. ഞാനിങ്ങനെ തന്നെയാണ്. എന്റെ ചിന്തകളിൽ പലതും കടന്നുകൂടും. അത് യാഥാർത്ഥ്യമോ ഊഹാപോഹമോ ആകാം. പക്ഷേ അതൊന്നും എന്നെ ബാധിക്കുന്നില്ല. സത്യം പറഞ്ഞാൽ ചിലപ്പോൾ അത് എനിക്ക് പറഞ്ഞറിയിക്കാനാവാത്ത ആശ്വാസം നൽകാറുണ്ട്. ചിലപ്പോൾ രാത്രി കണ്ട സ്വപ്നത്തിന് പിറ്റേന്ന് പകൽ മുഴുവൻ ചിന്തിച്ചിരുന്ന അവസ്ഥകളുമുണ്ടായിട്ടുണ്ട്. ചിലപ്പോൾ എന്റെ മരിച്ചുപോയ സുഹൃത്തിനെ ഉറക്കത്തിൽ ദർശിക്കാറുണ്ട്. അവൻ എന്റെ ദുഃഖത്തിൽ പങ്കു

ചേർന്ന് ആശ്വസിപ്പിക്കാറുണ്ട്. അതിൽ മരണത്തിന്റെയും ജീവിതത്തിന്റെയും വ്യത്യസ്ത കാലങ്ങളെക്കുറിച്ചുള്ള സൂചനപോലും കാണാറുണ്ടായിരുന്നില്ല. അഥവാ അവൻ മരിച്ച് പോയതാണ് എന്ന് പോലും എനിക്ക് ഓർത്തെടുക്കാൻ സാധിക്കാറുണ്ടായിരുന്നില്ല. സങ്കടങ്ങളും ദുഃഖങ്ങളും പൂർണമായി മാറ്റിയെടുക്കാൻ അവനെ കൊണ്ട് സാധിക്കില്ലെങ്കിലും സാന്നിദ്ധ്യം മാത്രം മതിയായിരുന്നു എന്റെ മനസ്സമാധാനത്തിന്. എന്നോടുള്ള സ്നേഹം കൊണ്ടാണ് അവൻ എന്നെ കാണാൻ വരുന്നത്, അതോ എനിക്ക് അവനോടുള്ള ഇഷ്ടം കൊണ്ടാണോ? ഏതായാലും എന്റെ ഗതകാല മുറിവുകളെ ഉണക്കാൻ അവനെക്കൊണ്ട് സാധിക്കാറുണ്ട്. ശവകുടീരത്തിൽ നിന്ന് അവന്റെ ശരീരം പുറത്തെടുക്കാൻ ഞാൻ ആഗ്രഹിക്കാതിരുന്നില്ല. പക്ഷേ, ആരാണ് പുഴുത്ത നാറ്റവും വെളുത്ത പുഴുക്കളേയും ഇതുപോലെത്തെ അപശകുനവസ്തുക്കളേയും എടുത്ത് കൊണ്ട് വരിക.

പക്ഷേ ഞാനെന്തിനാണെതൊക്കെ എഴുതുന്നത്. എനിക്ക് എന്തോ സംഭവിച്ചിരിക്കുന്നു എന്ന് നീ കരുതുന്നുണ്ടാകും. സത്യത്തിൽ ആ യുവാവിന്റെ കത്താണ് ഈ വിവരണത്തിലേക്കെന്നെ എത്തിച്ചത് എന്നാണ് ഞാൻ വിശ്വസിക്കുന്നത്.

എന്റെ പ്രതീക്ഷകളെ പൂർത്തീകരിക്കാനാണ് ഞാൻ എഴുതിത്തുടങ്ങിയത്. പ്രതീക്ഷയോടെ കാത്തിരിക്കുന്നവരെ എങ്ങനെ കൈകാര്യം ചെയ്യണം എന്നത് എനിക്ക് അറിയില്ല.

ഞാനെങ്ങനെ നിന്നെ പ്രതീക്ഷിക്കാതിരിക്കും. ഡോക്ടറുടെ അടുത്തുവരെ ഞാൻ കാത്തിരിക്കാറുണ്ട്. ഞാൻ കാത്തിരുന്നങ്ങനെ ഉറങ്ങും. ഞാൻ പണ്ടൊന്നും ഇങ്ങനെയായിരുന്നില്ല. ക്ഷമ തീരെ ഇല്ലായിരുന്നു. വരാമെന്ന് പറഞ്ഞ സമയത്ത് ആൾ എത്തിയിട്ടില്ലെങ്കിൽ എനിക്കാകെ പെരുത്ത് കയറാറുണ്ടായിരുന്നു. ആക്ഷേപവാക്കുകളോ കുത്തു വാക്കുകളോ കേട്ടാൽ പെട്ടെന്ന് തന്നെ എന്റെ തല പുകയുമായിരുന്നു. ആരെയാണ് കാത്തിരിക്കുന്നത് എന്നറിയാത്ത കുറച്ച് കാലമുണ്ടായപ്പോൾ, എന്തിന് കാത്തിരിക്കണം എന്ന ആലോചന വന്നതോടെ എന്റെ മനസ്സിലെ ഭാരം പതിയെ അലിഞ്ഞില്ലാതായിത്തീർന്നു. ചിലപ്പോൾ കോഫിഷോപ്പിൽ ഇരിക്കുമ്പോൾ തല കൈക്കുള്ളിലേക്ക് താഴ്ത്തി, കസേരയിൽ ചമ്രം പടിഞ്ഞിരുന്ന് ഒരു പുതപ്പ് എന്ന പോലെ ബാഗ് മാറിലേക്ക് ചേർത്ത് പിടിച്ച് അങ്ങനെ ഇരുന്ന് ഉറങ്ങും. രാത്രി കിട്ടാറുള്ള ഗാഢമായ ഉറക്കമല്ലെങ്കിലും പുറത്തുള്ള പകൽവെളിച്ചത്തിൽനിന്ന് എന്റെ അകത്തെ മറച്ച് പിടിക്കാൻ ആ ഉറക്കം മതിയായിരുന്നു. നിന്നെ ബോധിപ്പിക്കാൻ ഞാൻ ഓരോന്ന് പറഞ്ഞുകൊണ്ടിരിക്കുകയാണല്ലോ. നിന്റെ ചോദ്യങ്ങൾക്കുള്ള ഉത്തരമായി എനിക്ക് പറയാനുള്ളത് മടുത്താലും ശരി ഞാൻ നിന്നെ കാത്തിരിക്കുമെന്നാണ്. പുറത്ത് ശക്തമായ മഞ്ഞ് വീഴ്ചയുണ്ടായത് കൊണ്ടാകാം വൈകുന്നതെന്ന് ഞാൻ വിശ്വസിക്കാം. നീ

ഈ റൂമിലേക്ക് കയറി വന്ന് എന്നെ സ്നേഹത്തോടെ നോക്കുമ്പോൾ നമുക്ക് സംസാരിക്കാനുള്ള കാരണങ്ങളുമുണ്ടാകും. അന്നേരം ഞാൻ തനിച്ചാണ് എന്ന സത്യം നിനക്ക് മനസ്സിലാക്കാൻ കഴിയും. ഇത് പോലെ തനിച്ചായവൻ. പ്രായം ഒരുപാടായെങ്കിലും ഒരുപാട് ജീവിതം കണ്ടെങ്കിലും ഇപ്പോഴും ഒറ്റപ്പെട്ട് നിൽക്കാൻ വിധിക്കപ്പെട്ടവൻ. അഥവാ ഇത്രയും വർഷങ്ങൾക്ക് ശേഷവും ഏകനാകാൻ വിധിക്കപ്പെട്ടവൻ. എങ്ങനെ പറഞ്ഞ് തുടങ്ങണം എന്ന് അന്വേഷിച്ച് കൊണ്ടിരിക്കുകയായിരുന്നു ഇത്രയും കാലം. അല്ല, ഞാൻ ഇപ്പോൾ എവിടെയാണ്?

കാത്തിരിക്കുന്നൊരാൾക്ക് തീർച്ചയായും, അൽപമെങ്കിലും താൻ കാത്തിരിക്കുന്നയാളെപ്പറ്റി, വസ്തുവിനെ സംബന്ധിച്ച് ബോധ്യമുണ്ടായിരിക്കും. അതിനെക്കുറിച്ച് ആലോചിച്ച് ആശ്വാസം കണ്ടെത്താൻ ശ്രമിക്കുകയും ചെയ്യുന്നുണ്ടാകും. ഇല്ല. എനിക്ക് നിന്നെക്കുറിച്ച് ഒന്നുമറിയില്ല. അറിയാവുന്ന കാര്യം തന്നെ വളരെ കുറച്ച്, അതും ഓർമകളുടെ കിളിവാതിലിലൂടെ പുറത്ത് കൊണ്ട് വരാനും കഴിയുന്നില്ല. നിന്നെ ഓർത്ത് തുടങ്ങുന്നതോടെ എന്റെ ഓർമകളും ചിന്തകളും നഷ്ടമായി കൊണ്ടിരിക്കുന്നു. ഒരുപാട് തവണ ശ്രമിച്ച് നോക്കിയിട്ടും എനിക്ക് സമാധാനം മാത്രം കിട്ടുന്നില്ല. നിനക്ക് ഞാൻ പറയുന്ന കാര്യങ്ങൾ കേൾക്കുമ്പോൾ വിചിത്രമായി തോന്നിയേക്കാം. പക്ഷേ, അതാണ് സത്യം. ഞാൻ തനിച്ചിരിക്കുമ്പോൾ മാത്രമാണ് എനിക്ക് സമാധാനം കിട്ടുന്നത്. വീട്ടിൽ നിന്ന് പുറത്തിറങ്ങുമ്പോൾ കേൾക്കാൻ ഇഷ്ടമുള്ള സംഗീത കാസറ്റുകൾ അന്വേഷിക്കുമായിരുന്നു. തിരിച്ച് വീട്ടിൽ എത്തിയാൽ മ്യൂസിക് തന്നെയായിരിക്കും മനസ്സിൽ. പോരാത്തതിന് പുറത്തിറങ്ങുമ്പോൾ കാതിൽ ഇയർഫോൺ തിരുകിവെച്ച്, മറ്റാരും തന്നോടും താൻ മറ്റാരോടും സംസാരിക്കാതിരിക്കാൻ പാട്ട് കേൾക്കുന്നതായിരുന്നു പതിവ്. വാതിൽ പൂട്ടുമ്പോൾ മനസ്സിലൂടെ കടന്നുപോയിരുന്ന ചിന്ത, മ്യൂസിക്കിനെക്കുറിച്ച് മാത്രമായിരിക്കും. എന്റെ മ്യൂസിക്, എന്റെ അഭാവത്തിൽപോലും ഒരാളും തന്റെ ലോകത്തേക്ക് അതിക്രമിച്ച് കയറാൻ പാടില്ല. ആ സമയത്ത് ഞാൻ മാത്രമാണ് എന്റെ മനസ്സിലുണ്ടായിരുന്നത്. ആരുടെ മുമ്പിലും തോറ്റ് കൊടുക്കാൻ എനിക്ക് മനസ്സുണ്ടായിരുന്നില്ല. ദിവസങ്ങളും മാസങ്ങളും കടന്ന് പോകവേ അല്പാല്പമായി എന്റെ ഏകാന്തത ഒറ്റപ്പെടലായി മാറി, പൂർണാർത്ഥത്തിലുള്ള ഒറ്റപ്പെടൽ. വലിയ ഒരു സാമ്രാജ്യത്തിന്റെ അധിപൻ. ഏകാന്തതയുടെ അധിപതി. ഞാൻ അല്ലാതെ ആ ഏകാന്തതയുടെ ലോകത്ത് ശ്വാസമെടുക്കാൻ പോലും ആരുമില്ല. എനിക്കാകെ പേടിയാകാൻ തുടങ്ങി. എന്നെ ആരോ പിടിച്ച് വിഴുങ്ങാൻ വരുന്നത് പോലെ തോന്നി. ലിഫ്റ്റിലോ ബസിലോ റോഡിലോ ഞാൻ അറിയാതെ തട്ടുകയോ മുട്ടുകയോ ചെയ്താൽ പോലും എന്തിന് എന്റെ അരികിൽ അപരിചിതരായ ആരെങ്കിലും വന്നാൽ പോലും ഞാൻ വേദന കൊണ്ടും ദേഷ്യം കൊണ്ടും അട്ടഹസിക്കും. ആ രംഗം അനുഭവിക്കേണ്ടി വന്ന ചിലർ എന്റെ കൈയ്യിൽ പിടിക്കും. അത് ഭ്രാന്തുള്ളവരെ

ആശ്വസിപ്പിക്കാനുള്ള മാർഗ്ഗമാണെന്ന് അറിയാവുന്ന ഞാൻ ദീർഘിച്ച ഉച്ഛ്വാസത്തോടെ നെഞ്ചിൽ കൈ ചേർത്ത് എന്റെ ദേഷ്യവും സങ്കടവും ഒതുക്കി വെച്ച് പരന്ന ചിരിയോടെ ക്ഷമാപണം നടത്തി അവിടെ നിന്ന് രക്ഷപ്പെടും. ഞാൻ അല്ലാത്ത പലരും അടുത്തിരിക്കാനും ശരീര ഭാഗ ങ്ങൾ പരസ്പരം ചേർത്ത് പിടിക്കാനും ആഗ്രഹിക്കുന്നവരാണെങ്കിലും ഞങ്ങളെ പോലുള്ളവർ സംസ്കാരം കാത്ത് സൂക്ഷിക്കാൻ കൊതിക്കു ന്നവരും വെറുപ്പിന്റെ ലാഞ്ചന മറ്റുള്ളവരിൽനിന്ന് മറച്ച് പിടിക്കാൻ താത്പര്യപ്പെടുന്നവരുമാണ്. എന്നെ പോലുള്ള പലരും ഹോട്ടലുകളിൽ ചെന്നാൽ പോലും വൃത്തിയാക്കി വെച്ചിരിക്കുന്ന പാത്രങ്ങളിലെ കൈ വിരൽ പാടുകൾ പോലും കണ്ടെത്താൻ ശ്രമിക്കുന്നവരായിരുന്നു. വൃത്തി യോട് അത്ര വലിയ താത്പര്യമുള്ളതായത് കൊണ്ടല്ല, മറിച്ച് ഭക്ഷണ തളികയുടെ അടുത്ത് പോലും മറ്റുള്ളവരുടെ സാന്നിദ്ധ്യം ഇല്ലെന്ന് ഉറപ്പ് വരുത്താനായിരുന്നു അത്. ഞാൻ ഒരു വൃത്തി രാക്ഷസനാണെന്നാകും നീ ഇപ്പോൾ ചിന്തിക്കുന്നുണ്ടാകുക.

ഹോട്ടലിന്റെ സമ്പൂർണ്ണ വിവരങ്ങൾ ഉൾപ്പെടുത്തിയ ആ കത്തിൽ നിന്നും ഈ റൂമിൽ മറ്റാരെങ്കിലുമുണ്ടായിരുന്നതായി മനസ്സിലാക്കാൻ സാധിക്കുമായിരുന്നില്ല. അവൻ അഥവാ ആ കത്ത് എഴുതിയവൻ തന്നെ ഇവിടെ വന്നിട്ടുണ്ടെന്നതിന് തെളിവുകൾ ഒന്നും അതിലുണ്ടായിരുന്നില്ല. ഹോട്ടലിലെ റൂമുകൾ അതിൽ വിവരിച്ചത് പോലെ തന്നെയായിരുന്നു. പുതുതായി വന്ന ചില്ലറ കൂട്ടിച്ചേർക്കലുകൾ മാറ്റി വെച്ചാൽ എല്ലാം അതേ പടി തന്നെയായിരുന്നു. അതെല്ലാം നോക്കുമ്പോൾ ഇവിടെ താമസി ച്ചിരുന്ന ഒരാളുടെ കത്ത് തന്നെയാണ് ഇത് എന്ന് തോന്നിപ്പിച്ചിരുന്നു. പക്ഷേ, എനിക്കത് പൂർണാർത്ഥത്തിൽ ഉൾകൊള്ളാൻ സാധിച്ചിരുന്നില്ല. അത് എഴുതിയവൻ തന്നെയാകണം ആ കത്ത് ഇവിടെ ഇട്ടേച്ച് പോയത് എന്ന് തീർച്ചപ്പെടുത്താൻ കഴിയാത്തതുപോലെ തന്നെയായിരുന്നു അത് ഉൾകൊള്ളാൻ കഴിയാതിരുന്നതും. മാത്രമല്ല അതിലെ ഭാഷ മനസ്സിലാ ക്കാൻ കുറച്ച് ബുദ്ധിമുട്ടുള്ളതായിരുന്നു, ചില വാക്കുകൾ തീരെ മനസ്സി ലാകുമായിരുന്നില്ല. കത്ത് മനസ്സിലാക്കാൻ എനിക്ക് ഒരുപാട് തവണ വായിക്കേണ്ടി വന്നിരുന്നു. കൈയ്യെഴുത്താണെങ്കിൽ അത്രയ്ക്ക് മോശവു മായിരുന്നു. ചില അക്ഷരങ്ങൾ ചത്ത് വീണ പ്രാണികളെപോലെ തോന്നി ച്ചിരുന്നു എന്ന് പറഞ്ഞാൽ അതിശയോക്തിയാകില്ല.

എന്നിട്ടും ഞാൻ എന്തിനാണ് ആ കത്തിലേക്ക് മടങ്ങിയത്?

അവന്റ കൂടെ വീട്ടിലെ റൂമിലൂടെ നടക്കുന്നത് പോലെയാണ് എനിക്ക് തോന്നിയത്. ഞങ്ങൾ ഒരുമിച്ച് ജനാലയുടെ അരികിലേക്ക് നടക്കുന്നത് പോലെ തോന്നുന്നു. പുറത്തെ മഴ ആസ്വദിക്കാനായി വിരി മാറ്റി. ഞാൻ അവനോട് സംസാരിക്കാനുള്ള ശ്രമം നടത്തി. മഴയുടെ സംഗീതമുണ്ടാ യതുകൊണ്ട് തന്നെ അതിനേക്കാൾ ശബ്ദത്തിൽ സംസാരിക്കാനാണ്

ഞാൻ ഒരുങ്ങിയത്. ഞാൻ സ്റ്റേഷനിൽ നിന്ന് ഇറങ്ങിയത് മുതൽക്ക് ശക്ത മായ മഴയായിരുന്നു. ഞാൻ ഈ നഗരത്തിലെത്തുന്നതിന് മുമ്പ് ശക്ത മായ മഞ്ഞ് വീഴ്ചയുണ്ടായതായി കേട്ടിരുന്നു. മഞ്ഞ് കാറ്റടിക്കുന്ന കനാഡയാണ് ഈ സ്ഥലവുമെന്ന് ഞാൻ കരുതുന്നു. നീ വരില്ല എന്ന സത്യം എന്നെ ബോധിപ്പിക്കാൻവേണ്ടി സ്റ്റേഷനിൽ നിന്ന് വരുന്ന വഴിക്ക് ഞാൻ പെയ്തുവീണ മഞ്ഞ് കട്ടയും കൈയിൽ കരുതിയിരുന്നു. കനാഡ യിൽ മഞ്ഞ് വീഴ്ച വ്യോമ പാതകളെ പോലും താറുമാറാക്കാറുണ്ട്. പിന്നെ നീ എങ്ങനെ വരും.

ഞാൻ നേരം വെളുപ്പിച്ചു. എന്റെ ചിന്തകളിൽ ഒരുപാട് കാര്യങ്ങൾ കുന്ന് കൂടി കിടക്കുമ്പോൾ ഞാൻ സന്തോഷിക്കുമായിരുന്നു. ഒന്ന് കൂടെ വ്യക്തമാക്കി പറഞ്ഞാൽ അവകളുമായി ഞാൻ തിരക്കിലായാൽ ഞാൻ സന്തുഷ്ടനാണ്. നീ വരുന്നത് നടക്കാത്ത കാര്യമാണെങ്കിലും നിനക്കായി ഈ ചെറിയ ഹോട്ടലിൽ ഒരു റൂം തരപ്പെടുത്തി തരാൻ എനിക്ക് കഴിയും. കാരണം ഞാൻ ഇവിടെ നിന്നെ കാത്തിരിക്കുകയാണ്. ഞാൻ എത്തി ച്ചേർന്ന തലവും എന്റെ പ്രായവും കാര്യമായ ബന്ധമുണ്ടെന്നാണ് ഞാൻ കരുതുന്നത്. എന്റെ ജീവിതത്തിന്റെ മഹാഭൂരിപക്ഷവും മറ്റുള്ളവരുടെ താത്പര്യത്തിന് അനുസരിച്ചാണ് ഞാൻ ജീവിച്ചിട്ടുള്ളത്. കൂടുതൽ ക്ഷീണിച്ച് പരവശനാകുന്നതിന് മുമ്പേ ഞാൻ അത് അവസാനിപ്പിച്ചു.

എന്റെ മാസമുറ കാലം അവസാനിച്ചതോടെ, ഒന്ന് കൂടെ വ്യക്ത മാക്കി പറഞ്ഞാൽ അച്ഛൻ മരിച്ചതോടെ എന്റെ ആത്മാവിൻ താളിൽ ഒരു തുള വീണ് കഴിഞ്ഞിരുന്നു. ആ തുളയിലൂടെ മരം കോച്ചുന്ന തണുപ്പ് എന്റെ ശരീരത്തിലേക്ക് അടിച്ച് കയറാറുണ്ടായിരുന്നു. എന്നെ തന്നെ ഇല്ലാതാക്കിയേക്കാവുന്ന അതിനെ നിലനിർത്തുന്നത് ആരാണ്? എനി ക്കായി അതിനെ ഒരുക്കി വെക്കുന്നത് ആരാണ്? എത്ര കാലം അത് അങ്ങനെ തന്നെ നിലനിൽക്കും? ഞാനതിന്റെ രഹസ്യം തേടി അന്വേ ഷണം തുടങ്ങി. ലോകമാകെ എന്റെ നേരെ കൂലം കുത്തി ഒഴുകി വരുന്നു. ഞാനിതാ അതിൽ മുങ്ങിപ്പൊങ്ങുന്നു.

വരാനിരിക്കുന്ന ഏത് ആപത്തിനേയും മുൻകൂട്ടി കണ്ട് എന്നെ സംരക്ഷിച്ചിരുന്ന കവചമായിരുന്നു എന്റെ അച്ഛൻ. എന്നെ നശിപ്പിക്കുന്ന ചിന്തകളെ പോലും തിരിച്ചറിഞ്ഞ് എന്നെ രക്ഷപ്പെടുത്തിയിരുന്നത് അദ്ദേഹമായിരുന്നു. അത് കൊണ്ട് തന്നെയാണ്, ഞാൻ അദ്ദേഹത്തെ അന്ധമായി ഇഷ്ടപ്പെട്ടതും. അദ്ദേഹത്തിന് വേണ്ടി ആഴങ്ങളിൽ വീണ് ഇല്ലാതെയാകാനും വെടിയുണ്ടകളേറ്റ് ചിതറിപ്പോകാനും ഞാൻ തയ്യാ റായിരുന്നു. പക്ഷേ, ആഴമില്ലാത്ത കിണറുകളിലാണ് ഞാൻ മുങ്ങി പ്പോയത്. ഒന്നിനും എന്നെ നശിപ്പിക്കാൻ കഴിഞ്ഞിരുന്നില്ല. എല്ലാത്തിൽ നിന്നും ഞാൻ രക്ഷപ്പെട്ടു.

അച്ഛൻ മരണപ്പെട്ടതോടെ വെറുപ്പിന്റെ ലോകത്ത് ഞാൻ സർവ്വ സ്വതന്ത്രനായി. ഇത്രയും കാലം എന്റെ സ്നേഹ ലോകത്തുണ്ടായിരുന്നവർ അതിന് അർഹരല്ലാതെയായി. കഴിഞ്ഞ കാല സ്മൃതിലോകങ്ങളിൽനിന്ന് രക്ഷ തേടി, ഞാൻ പോലുമറിയാതെ എങ്ങോട്ടോ തെന്നി മാറി നീങ്ങിക്കൊണ്ടിരുന്നു. തിരിച്ച് സ്നേഹിക്കനറിയാത്തവരെ സ്നേഹിച്ച് ഞാൻ എന്റെ പാതി ജീവത കാലം നശിപ്പിച്ചു. അവരെ എന്റെ ജീവിതത്തിൽനിന്ന് തന്നെ മായ്ച്ച് കളയാനാണ് ഞാൻ ഇഷ്ടപ്പെടുന്നത്.

അങ്ങനെയായിരിക്കാം ഞാൻ ആ കത്ത് വായിച്ച് തീർത്തത്. എനിക്ക് ഒരു പരിചയവുമില്ലാത്ത ഒരാളുടെ കഥയുടെ പിറകിൽ പോകാനുള്ള താത്പര്യം, അത് ഒരു ഇഷ്ടമല്ലേ. സ്വതന്ത്ര ചിന്താഗതിയുള്ള ഒരാൾക്ക് മറ്റുള്ളവരോട് കൂട്ട് കൂടാനും അവരുടെ അഭിപ്രായങ്ങൾ സ്വീകരിക്കാനും നിയമങ്ങളും വിധിവിലക്കുകളും സ്വീകരിക്കാനും കുറച്ച് പ്രയാസമുണ്ടാകും. അങ്ങനെ വരുമ്പോൾ അയാളുടെ വിജയപരാജയങ്ങൾ തീരുമാനിക്കുന്നതും നടപ്പിലാക്കുന്നതും അയാൾ സ്വന്തമായിരിക്കും. ഒന്ന് കൂടെ വ്യക്തമായി പറഞ്ഞാൽ അശക്തനായ ഒരാളുടെ ഉള്ളിൽ മറ്റാർക്കും മനസ്സിലാക്കാൻ കഴിയാത്ത ശക്തി മറഞ്ഞ് കിടക്കുന്നുണ്ടായിരിക്കും. എല്ലാ ദിവസവും പീഢനത്തിന്, മാനഹാനിക്ക് വിധേയമാക്കപ്പെടുന്ന ഒരു സ്ത്രീയെ കുറിച്ച് ചിന്തിക്കുക. തന്നെ പീഡിപ്പിക്കുന്ന ഭർത്താവിനെ അവൾ തോക്കിനിരയാക്കുന്നു. കോടതിയിൽ തനിക്കതെല്ലും മനഃസാക്ഷി കുത്ത് അനുഭവപ്പെടുന്നില്ലെന്ന് മാത്രമല്ല മനഃപൂർവ്വം അറിഞ്ഞ് ചെയ്തത് കൊണ്ട് തന്നെ സന്തോഷവും സമാധാനം തോന്നുന്നുണ്ട് എന്നായിരിക്കും അവൾ പറയുന്നത്. അത് പറഞ്ഞ് കഴിയുമ്പോൾ കിട്ടുന്ന മനഃസമാധാനം ശിഷ്ടജീവിതകാലം മുഴുവനും അവൾക്ക് ശക്തി പകരും എന്ന കാര്യത്തിൽ ഒരു സംശയവുമില്ല. അവളുടെ ആ പ്രവർത്തിയെ നമുക്ക് പ്രതികാരം എന്ന് പറയാൻ സാധിക്കുമോ? അതോ മനഃസമാധാനത്തോടെ ശ്വാസം കഴിക്കാനുള്ള അവളുടെ അവകാശം നേടിയെടുക്കാനുള്ള ചെറിയ ശ്രമം മാത്രമായിരുന്നോ.

ചരിത്ര പുസ്തകങ്ങളിലും മറ്റും എടുത്ത് പറയാറുള്ളത് പോലെ സ്വതന്ത്രമനുഷ്യൻ ശക്തനാകേണ്ടതില്ല, ശക്തൻ സ്വതന്ത്രനുമാകേണ്ടതുമില്ല. പല സംഭവങ്ങളിലും അവരുടെ ചുറ്റുപാടുകളുടെ സ്വാധീനം അറിഞ്ഞും അറിയാതെയും കയറിക്കൂടിയിട്ടുണ്ടാകും. എന്റെ അയൽവാസി തന്റെ മകനെ കഴുത്ത് അറുത്ത് കൊന്ന് ഫ്ളാറ്റിന്റെ അഞ്ചാം നിലയിൽ നിന്ന് ചാടി ആത്മഹത്യ ചെയ്തത് അയാളുടെ സാഹചര്യമായിരുന്നു എന്ന് പറയപ്പെടുന്നു. തോൽക്കാൻ ഇഷ്ടമില്ലാത്തവനാണ് താനെന്ന് കവി കോറി പറയാറുണ്ടായിരുന്നുവത്രേ. പക്ഷേ, അദ്ദേഹം പലതിലും അമ്പേ പരാജയപ്പെട്ടിരുന്നു എന്നാണ് രേഖകൾ പറയുന്നത്. എന്റെ അയൽവാസി രോഗിയും കിഴവനും മനസ്സും ശരീരവും തളർന്നവനുമായിരന്നുവത്രേ. പക്ഷേ, അഞ്ചാംനിലയിൽ നിന്ന് ചാടി അയാൾ

എല്ലാ ബുദ്ധിമുട്ടുകളിൽ നിന്നും സ്വാതന്ത്ര്യം പ്രഖ്യാപിക്കുകയല്ലേ ചെയ്തത്. എനിക്കും അതുപോലെത്തെ സാഹചര്യം വന്ന് ചേർന്നാൽ എന്ത് നടപടിയാകും എടുക്കുക എന്നത് നിന്നോട് ഞാൻ നേരത്തെ പറഞ്ഞിട്ടുണ്ടല്ലോ. നമുക്ക് കാത്തിരുന്ന് കാണാം.

വീട്ടിൽ നിന്ന് പുറത്ത് ഇറങ്ങിയപ്പോൾ ഫോൺ ഓഫാക്കിയിരുന്നല്ലോ എന്നത് അപ്പോഴാണ് ഓർത്തത്. വിമാനം പുറപ്പെടുന്നത് വരെ അത് എൻഗേജ്ഡ് ആക്കി വെക്കണമായിരുന്നു. നീ വിളിച്ച് ഞാൻ കുറച്ച് വൈകുമെന്നോ അല്ലെങ്കിൽ സോറി എനിക്കിന്ന് വരാൻ പറ്റില്ല എന്നോ നീ പറയും എന്ന പേടിയുണ്ടായിരുന്നു. നീ തീരുമാനം മാറ്റിയെന്ന് തോന്നുന്നു, നീ ഇത് വരെ വന്ന് കണ്ടില്ലല്ലോ. നീയാണ് എന്നെ അന്വേഷിച്ച് കണ്ടെത്തിയത്, നീയാണ് എന്നെ കുറിച്ച് പോലും എന്നോട് പറഞ്ഞ് തന്നത്. ഞാൻ എന്നോ പൂട്ടി വെച്ച എന്റെ ഫെയ്സ്ബുക്ക് അക്കൗണ്ട് നീ എങ്ങനെയാണ് അന്വേഷിച്ച് കണ്ടെത്തിയത് എന്ന് എനിക്ക് അറിയില്ല. നീ നേരിട്ട് വരുകയാണെങ്കിൽ ചോദിക്കണം എന്ന് കരുതിയിരുന്നു. മനുഷ്യർക്ക് ഏത് സമയത്ത് വേണമെങ്കിലും തീരുമാനം മാറ്റാനുള്ള അവസരമുണ്ട്, പക്ഷേ, നീ നിന്റെ തീരുമാനം മാറ്റിയിട്ടുണ്ടോ എന്ന് അറിയാൻ എന്താണ് മാർഗ്ഗം. അത് അറിയാനുള്ള ഒരു മാർഗ്ഗവും ഇല്ലല്ലോ. ശക്തമായ മഞ്ഞ് വീഴ്ച നിങ്ങളുടെ വാർത്താ വിനിമയ മാർഗ്ഗങ്ങളേയും നശിപ്പിച്ചോ? ഒരുപക്ഷേ, നശിപ്പിച്ച് കാണും, എന്നും നമുക്കിടയിൽ അങ്ങനെയുള്ള കാര്യങ്ങളാണല്ലോ ഉണ്ടാകാറുള്ളത്.

സമയം അർദ്ധരാത്രിയടോടുത്തപ്പോഴാണ് ആ ദിവസം മുഴുക്കെയും ഞാനൊന്നും കഴിച്ചിട്ടില്ലെന്ന് ഓർത്തത്. ഫോണിൽ വിളിച്ച് ഭക്ഷണം ഓർഡർ ചെയ്യുന്നതിന് മുമ്പ് തന്നെ റിസപ്ഷനിസ്റ്റ് ആരും ഭക്ഷണത്തിന്റെ കാര്യം പറഞ്ഞിരുന്നില്ല എന്ന് സൂചിപ്പിച്ച് ക്ഷമാപണം നടത്തി. ലിഫ്റ്റ് ഏത് ഭാഗത്താണ് എന്ന് ചോദിച്ച് മനസ്സിലാക്കി. ഏതായാലും വാതിൽ തുറന്ന് ഒരു ടാക്സി വിളിച്ച് ഹോട്ടലിൽ പോവാൻ തന്നെ തീരുമാനിച്ചു. തിരിച്ച് വന്നപ്പോഴേക്കും ഭയങ്കര ക്ഷീണമുള്ളതുപോലെ തോന്നി. മഴയത്ത് കുടയില്ലാതെ ഓടിയകലുന്ന എന്നെ ഞാൻ തന്നെ ഒന്ന് സങ്കല്പിച്ചു. ശക്തമായ ക്ഷീണവും തൂക്കവും കാരണമാകാം എനിക്ക് കുളിരുന്നുണ്ടായിരുന്നു. നഗ്നയായി ഞാൻ കട്ടിലിൽ കിടന്നു. എന്റെ വസ്ത്രങ്ങളെല്ലാം എന്റെ അടുത്ത് തന്നെയിരിപ്പുണ്ട്. ഞാൻ പെട്ടെന്ന് തന്നെ ഉറങ്ങിപ്പോയി. പക്ഷേ, കുറച്ച് കഴിഞ്ഞപ്പോഴേക്കും ഊരവേദനയാലും കാൽമുട്ട് വേദനയാലും അസ്വസ്ഥത തോന്നി ഉണർന്നു. ഞാനൊരു രോഗിയാവാൻ പോവുകയാണെന്ന് സ്വയം മനസ്സിലാക്കി. ഒന്ന് കൂടെ കിടന്ന് ഉറങ്ങണം, അല്ലെങ്കിൽ എന്റെ അവസ്ഥ ഇനിയും മോശമാവും എന്ന് എനിക്ക് ഉറപ്പുണ്ടായിരുന്നു.

രാവിലെ സുഖമായ അവസ്ഥയിലായിരുന്നു. എന്റെ പ്രാതൽ

റൂമിലേക്ക് വരുത്തിച്ച് ആ വലിയ തളികയിലുണ്ടായിരുന്നതെല്ലാം തിന്നുതീർത്തു. കറുത്ത മേഘങ്ങൾ പെയ്യാൻ തുടങ്ങി.

എനിക്ക് പ്രത്യേകിച്ച് ഒന്നും ചെയ്യാനുണ്ടായിരുന്നില്ല.

എന്റെ കൂടെ നീ ഇവിടെയുണ്ടായിരുന്നെങ്കിൽ, ഈ മഴയത്ത് ഒഴിഞ്ഞ റോഡിൽ മഴ നനയാതെ നിൽക്കുന്ന കുരുവിയെ കണ്ട് അദ്ഭുതം കൂറി യേനെ. ഒന്നിച്ചിരിക്കാൻ ഒരു കൂട്ടില്ലാത്ത ഒരു കുഞ്ഞിക്കുരുവി. ഒന്നും കാണാത്ത ഒരു വലിയ പട്ടണത്തിൽ വ്യത്യസ്ത ശരീരവർണ്ണമുള്ള ഒരു കുഞ്ഞിക്കുരുവി. വയസ്സ് എത്ര കൂടിയാലും ഒരാളോടും അത് യാചിക്കുന്ന തായി നാം കണ്ടിട്ടില്ല. ഒരിക്കലും ഒരു കുരുവിയെ പോലും വൃദ്ധനായി കാണാൻ നമുക്ക് സാധിച്ചിട്ടുമില്ല. വിചിത്രമല്ലേ അത്. കുരുവി എപ്പോഴും ചെറുതായിരിക്കും. അതിന് പ്രായമാവുകയില്ല. എല്ലാ ജീവികളേയും പോലെ കുരുവി എന്തുകൊണ്ട് പ്രായമെത്തി മരണമടയുന്നില്ല എന്നത് ഒരാൾക്കും അറിയുകയില്ല. മരിച്ചുപോയവരുടെ പേരുകളും അഡ്രസ്സും ഫോൺ നമ്പറുമെല്ലാം നാം ഓർത്തുവെക്കുന്നു. എഴുതി വെച്ച നമ്പറു കളെ നാം മായ്ച്ചുകളയുകയില്ല. നാം അതെല്ലാം വ്യത്യസ്ത പേപ്പർ തുണ്ടുകളിലാക്കി സൂക്ഷിച്ച് വെക്കുന്നതോടെ നഷ്ടപ്പെട്ട് പോകുമെന്ന ഭയം നമുക്കുണ്ടാവില്ല.

ഒരിക്കൽ, ശക്തമായ ഊരവേദനയ്ക്ക് ശമനം ലഭിക്കാൻ വേണ്ടി ഞാൻ പുതിയ ഒരു വിരിപ്പ് വാങ്ങാനുദ്ദേശിച്ചു. വിൽപനക്കാരനോട് ഞാൻ പറഞ്ഞു, "ഞാൻ മരിച്ചാലും, ഒരു കോട്ടവും പറ്റാതെ ശേഷിക്കുന്ന, കുറേ വർഷം ഗ്യാരണ്ടിയുള്ള ഈ പുതപ്പ് വാങ്ങാൻ എനിക്കുദ്ദേശ്യമില്ല. കാരണം, എന്റെ ശവം അതിൽ കിടക്കുമ്പോൾ അത് പഴയ മട്ടിൽ തന്നെ അവശേഷിക്കുകയും ഞാൻ ഒരു മരത്തടിയെ പോലെ ആവുകയും ചെയ്യും. എന്റെ ശവത്തിന് താഴെ കിടന്ന് അതങ്ങനെ ശ്വാസം വലിച്ച് കൊണ്ടിരിക്കും" എനിക്ക് ഇത്തരത്തിലുള്ള ഒരു വിരി വാങ്ങാൻ ഉദ്ദേശ്യ മില്ലെന്ന് പറഞ്ഞ് ഞാൻ കടന്നുകളഞ്ഞു.

പ്രണയജീവിതം പലകയിൽ തുരുമ്പ് പിടിക്കാത്ത ആണിയടിച്ച് കുരി ശിലേറ്റുന്നത് പോലെയാണ്. ഇതുപോലെ നമ്മുടെ ജീവിതത്തിലുണ്ടാ വുന്ന കുറേ സംഭവങ്ങൾ നാം അറിയാതെ പോവുന്നു. ഇനി അറിഞ്ഞാൽ തന്നെ എങ്ങനെ നേരിടണമെന്നറിയുകയുമില്ല. ഒരു കാമുകൻ തന്റെ കാമുകിയോടുള്ള പ്രണയത്താൽ അവളെ തന്ത്രപരമായി വളയ്ക്കുന്നത് പോലെയാണത്. എന്നെ സ്നേഹിച്ചിരുന്ന ഒരാൾ എന്നെ ഉപേക്ഷിച്ച പ്പോൾ എനിക്കാകെ പേടിയും ബുദ്ധിമുട്ടും അനുഭവപ്പെട്ടു. എന്റെ അഭി പ്രായത്തെ മാറ്റാനോ സ്വയം മാറാനോ അയാൾ എനിക്ക് ഒരവസരവും തന്നില്ല. എന്നന്നേക്കുമായി ജയിലിലടയ്ക്കപ്പെട്ടത് പോലെ ഒരവസ്ഥ. ഞാൻ അയാളെയാണ് ഉപേക്ഷിച്ചതെങ്കിൽ എന്തായിരിക്കും അയാളുടെ

അവസ്ഥ? അദ്ദേഹത്തിനോടുള്ള പ്രണയം കുരിശിലേറ്റിയ എന്റെ ശരീരത്തിൽ അടിക്കപ്പെടുന്ന ആണികളുടെ വില എന്തായിരിക്കും?

കുരിശിന്റെയും വിരിപ്പിന്റെയും കഥയോർക്കുകയാണെങ്കിൽ കുറേ ചിരിക്കാനുണ്ടായിരുന്നു. കാരണം ഞാനും നീയും ജനിച്ച ദിവസം ഒന്നായിരുന്നു. അല്ലെങ്കിൽ നിങ്ങൾ എന്നേക്കാളും കുറച്ച് വർഷങ്ങൾക്ക് മൂത്തതാണ്. ഈ ചിരി നമുക്ക് പിന്നീടൊരിക്കലാക്കാം. റോഡിലൂടെ നടക്കുമ്പോൾ നമ്മളെത്ര കടല തിന്നിരുന്നു. നമ്മളവിടെ എത്തിയപ്പോൾ തന്നെ ഞാൻ തിരഞ്ഞത് കടലയുടെ വേസ്റ്റുകളടങ്ങിയ നൈലൂൺ കവർ ഉപേക്ഷിക്കാനുള്ള ഒരു ബാസ്കറ്റായിരുന്നു. അന്ന് നൈലൂൺ പശ കൊണ്ട് ഒട്ടിയ കൈകളുമായി ചവറ് ഉപേക്ഷിക്കാനുള്ള സ്ഥലം ഓടിത്തിരക്കിയതല്ലാതെ മറ്റൊന്നും എനിക്കോർമയില്ല. അല്ല, മറിച്ച് എനിക്ക് ആ കടലയുടെ രുചിയും ഓർമയുണ്ട്.

ഓർത്ത് വെക്കാൻ മാത്രം ആ രുചിക്ക് ഒന്നും തന്നെയില്ല. ഉപയോഗിക്കപ്പെടാത്ത അവസ്ഥയിൽ നിന്ന് വീണ്ടും നന്നാക്കിയെടുത്ത പഴയ കടലമണികളായിരുന്നു അവ. ഈ റൂമിൽ ഞാൻ നിൽക്കുന്നത് മടങ്ങിപ്പോവാനല്ല, നിന്നെ കാണാനോ അല്ലെങ്കിൽ നിന്നോടൊപ്പമുള്ള എന്റെ കുട്ടിക്കാലം കാണാനോ അല്ല, ആ വസന്തത്തിന്റെ മനോഹാരിത അറിയാനല്ല, ഇവകളെല്ലാം പിന്നീട് ദുഃഖമായി മാറും. സ്ത്രീകളുടെ മുന്നിലാവുമ്പോ ഞാൻ കണ്ണട ഊരുകയോ മുഖം കഴുകുകയോ സുറുമയിടാറോ ഇല്ല. അവൾ അണിഞ്ഞൊരുങ്ങി വന്നാലും എനിക്ക് അവളേക്കാൾ ഭംഗിയുണ്ടെന്നറിയാം. എന്നാൽ എന്റെ തൊലികളിലെ നേർത്ത ചുളിവുകൾ, തൂങ്ങിക്കിടക്കുന്ന കഴുത്ത്, ഇങ്ങനെയുള്ള ഒരു മുഖത്തേക്ക് ആര് നോക്കാനാണ്? എന്തിനാണ് എന്നെപ്പോലെയുള്ളവർ ഇങ്ങനെ ജീവിക്കുന്നത്? ആകെ, ഏതു നേരത്തും വായിലേക്കു മാത്രം നോക്കുന്ന ദന്തഡോക്ടറല്ലാതെ മറ്റാരും എന്റെ മുഖത്തേക്കു നോക്കാറില്ല. ചുക്കിച്ചുളിവുകൾ പ്രായത്തിന്റെ അടയാളമായി ഒരിക്കലും കണക്കാക്കാനാവില്ല. കടല തിന്നുമ്പോൾ പല്ല് തെന്നി, താടിയിലൂടെ അതിന്റെ നീരൊലിച്ച് വസ്ത്രത്തിലെല്ലാം പുരളാറുണ്ടായിരുന്നു.

നിന്റെ കത്തിന്റെ അവസാനത്തിൽ, നമ്മൾ രണ്ടു പേരും ഒന്നിച്ച് കഴിഞ്ഞ കുറേ നിമിഷങ്ങൾ നീ ഓർമ്മിപ്പിച്ചുവല്ലോ. ആ പഴയ കാര്യങ്ങളെല്ലാം ഓർത്തെടുത്തപ്പോൾ എന്റെ തലയാകെ പുകഞ്ഞു. എന്റെ ഏതോ ബന്ധുവിന്റെ വീടാണെന്ന് പറഞ്ഞ് നമ്മൾ കയറിയ ആ വീടിനെക്കുറിച്ച് എനിക്ക് ഓർമ്മ വന്നു. അത് പ്രശ്നമില്ല, പക്ഷേ എന്തിനാണ് ഞാൻ നിന്നെ എന്റെ ബന്ധുവീട്ടിലേക്ക് കയറ്റിയത്? എന്റെ വീടിന്റെ കുറച്ചകലെയുള്ള ഇറച്ചിക്കടയിൽ നിന്നും എന്തിന് പൊരിച്ച മാംസം വാങ്ങിക്കഴിച്ചു? ആ ഗ്രാമത്തിലുള്ള മറ്റേത് സ്ത്രീയാണ് ഉലകം ചുറ്റുന്ന നിന്നോടൊപ്പം ഈ കാര്യങ്ങളെല്ലാം ചെയ്യുക? നീ എന്നെ കണ്ടെത്തിയതാണോ? അതോ, നാട്ടിൽ നീ കണ്ട മറ്റൊരു യുവതിയും ഞാനും തമ്മിൽ

നിനക്ക് തെറ്റിയതാണോ? കാരണം നീ എന്നെക്കുറിച്ച് പറയുന്നതെല്ലാം എന്റെ ജീവിതവുമായി യോജിക്കുന്നില്ല.

അതോ, ഇനി സ്ത്രീകളുടെ ഓർമ്മശക്തി പുരുഷന്റെ ഓർമ്മശക്തിയിൽ നിന്നും വ്യത്യസ്തമാണോ? എനിക്ക് നന്നായി ഓർമ്മയുള്ള ഒരു കാര്യമുണ്ട്, ഒരിക്കൽ നീ നിന്റെ മുഖം എന്റെ മുഖത്തോടടുപ്പിച്ചു. അപ്പോൾ നമ്മൾ രണ്ടുപേരും ഒരു മരത്തിനടിയിലിരിക്കുകയായിരുന്നു. ഞാൻ കരുതി നീ എന്നെ ചുംബിക്കുമെന്ന്, പക്ഷേ നീ അത് ചെയ്തില്ല. കാരണം ഞാൻ എന്റെ വായ നിന്നിലേക്കടുപ്പിച്ചില്ല. നമ്മുടെ കൂടെയുള്ള സ്ത്രീകളൊന്നും അവരുടെ ചുണ്ടുകൾ അടുപ്പിക്കുകയില്ല. എനിക്ക് ചുംബനം ഇഷ്ടമല്ലെന്ന് അന്ന് നീ മനസ്സിലാക്കിയിട്ടുണ്ടാവണം. ഒരുപക്ഷേ അത് ശരിയായിരിക്കാം. എനിക്ക് പ്രേമമുണ്ടാവുകയാണെങ്കിൽ തന്നെ ഞാൻ ഒരു പുരുഷനെ പരസ്യമായി ചുംബിക്കാൻ ധൈര്യപ്പെടുമെന്ന് എനിക്കു തോന്നുന്നില്ല.

ആ മലയിലേക്ക് നാം ഒരുമിച്ചു പോയ അവസരം നിനക്ക് ഓർമ്മയില്ലെങ്കിൽ അത് വിഷമകരം തന്നെയാണ്. കടല തിന്ന് സഞ്ചരിച്ച ആ അവസരമാണ് ഞാനുദ്ദേശിച്ചത്. ആ ദിവസം നീ മറന്നെങ്കിൽ അത് മോശമാണ്. നാം അന്ന് ഒന്നിച്ച് ചെയ്ത കാര്യങ്ങളൊന്നും നീ മറന്നുകൂടാ. എനിക്ക് എന്തൊക്കെയോ ഓർമ്മ വരുന്നുണ്ട്. പിന്നീട് നീ നിനക്കോർമ്മയുള്ളതൊക്കെ പറയണം. അപ്പോൾ എനിക്ക് കാര്യങ്ങളെല്ലാം ഓർത്തെടുക്കാൻ സാധിക്കും.

എല്ലാ സമയത്തും ഓർമ്മയുടെ കാര്യം ഇതായിരിക്കും, അമ്പതു വയസ്സു തികഞ്ഞാൽ എല്ലാം ഓർമ്മ വരും, പക്ഷേ ഒരു ഉപകാരവുമുണ്ടാവുകയില്ല, അന്ന് ജീവിതമെല്ലാം ഓർമ്മയുടെ വെള്ളപ്പൊക്കം പോലെ ആർത്തലച്ച് വരും . കുറേ കാലം മുമ്പ് മറന്നുപോയ കാര്യങ്ങളെല്ലാം ഈ അടുത്തു കഴിഞ്ഞപോലെ ഓർമ്മ വരും. പക്ഷേ, ആ ഓർമ്മകൾ കൊണ്ട് എന്ത് ഉപകാരമാണുള്ളത്?

അത് വിചിത്രമാണ്. നിന്നെ കാണാനുള്ള ആഗ്രഹം ഇത്ര ശക്തമായത് വിചിത്രമായ ഒരു കാര്യമാണ്. എത്ര ചെറിയ യാത്രയിലാണെങ്കിലും ഞാൻ ഓരോ ചിന്തയിൽ മുഴുകും. ഞാൻ ചെന്ന് കണ്ട അൽപം സ്ഥലങ്ങളെല്ലാം എനിക്കു തന്നത് നിരാശയായിരുന്നു. സമ്പൂർണ്ണ പരാജയം എന്ന് തന്നെ പറയാം. യുദ്ധച്ചൂളയിലായിരുന്നിട്ടും എന്റെ നാട് ഇപ്പോഴും ഭംഗിയുണ്ട് എന്നതു കൊണ്ടല്ല, മറിച്ച് ട്രാവൽസുകാർ പറഞ്ഞിരുന്ന കാര്യങ്ങളെല്ലാം കളവായിരുന്നു. അവർ നുണ പറയുകയായിരുന്നു. ഇല്ലാത്ത ഓരോ സാങ്കല്പികസ്ഥലങ്ങൾ അവർ വരച്ച് കാണിക്കുകയായിരുന്നു. ഫോട്ടോഷോപ്പ് ഉപയോഗിച്ച് അവർ ചിത്രങ്ങൾ എഡിറ്റ് ചെയ്യുകയായിരുന്നു. ആകാംക്ഷയോടെ ഞാനൊരു അന്ധയെ പോലെയായി മാറി. ആ നാട്ടിലുള്ള ആൾക്കാരുടെ ഭാഷ അറിഞ്ഞിട്ട് കൂടി എനിക്ക് മറ്റു യാത്രക്കാരോട് ബസ്സ്റ്റാന്റിലേക്കുള്ള വഴി ചോദിക്കാൻ പോലും

ധൈര്യം വന്നില്ല, കാരണം അവർക്ക് സംശയം തോന്നുന്ന ഒരു രൂപ മായി മാറുമെന്ന് ഞാൻ ഭയന്നു. അല്ലെങ്കിൽ അവർ അവരുടെ സാങ്കല്പിക മാപ്പിൽ നിന്ന് എനിക്കു വഴി കാണിച്ച് തരും, അതാണെ ങ്കിൽ എനിക്ക് കണ്ടുപിടിക്കാനും കഴിയില്ല.

നിന്നോടുള്ള പ്രേമം കാരണത്താൽ നിന്നെത്തേടി ഞാൻ സഞ്ച രിച്ചുകൊണ്ടിരിക്കുകയാണ്. ഒരുമിച്ച് കുറേ കാര്യങ്ങൾ ചെയ്ത് ജീവിച്ച രണ്ട് വ്യക്തികൾക്കിടയിൽ അവർ വിദൂരത്താണെങ്കിലും സ്നേഹമു ണ്ടാവും. നമുക്കിടയിൽ എന്താണുണ്ടായിരുന്നത്? അതിൽനിന്നും ഇന്ന് നമുക്കിടയിൽ എന്താണ് ശേഷിക്കുന്നത്? നമ്മൾ എത്ര ദിവസങ്ങൾ ഒരുമിച്ച് ചെലവഴിച്ചു? അതെത്ര ദിവസമായിരുന്നെന്ന് നിനക്കോർക്കാൻ സാധിക്കുന്നുണ്ടോ? എനിക്കേതായാലും കഴിയില്ല.

പക്ഷേ, നീ എന്നെ കാണുകയാണെങ്കിൽ എനിക്ക് വിഷമം തോന്നും. തൊട്ടടുത്ത് നിന്ന് എന്നെ വീക്ഷിക്കുന്ന നിന്റെ മുഖം കാണുമ്പോൾ എന്റെ ഹൃദയം പിടക്കും. ഒരു യുവാവിന്റെ മുഖം കാണുമ്പോൾ സാധാ രണ അനുഭവപ്പെടാറുള്ളതാണ്. രൂപഭാവഹാദികൾ നോക്കുമ്പോൾ നിന്നെ പലപ്പോഴും എന്റെ മകനായി തോന്നിയിട്ടുണ്ട്. അറബി ഫിലിമു കളിലെല്ലാം സംഭവിക്കുന്നതുപോലെ, അമ്മമാർ നഷ്ടപ്പെട്ട, അല്ലെങ്കിൽ വില്ലൻ പാഷ നഷ്ടപ്പെടുത്തിയ അവന്റെ അമ്മയാണ് ഞാനെന്ന് തോന്നാ റുണ്ട്. എല്ലാ സിനിമകളിലും അമ്മമാരെ കണ്ണീർ കുടിപ്പിക്കുന്ന വില്ലനാ യിരുന്നു പാഷ. ഇങ്ങനെയായിരുന്നു എന്റെ ചിന്ത. എന്റെ ഹൃദയം തന്നെ യായിരുന്നു എന്റെ തെളിവ്. ഇങ്ങനെ യഥാർത്ഥജീവിതത്തിലും എന്തു കൊണ്ട് സംഭവിച്ചുകൂടാ? നിനക്കറിയാത്ത ഇത്തരം ഫിലിമുകൾ എനിക്ക് ഇഷ്ടമാണ്. നമ്മൾ സഹിക്കാൻ പഠിച്ചവരാണ്. എന്റെ ഓർമ്മ ശരിയാ ണെങ്കിൽ നിനക്ക് നടി ഉമ്മുകുൽസൂമിനെ അറിയാം, പക്ഷേ, നടൻ അബ്ദുൽ ഹലീമിനെ അറിയില്ല. ഈ അബ്ദുൽ ഹലീമിനോടുള്ള എന്റെ അടങ്ങാത്ത സ്നേഹത്തെക്കുറിച്ചും. പിന്നീട് എങ്ങനെയാണ് ആ ബന്ധം തകർന്നതെന്നും ഞാൻ വിവരിക്കാം. വേണ്ട, അതു പറയൽ പ്രയാസ കരമാണ്. ദുഃഖം നിറഞ്ഞ പരിചയപ്പെടലല്ല ഞാൻ ഉദ്ദേശിക്കുന്നത്. ചുരുക്കിപ്പറഞ്ഞാൽ ഈ അബ്ദുൽ ഹലീമാണ് എന്റെ ജീവിതം തകർത്തത്. നിനക്ക് ഈ കാര്യങ്ങൾ തമാശയായി തോന്നിയേക്കാം.

അതൊന്നും വേണ്ട, നമുക്ക് സന്തോഷം കിട്ടുന്ന വല്ല കാര്യങ്ങളും പറയാം. നമ്മൾ പരസ്പരം കണ്ടുമുട്ടിയ ആ സൗന്ദര്യമുള്ള വസന്ത നാളുകളെ കുറിച്ച്, നമ്മൾ നടന്ന വഴികളെയും മുറ്റങ്ങളെയും കുറിച്ച്, ജ്യൂസും കടലയും കഴിച്ചതിനെ കുറിച്ച്, അങ്ങനെ പലതും... നിന്റെ കുടുംബം, ജോലി, നാട് എന്നിവയെപ്പറ്റിയെല്ലാം നീ എന്നോട് സംസാരി ക്കരുത് എന്ന് ഞാൻ എത്രത്തോളം ആഗ്രഹിച്ചിരുന്നു എന്നറിയാമോ? അല്ല ഇപ്പോഴുള്ള നിന്റെ ജീവിതം എങ്ങനെയാ എന്ന ചോദ്യവും ഞാൻ ഭയന്നിരുന്നു. പലതിനെ കുറിച്ചും സംസാരിച്ച് തുടങ്ങിയാൽ മാനഹാനി

വന്ന് ഞാൻ മരിച്ച് പോകുമായിരുന്നു. എന്റെ നിരാശ ഓർക്കാൻ എനിക്ക് സാധിക്കില്ല, പ്രത്യേകിച്ച് നീ എന്നോട് എന്റെ നാട്, വീട്, ജോലി എന്നിവയെക്കുറിച്ചെല്ലാം ചോദിക്കാൻ തുടങ്ങിയാൽ. നമ്മുടെ ആ നാടകീയ കണ്ടുമുട്ടൽ നടക്കുമ്പോൾ ഇതെല്ലാം അവസാനിക്കും. ഈ ഒരു കണ്ടുമുട്ടൽകൊണ്ടുള്ള ഉദ്ദേശ്യം ചെറിയ ഒരു പരിചയപ്പെടലായിരിക്കാം. കമിതാക്കൾ കൈമാറുന്ന ധാരാളം ആശയങ്ങളുള്ള ചെറിയ സംസാരങ്ങളായിരിക്കാം. ഇളംകാറ്റിൽ പാറിക്കളിക്കുന്ന തൂവൽ പോലെ ലോലമായിരിക്കാം, അത് നിലത്തേക്ക് പറന്നെത്തുമ്പോഴേക്ക് വീണ്ടും പൊന്തിത്തുടങ്ങും.

അബ്ദുൽ ഹലീമിന്റെ കഥ വിട്ട് കളയൂ. നമുക്ക് രണ്ടുപേർക്കും അറിയുന്ന കുറേ കാര്യങ്ങൾ മാത്രം സംസാരിക്കാം. പൂമുഖത്തും കുളിമുറിയിലും റെസ്റ്റോറന്റിലേക്കുള്ള വഴികളിലുള്ള മ്യൂസിക് നിർത്താത്തതിന്റെ കാരണം എനിക്കും നിനക്കും അറിയാം. അവിടേക്ക് വരുന്ന കമിതാക്കളെ കൂടുതൽ കാലം അവിടെ പിടിച്ചിരുത്താനാണത്. എന്നിട്ട് അവർ അവരെക്കൊണ്ട് സിനിമ കാണിപ്പിക്കുകയും ചെയ്യും. പ്രണയാർദ്രമായ സന്ദർഭങ്ങളും മറ്റും കൃത്രിമമായി സൃഷ്ടിച്ച് കസ്റ്റമേഴ്സിനെ പിടിച്ചിരുത്താനാണ് അതെല്ലാം. അതാണവരുടെ ഉദ്ദേശ്യം. പിയാനോ പ്ലയർ എന്ന സിനിമ നീയും കണ്ട് കാണും. അതിലെ സൗന്ദര്യം ഒന്ന് കൊണ്ട് മാത്രമാണ് കഥയും കഥാപാത്രങ്ങളും ഓർക്കപ്പെടുന്നത്. സൗന്ദര്യവും പ്രണയവും തമ്മിൽ ബന്ധമുണ്ട്. തളർന്നിരിക്കുന്ന ഏത് ഹൃദയത്തേയും ഉണർത്താൻ സൗന്ദര്യത്തിന് സാധിക്കും. അത് വിട്. നിനക്ക് നിന്റേതായ അഭിപ്രായമുണ്ടാകും. ലോകകപ്പ് ഫുട്ബോളോ നിന്റെ ഇഷ്ട ടീമോ അങ്ങനെ വല്ലതും. അതിനെക്കുറിച്ച് നമുക്ക് ചർച്ച ചെയ്ത് തർക്കിക്കാം.

ഈ റൂമിൽ വെച്ച് തമാശയായി എന്ത് കാര്യത്തെക്കുറിച്ചാണ് നമുക്ക് സംസാരിക്കാനുണ്ടാകുക. നീ ഈ ചെറിയ ചായപ്പാത്രം തുറക്കുമ്പോൾ, എങ്ങനെയാണ് എന്റെ വീട്ടിലുള്ള അടുക്കളയിലെ ഈ ശബ്ദമില്ലാത്ത ചായപ്പാത്രത്തിന്റെ വെളിച്ചത്തിൽ ഞാൻ ഉറക്കൊഴിച്ചിരിക്കുന്നത് എന്ന കഥ ഞാനും പറഞ്ഞ് തുടങ്ങും. ഉറക്കത്തിലും ഉണർച്ചയിലുമെല്ലാം ഞാൻ കൈയിൽ കിട്ടിയതു കഴിക്കാറാണ് പതിവ്. വിശപ്പില്ലാത്ത, പഞ്ചേന്ദ്രിയങ്ങളുടെ തിന്മയില്ലാത്ത, ശാന്തമായ ഒരു അന്തരീക്ഷമാണെന്റേത്. ശേഷം ഞാൻ വയറ് നിറച്ച് കിടന്നുറങ്ങും... നീയോ..?

നീ കുളിമുറിയിൽ പോകുമ്പോൾ നിന്റെ തലയിൽ ഹെർബൽ ഷാംപൂ ഉപയോഗിക്കാറുണ്ടോ എന്ന് ചോദിക്കില്ലേ?. കാരണം അത് തലയിൽ പുരട്ടിയ എണ്ണയെ ഉണങ്ങാതെ നിർത്തി മുടിയുടെ സൗന്ദര്യം വർദ്ധിപ്പിക്കുക മത്രമല്ല, ഉറപ്പും നൽകുമല്ലോ. എന്താ നിന്റെ അഭിപ്രായം? നിനക്ക് എന്താണ് തോന്നുന്നത്? അതോ ഇനി കഷണ്ടിത്തലയനാവാനാണോ നിന്റെ ആഗ്രഹം?

ഇനിയും സ്വയം സംസാരിച്ച് കൊണ്ടിരുന്നാൽ ഞാനൊരു ഭ്രാന്തിയായിപ്പോവും.

ഇന്ന് മുതൽ നമുക്ക് രാവിലെ സംസാരിക്കണം. നമ്മൾ എങ്ങനെയാണ് ഇത്രയും വളർന്നത്? ആ വസന്തകാലം നമ്മെ വേർപ്പെടുത്തിയിട്ട് കുറേ കാലമായിട്ടുണ്ട്. എന്റെ നീളത്തെ കുറിച്ച് നീ ചിന്തിക്കുകയാണെങ്കിൽ ഞാൻ വലിപ്പം കുറഞ്ഞിട്ടുണ്ടെന്ന് നിനക്ക് മനസ്സിലാക്കാൻ ഒരു കണ്ണാടയുടെ സഹായം പോലും ആവശ്യമില്ല. ഭയങ്കരമായ മുതുകുവേദന കാരണത്താൽ ഞാനിപ്പോൾ ആകെ ഒരു കൂനയായിപ്പോയിട്ടുണ്ട്. നിനക്ക് എന്റെ അച്ഛനെ അറിയാത്തത് കൊണ്ട് തന്നെ, ഞാൻ എത്രത്തോളം എന്റെ അച്ഛനെ പോലെയായിട്ടുണ്ടെന്ന് നിനക്ക് മനസ്സിലാക്കാൻ സാധിക്കില്ല. സ്വാഭാവികമായിട്ടും എന്റെ പിതാവ് ഒരു പുരുഷനാണ്. പക്ഷേ വയസ്സ് എന്നെ എന്റെ പിതാവിന്റെ രൂപത്തിലാക്കിയിട്ടുണ്ട്. ഞാൻ ചുമക്കുമ്പോൾ അദ്ദേഹം ചുമക്കുന്നത് പോലുള്ള ശബ്ദമാണുണ്ടാകുന്നത്. അദ്ദേഹത്തിന്റെ പോലെ എന്റെ ചുണ്ടുകളും തൂങ്ങിപ്പോയിട്ടുണ്ട്. എന്റെ കിടത്തം, ഉറക്കം, കാൽവിരലുകൾ വരെ അദ്ദേഹത്തിന്റെ പോലെയായിട്ടുണ്ട്. ഈ പ്രായത്തിൽ എന്റെ സ്ത്രീ ഹോർമോണുകൾ നഷ്ടപ്പെട്ട് ഞാനൊരു പുരുഷരൂപം പ്രാപിച്ചിട്ടുണ്ട്. നീ ഇപ്പോൾ എങ്ങനെയാ...? നിന്റെ ആ ചെറിയ രണ്ട് സ്തനങ്ങൾ അങ്ങനെ തന്നെയാണോ അതോ വലുതായിട്ടുണ്ടോ...?

നീ എങ്ങാനും എന്നെ കാണാൻ വരികയാണെങ്കിൽ നിന്നെക്കാൾ ഭംഗിയുള്ളവളായി തോന്നിക്കാൻ വേണ്ടി ഞാൻ എഴുന്നേറ്റ് നിൽക്കാതിരിക്കാൻ ശ്രമിക്കും. അതിനാൽതന്നെ ഒന്നുകിൽ ഞാൻ കട്ടിലിലോ അല്ലെങ്കിൽ എഴുതാനിരിക്കുന്ന കസേരയിലോ ഇരിക്കുകയായിരിക്കും. പക്ഷേ നമ്മൾ തമ്മിൽ സൗന്ദര്യമത്സരമൊന്നുമില്ലല്ലോ. നമ്മൾ തമ്മിൽ പരസ്പരം പേടിക്കേണ്ടതുമില്ല. ഈ ചിന്തകളെല്ലാം എനിക്ക് വരാൻ കാരണം എനിക്ക് കിട്ടിയ ആ കത്തായിരിക്കാം. എന്റെ വിശ്വാസ പ്രകാരം ആ കത്തെഴുതിയ കാമുകൻ ഇപ്പോഴും ഒരു യുവാവായിരിക്കണം. പ്രണയത്തിന് പ്രായം പ്രശ്നമല്ലെന്നത് ശരി തന്നെ. പക്ഷേ, വ്യക്തിപരമായി ആ ആശയത്തോട് ഞാൻ ഒരിക്കലും യോജിക്കുന്നില്ല. എനിക്ക് നിന്നോടോ ഭൂമി പകുതിയും കറങ്ങി എന്റെ റൂമിൽ എത്തി എന്ന സ്ഥിതിക്ക് നിനക്ക് എന്നോടോ പ്രണയമുണ്ടെങ്കിൽ നമ്മൾ രണ്ടുപേരും ഒന്നിച്ച് കിടന്നുറങ്ങും. അന്നേരം ഈ പ്രണയത്തിനുള്ള കുറേ വെല്ലുവിളികൾ നാം മനസ്സിലാക്കും. എന്റെ മുതുകുവേദന കാരണത്താൽ നമുക്ക് തമ്മിൽ കിടക്ക പങ്കിടാൻ വേണ്ടി എനിക്ക് കിടന്ന് തരാൻ സാധിക്കില്ല. എന്നിട്ടും നീ എന്നെ ബുദ്ധിമുട്ടിക്കാൻ ശ്രമിക്കുകയാണെങ്കിൽ എനിക്കതിൽ താത്പര്യമില്ലെന്ന് ഞാൻ വ്യക്തമായി പറയും. എന്നിട്ട് നമുക്ക് രണ്ട് പേർക്കും ആശ്വാസകരമായ രൂപത്തിൽ ബന്ധപ്പെടാനുള്ള മാർഗ്ഗം കണ്ടെത്തും. പക്ഷേ എന്തു മാർഗ്ഗം..?

ചോദ്യം കട്ടിയുള്ളതാണ്. എന്റെ മുമ്പേ ഈ ചോദ്യം നിനക്ക് തോന്നിയിട്ടുണ്ടാവണം. അഥവാ നീ ഫ്ളൈറ്റ് പിടിക്കുന്നതിന് മുമ്പ്, അല്ലെങ്കിൽ ടിക്കറ്റ് വാങ്ങി അറൈവൽ സമയമെല്ലാം അറിഞ്ഞതിനുശേഷം, എന്റെ റിസർവേഷൻ രണ്ടോ മൂന്നോ ദിവസത്തേക്ക് നീട്ടിവെക്കാൻ എനിക്ക് തോന്നുന്നുണ്ട്. അല്ലെങ്കിൽ വേണ്ട, ഞാൻ നിനക്ക് ഏതാനും ദിവസം കൂടി കാത്തിരിക്കാം. എനിക്കറിയാം നീ വരില്ലെന്ന്. കാരണം നീ ഇ-മെയിൽ അയക്കുകയോ റെസ്റ്റോറന്റ് ഫോണിൽ വിളിക്കുകയോ ചെയ്തിട്ടില്ല. ഈ റൂമിൽ ഞാൻ കുറച്ചുദിവസം കൂടി താമസിക്കും. കാരണം ഈ റൂം എനിക്ക് ഇഷ്ടപ്പെട്ടു. മഴ ഇപ്പോഴും തിമിർത്ത് പെയ്തുകൊണ്ടിരിക്കുകയാണ്. എനിക്കാണെങ്കിൽ മഴയത്ത് പുറത്തിറങ്ങാൻ താത്പര്യവുമില്ല. നഗരകാഴ്ചകൾ കണ്ട് നടക്കാനുള്ള സമയം കാത്തിരിക്കുകയാണ് ഞാൻ. സമയം ഇനിയുമുണ്ടല്ലോ.

ഈ കുരുവിയിലാണിപ്പോഴും എന്റെ ശ്രദ്ധ. ജനാലകൾക്കിടയിലൂടെ ഞാനതിനെ ശ്രദ്ധിക്കുമ്പോഴെല്ലാം അത് ആ റെസ്റ്റോറന്റിന് നേരെ ചൂണ്ടിക്കാണിക്കുന്നതുപോലെ തോന്നി.

ഇല്ല, ഈ കുരുവിയെയും നോക്കി ഞാനിവിടെ ഒരിക്കലും നിൽക്കില്ല. മറിച്ച് എനിക്ക് കിട്ടിയ ആ കത്ത് എഴുതിയവൻ തേടി വരും എന്ന് പറയുന്ന എന്റെ മനസ്സിന് വേണ്ടിയാണ് ഞാനിവിടെ തങ്ങുന്നത്. ഞാനിവിടെ തന്നെയുണ്ടെന്ന് അയാളോട് പറയാൻ റെസ്റ്റോറന്റ് ഉദ്യോഗസ്ഥനോട് ഞാൻ ആവശ്യപ്പെട്ടിട്ടുണ്ട്. ശരിയാണ്, കത്തിന്റെ പേജുകൾ കണ്ടിട്ട് തന്നെ അവകളുടെ പഴക്കം മനസ്സിലാവുന്നുണ്ട്. അത് എഴുതിയവനെക്കുറിച്ച് ഒരു സൂചനപോലും അതിലില്ല. എന്നാലും ഞാൻ അയാളെ കണ്ടുപിടിക്കാൻ ശ്രമിക്കും. പാരീസിൽ വെച്ച് തന്നെ ഞാൻ അയാളെ കണ്ടുപിടിക്കും. കറങ്ങിനടക്കുന്ന അറബി പയ്യന്മാർ ഒത്ത് കൂടുന്ന കോഫീ ഷോപ്പുകളിൽ നിന്നെ ഞാൻ തിരയും. അതൊന്നും ഒരു പ്രയാസകരമായ കാര്യമല്ല. ഏതായാലും ഞാൻ ഇനി എന്റെ വീട്ടിലേക്ക് തിരിച്ചുപോവുകയില്ല. ഒരിക്കലും നടക്കാത്ത കാര്യമാണ് അത്. അത് കൂടെ സംഭവിച്ചാൽ പിന്നെ എനിക്ക് ചെയ്യാനായി ഒന്നും ബാക്കിയുണ്ടാകില്ല, ഒരാളെയും കാണാനോ സംസാരിക്കാനോ ഉണ്ടാകില്ല. നീ വന്നില്ലെങ്കിൽപിന്നെ ഞാൻ വരാനും കാണാനും സാദ്ധ്യതയുള്ള സ്ഥലങ്ങളുടെ കൂട്ടത്തിൽ നിന്ന് കനാഡയും ഇല്ലാതാകും എന്ന് മാത്രം.

ഞാൻ അവനെ കണ്ടുപിടിക്കുക തന്നെ ചെയ്യും. അല്ലെങ്കിൽ പാരീസിൽ അയാളുടെ അടയാളമെങ്കിലും ഞാൻ കണ്ട് പിടിക്കും. അവിടെ വിപ്ലവം കഴിഞ്ഞ് അയാൾ അയാളുടെ നാട്ടിലേക്ക് മടങ്ങിയിട്ടുണ്ടെങ്കിൽ അത് ഞാനറിയും. എന്നെങ്കിലുമൊരിക്കൽ ഞാനയാളെ കണ്ട് പിടിക്കും.. വെള്ളത്തിൽ ഉപ്പ് മറഞ്ഞിരിക്കുന്നത് പോലെ ജനങ്ങൾക്കിടയിൽ നിങ്ങൾക്ക് ആർക്കും മറഞ്ഞിരിക്കാൻ കഴിയില്ല. ഞാൻ അവനെ കണ്ടെത്തിയാൽ അവനോട് കുറച്ച് കാര്യങ്ങൾ...

പ്രിയപ്പെട്ട അമ്മാ,
      എയർപോർട്ടിൽ വെച്ചാണ് ഞാൻ ഇത് എഴുതുന്നത്. അവരെന്നെ കൊണ്ടുപോവും... ഭീകരത ഭയന്ന് അവർ എല്ലാവരുടെ ചലനങ്ങളും നിരീക്ഷിക്കുന്നുണ്ട്. പ്രവേശന കവാടം മുതൽ നിരീക്ഷണം തുടങ്ങുന്നുണ്ട്. സിവിൽ ഡ്രസ്സിൽ എല്ലായിടത്തും അവർ റോന്ത് ചുറ്റുന്നുണ്ട്. ഞാൻ കാര്യങ്ങളെ മുൻകൂട്ടി മനസ്സിലാക്കി ഒരു യാത്രികനെ കാത്തിരിക്കുന്ന പോലെയാണ് നിൽക്കുന്നത്. ഞാൻ എന്റെ ബാഗ് അഴിച്ചു വെച്ചിരിക്കുന്നു. എന്റെ ഓവർ കോട്ടിന്റെ അകത്ത് ഒരു ബോംബും വെച്ച് കെട്ടിയിട്ടില്ല എന്ന് കാണിക്കാൻ മാത്രമായി ഞാൻ സിബ്ബ് തുറന്ന് വെച്ചിട്ടുണ്ട്.
      പ്രിയപ്പെട്ട അമ്മാ,
      ഈ എഴുത്ത് അവിടെയെത്തുമോ എന്നറിയില്ല, എത്ര സമയം എനിക്കിവിടെ നിൽക്കാൻ പറ്റും. വായിക്കുന്നുവെന്ന് തോന്നാൻവേണ്ടി ഒരു പത്രം വാങ്ങി വെച്ചിട്ടുണ്ട്. ഞാൻ ഇടയ്ക്ക് എന്റെ വാച്ചിൽ നോക്കുന്നുണ്ട്. ഇടയ്ക്ക് വിമാനമിറങ്ങുന്ന സമയങ്ങളെഴുതിയ നോട്ടീസ് ബോർഡ് നോക്കാൻ പോവും. വീണ്ടും ബെഞ്ചിൽ വന്നിരിക്കും. ഇതുകണ്ട് എന്റെ യാത്രക്കാരന്റെ വിമാനം വൈകിയിട്ടുണ്ടെന്ന് അവർ വിചാരിക്കുന്നു. അവർ തിരിച്ചുപോവും.
      ആരും ആർക്കുവേണ്ടിയും കാത്തിരിക്കാതെ ധൃതി പിടിച്ച് വന്ന് പോയി കൊണ്ടിരിക്കുന്ന ഈ ലോകത്ത് എനിക്കൊന്നും ചെയ്യാനില്ല. വിടപറയുന്നവർ കൈവീശി കാണിക്കുന്നു. കാത്തിരിക്കുന്നവർ വിമാന സമയത്തെ നോക്കിയിരിക്കുന്നു.. ഇവിടെ ഇങ്ങനെ ഇരുന്ന് പുറത്തേക്കുള്ള വാതിലിലേക്ക് നോക്കുമ്പോൾ വരുന്നവരുടെയും പോകുന്നവരുടെയും ദൂരക്കാഴ്ചയിൽതന്നെ സ്വഭാവരീതികൾ മനസ്സിലാക്കാൻ സാധിക്കുന്നുണ്ടായിരുന്നു. ഇവിടെ ഇരുന്ന് അതിലൂടെ കടന്ന് പോകുന്ന ഓരോരുത്തരുടെയും രൂപഭാവാദികളും രൂപവൈവിധ്യങ്ങളും ഓരോരുത്തരും തങ്ങളുടെ പ്രിയപ്പെട്ടവരെ എങ്ങനെയാണ് യാത്ര അയച്ച് കൊണ്ടിരിക്കുന്നത് എന്നത് കാണാൻ കഴിയുന്നതും ഒരർത്ഥത്തിൽ എനിക്ക് ആശ്വാസമായിരുന്നു. ഓരോരുത്തരുടെ രൂപവും ഭാവവും കണ്ട്

അവരെങ്ങനെ പെരുമാറും എന്നെനിക്കറിയാം. ഇവൾ സുഡാനിയാണ്. തന്റെ അരികിൽ നിൽകുന്ന യുവാവായ മകൻ അകത്തോട്ട് പോകുമ്പോൾ തീർച്ചയായും അവർ കരയും. ഈ വെളുത്ത സുന്ദരി സ്വീകരിക്കാനിരിക്കുന്ന മകനെ കാണുമ്പോൾ തീർച്ചയായും സന്തോഷം കൊണ്ട് കരയും.

എന്തെങ്കിലും പണി ചെയ്ത് കൊണ്ടിരിക്കണം എന്നതുകൊണ്ടാണ് ഞാൻ ഇത് നിങ്ങൾക്ക് എഴുതുന്നത് എന്ന് കരുതണ്ട. ഒരിക്കലും അതല്ല കാര്യം. എന്റെ കാര്യങ്ങൾ മറ്റുള്ളവർ പറഞ്ഞ് അറിയുന്നതിനേക്കാൾ ഞാൻ പറഞ്ഞ് തന്നെ അറിയണം എന്ന വാശി എനിക്കുണ്ട്. എന്നെ നിങ്ങൾ വിശ്വസിക്കണം. ഒരു കാലത്തും എന്നെ വിശ്വസിച്ചിട്ടില്ലല്ലോ. പക്ഷേ, നിങ്ങളല്ലാതെ എനിക്കാരും ഇല്ല. നിങ്ങൾ ഒരിക്കലും എനിക്ക് വേണ്ടി പ്രതിരോധത്തിൽ നിന്നിട്ടില്ല. ഒരാൾക്കും എനിക്ക് വേണ്ടി പ്രതിരോധത്തിൽ നിൽക്കാനാകില്ല എന്നറിയാം. പക്ഷേ, ഈ എഴുത്ത് എഴുതുമ്പോൾ എങ്കിലും നിങ്ങളായിരുന്നു എന്റെ മനസ്സ് മുഴുവൻ എന്ന സത്യം അറിയുമായിരിക്കും. ഈ ദുർഘടഘട്ടത്തിൽ പോലും ഞാൻ നിങ്ങളെയാണ് ഓർക്കുന്നത്. അത് ഒരു വിശ്വാസമാണ്. ഒരുപക്ഷേ, നിങ്ങളെ ബോധിപ്പിക്കാൻ ഇത് മാത്രമായിരിക്കും ഏക മാർഗ്ഗം. നിങ്ങളോട് ക്ഷമ ചോദിക്കാനുള്ള ഏക മാർഗ്ഗമിതായിരിക്കും. എന്നത്തേയും പോലെ നിങ്ങൾ ഇനിയും എന്നോട് കരുണ കാണിക്കാതിരിക്കരുത്. വീട്ടിൽനിന്ന് ആദ്യമായി അവർ എന്നെ പിടിച്ച് കൊണ്ട് പോയപ്പോൾ പോലും നിങ്ങൾ എന്നോട് കരുണ കാണിച്ചില്ല. പൊതിരെ തല്ലി എന്നെ കൊണ്ട് പോകുമ്പോൾ കഞ്ചാവ് കേസാണെന്ന് അവർ പറഞ്ഞപ്പോഴും നിങ്ങൾ ഒന്നുകൊണ്ടും പേടിക്കണ്ട എന്ന എന്റെ വാക്ക് വിശ്വസിച്ചില്ല. നിങ്ങൾ എന്നെ വിശ്വസിച്ചില്ല എന്ന് മാത്രമല്ല എന്റെ മുഖത്തേക്ക് കാർക്കിച്ച് തുപ്പി. അറപ്പും വെറുപ്പും തോന്നുന്ന നികൃഷ്ട ജീവിയായി ഞാൻ നിങ്ങൾക്ക് മുമ്പിൽ തല താഴ്ത്തി നിൽക്കേണ്ടി വന്നു. സൈനികർ പറയുന്ന കാര്യം സത്യമാണെന്നും എന്നെ പോലെ കുടുംബത്തിൽ പിറന്ന വിദ്യാസമ്പന്നരായവർ ഇതുപോലെത്തെ കാര്യങ്ങൾ ഒരിക്കലും ചെയ്യാൻ പാടില്ല എന്ന് അവരെ ബോധിപ്പിക്കാൻ കൂടിയാകും നിങ്ങൾ അങ്ങനെ ചെയ്തിട്ടുണ്ടാകുക. നിങ്ങൾ എന്റെ മുഖത്തേക്ക് തുപ്പിയത് എനിക്ക് സങ്കടമുണ്ടാക്കിയിട്ടില്ല എന്ന കാര്യം നിങ്ങൾ അറിയണം. ഒരുപാട് കാലം ആ തുപ്പൽ രംഗം എന്റെ മനസ്സിലുണ്ടായിരുന്നു. കാരണം അതിന് ശേഷം സംഭവിച്ചതെല്ലാം അത്രക്ക് ഭീകരമായിരുന്നു... പക്ഷേ, എനിക്ക് സംഭവിച്ച കാര്യങ്ങൾ നിങ്ങൾക്ക് സങ്കൽപിക്കാൻ പോലും സാധിക്കില്ല.

ഞാൻ നിങ്ങളെ അനുസരിക്കണമായിരുന്നു. നിങ്ങൾ പറഞ്ഞ കാര്യം കേൾക്കണമായിരുന്നു. തല താഴ്ത്തി നിങ്ങളുടെ വിനീതവിധേയനായി നിൽക്കണമായിരുന്നു. ചാട്ടവാർ കൊണ്ടോ വടി കൊണ്ടോ അച്ഛനിൽ

നിന്ന് കിട്ടിയ അടി എന്നെ നന്നാക്കുകയാണോ ചെയ്തത് അതോ എന്റെ മനസ്സിൽ ദേഷ്യത്തിന്റെ ഒരു അല പതപ്പിക്കുകയാണോ ചെയ്തത് എന്ന് അറിയില്ല. ദേഷ്യം മാത്രമല്ല. അത് നിരന്തരമായ അവഹേളനമായിരുന്നു. അതെന്തിനായിരുന്നു. എനിക്കറിയില്ല. ഇപ്പോഴും എനിക്ക് വേദനിക്കുന്നു. ഞാൻ കുഞ്ഞായിരുന്നത് കൊണ്ടും നിരപരാധിയുമായിരുന്നത് കൊണ്ടും ആ പീഡനത്തിന്റെ വേദന ഇന്നും നിലനിൽക്കുന്നുണ്ട്. അന്ന് ആ പീഡനത്തിന് ഞാൻ അർഹനല്ലായിരുന്നു. അതിനുമാത്രം ഞാനൊന്നും ചെയ്തിട്ടില്ല. എന്നും ജനങ്ങളുടെ മുമ്പിൽ വെച്ചാണ് അഛൻ എന്നെ അടിച്ചിരുന്നത്. തെറ്റ് ചെയ്താൽ മക്കളെ ശിക്ഷിക്കുന്ന നല്ല പിതാവാണെന്ന് ജനങ്ങളെ കാണിക്കാൻ വേണ്ടി പുറത്തേക്ക് വലിച്ച് കൊണ്ട് പോകും. അദ്ദേഹം കുടുംബം നോക്കുന്ന ഒരു ശരാശരി മനുഷ്യനായിരുന്നു എന്നതാണ് ശരി.

കുറ്റപ്പെടുത്താനുള്ള സമയം കഴിഞ്ഞു. ഒരിക്കൽ പോലും അദ്ദേഹത്തിൽനിന്ന് നിങ്ങളും എന്നെ സംരക്ഷിച്ചില്ല. എന്ത് കൊണ്ട്? എനിക്കറിയാം അദ്ദേഹം നിങ്ങളേയും അടിക്കുമായിരുന്നു. എന്നോട് കാണിച്ചതിനേക്കാൾ കൂടുതൽ നിങ്ങളോട് ദേഷ്യപ്പെടും. എനിക്കറിയാം. മക്കളെ അടിക്കുന്ന അച്ഛൻമാരുടെ മുമ്പിൽ കയറിനിന്ന് അടി കൊണ്ട് മക്കളെ രക്ഷപ്പെടുത്തുന്ന അമ്മമാർ ഒരുപാടുണ്ട്. പക്ഷേ, നിങ്ങൾ അങ്ങനെ ആയിരുന്നില്ല. അതെല്ലാം കഴിഞ്ഞ് എന്റെ തല കഴുകിത്തരുമ്പോൾ നിങ്ങൾ പറഞ്ഞിരുന്നത് ‘അഛൻ ചെയ്തതാണ് ശരി, അദ്ദേഹം ചെയ്തതാണ് ശരി, നിന്നെ നല്ല മനുഷ്യനാക്കണം’ എന്ന് മാത്രമാണ്. നല്ല സ്വഭാവമുള്ള ഒരു മനുഷ്യൻ. നിന്നെ ഓർത്ത് അഭിമാനം കൊള്ളുന്ന നല്ല ഒരു മനുഷ്യനാകാൻ വേണ്ടിയാണ് അദ്ദേഹം ഇതെല്ലാം ചെയ്യുന്നത്.

പ്രത്യേക രീതിയിലായിരുന്നു അച്ഛൻ അടിച്ചിരുന്നത്. ഭാവിയിൽ ഞാൻ അനുഭവിക്കാനിരിക്കുന്ന സകല പീഡകൾക്കും എന്റെ ശരീരത്തെ അദ്ദേഹം പാകപ്പെടുത്തി എടുക്കുകയായിരുന്നു എന്നാണ് തോന്നിയത്. ദൈവമേ... ഏതായാലും ആ സംഭവങ്ങളിലൂടെ എന്റെ തൊലിയുടെയും എല്ലുകളുടെയും പ്രതിരോധശേഷി വർദ്ധിച്ചു, വേദനകളില്ലാതെ എങ്ങനെ ജീവിക്കാനാകും എന്ന സത്യം മനസ്സിലാക്കാനായി എന്ന യാഥാർത്ഥ്യം പറയാതിരിക്കാനാകില്ല. ഏത് വേദനയെയും ഒതുക്കി വെക്കേണ്ടത് എങ്ങനെയാണന്ന് എനിക്ക് മനസ്സിലാക്കാനായി. ക്ലബിലേക്ക് പോകുമ്പോൾ ഏത് വേദനയും സഹിക്കാനുള്ള മനക്കരുത്ത് നേടിയെടുക്കണം. ക്ലബ്. ഞങ്ങൾ അതിനെ ക്ലബ് എന്ന് വിളിക്കുന്നുണ്ടെങ്കിലും അതിന്റേതായ ഒരു അടയാളവും അവിടെയുണ്ടായിരുന്നില്ല. അവിടെ ടയർ റ്റ്യൂബുകൾ മുറിച്ച് തുന്നിച്ചേർത്താണ് ബോക്സിംഗ് റിങ്ങ് ഞങ്ങൾ ഉണ്ടാക്കിയിരുന്നത്. ബോക്സിംഗ് ശരിയായി പഠിച്ചെടുക്കുക എന്നതും ഞങ്ങളുടെ ലക്ഷ്യമായിരുന്നു. അതിന്റെ തിരക്കിലാകുമ്പോൾ ഞങ്ങളുടെ

തലച്ചോറിനെ ബാധിച്ച് നിൽക്കുന്ന പല ആശങ്കകളേയും അകറ്റി നിർ ത്താൻ കഴിഞ്ഞിരുന്നു. ആ റിംഗിലെ ലോകമാണ് പെണ്ണെന്ന വർഗ്ഗത്തെ ഞങ്ങളുടെ മനസ്സിൽ നിന്ന് അടർത്തി മാറ്റി തൊഴിച്ചെറിയാൻ സഹായി ച്ചത്. ആ വർഗ്ഗത്തിന്റെ ചിത്രങ്ങൾ പോലും ആദ്യകാലത്ത് ഞങ്ങൾക്കിട യിൽ കിടമത്സരത്തിന് കാരണമാക്കിയെങ്കിലും പതിയെ അതിൽ അടിഞ്ഞ് കിടക്കുന്ന ആപത്തുകൾ മനസ്സിലായതോടെ പതിയെ അത് മാറ്റി വെച്ച്, ശത്രുവിനെ തകർത്തെറിയാനുള്ള ഞങ്ങളുടെ ശക്തി വീണ്ടെ ടുക്കാൻ സാധിച്ചു.

എന്തിന് ഞാനതെല്ലാം ഓർക്കണം? കാരണം ഇപ്പോൾ എനിക്ക് ഒരുപാട് സമയമുണ്ട്. എനിക്കിഷ്ടമുള്ള അത്രയും സമയം എന്റെ ഇഷ്ട ങ്ങൾക്ക് വേണ്ടി മാറ്റി വെക്കാൻ എനിക്ക് കഴിയും. എന്റെ കാര്യങ്ങൾ തീരുമാനിക്കുന്നത് ഞാൻ തന്നെയാണ്. എനിക്ക് നിങ്ങളോട് സംസാരി ക്കാൻ തോന്നുന്നു. നിങ്ങളെന്നെ കണ്ടിട്ട് ഒരുപാട് കാലമായില്ലേ. ആദ്യ മായി ഞാൻ വീട്ടിൽ നിന്ന് പോന്നതിന് ശേഷം, സോറി, അവർ എന്നെ പിടിച്ച് കൊണ്ട് പോയതിനു ശേഷം നിങ്ങൾ എന്നെ കണ്ടിട്ടില്ലല്ലോ. ഒളി ച്ചോട്ടത്തിന്റെ ഭാഗമായിട്ട് രണ്ടാമത്തെ തവണ ഞാൻ വന്നപ്പോൾ കുറച്ച് ധൃതിയിലായിരുന്നല്ലോ വന്നതും പോയതും. ഒരു കാര്യം പറയാതിരി ക്കാനാകില്ല കേട്ടോ, ഞാൻ ഇത്, ഈ കത്ത്, എഴുതാൻതന്നെ കാരണം ഇവിടെയുണ്ടായിരുന്ന സ്ത്രീയാണ്.

ഒരു മധ്യവയസ്കയായ സ്ത്രീ. ഇവിടെ അടുത്തുള്ള വലിയ വേസ്റ്റ് ബോക്സിന്റെ അടുത്താണ് അവർ നിന്നിരുന്നത്. എല്ലാവരേയും നിരീ ക്ഷിക്കുന്ന കൂട്ടത്തിൽ അവരുടെ വെപ്രാളം ഞാൻ തിരിച്ചറിഞ്ഞു. ചുറ്റുഭാഗവും നോക്കി അവർ അടുത്തുണ്ടായിരുന്ന ബഞ്ചിൽ ഇരുന്നു. അവളുടെ ഹാൻഡ് ബാഗിൽ നിന്ന് ചുരുട്ടി മടക്കി വെച്ച കത്ത് എടുത്ത് വായിക്കാൻ തുടങ്ങി. ഏകദേശം അര മണിക്കൂർ അവർ തരിച്ചിരുന്നു. പിന്നെ വലിച്ച് കീറി ബാസ്കറ്റിലിട്ട് അകത്തേക്ക് ധൃതിയിൽ നടന്നു.

അല്പസമയം കാത്തിരുന്ന ഞാൻ എന്റെ പത്രം ആ ചവറ് കൊട്ട യിലിട്ടു. അറിയാതെ വീണ പത്രം തിരിച്ചെടുക്കുന്ന കൂട്ടത്തിൽ ആ കത്തും കൂടി ഞാൻ എടുത്തു. വേറെ ആരെങ്കിലും അതെല്ലാം നിരീ ക്ഷിച്ച് നിൽക്കുന്നുണ്ടാകും എന്നാണ് ഞാൻ കരുതിയത്. നേരത്തെ ഇരുന്നിരുന്ന വിമാന ആഗമന വിവരങ്ങൾ കാണിച്ച് തരുന്ന ബോർഡിന്റെ അരികിലേക്ക് ഞാൻ തിരിച്ച് പോയില്ല. ഇത്രയും കാലത്തെ അനുഭവ ത്തിൽനിന്ന് ഞാൻ പലതും പഠിച്ചെടുത്ത് കഴിഞ്ഞിരുന്നു. തീർച്ചയായും ഏത് അറിവും എന്നെങ്കിലും എല്ലാവർക്കും ഉപകാരപ്പെടും. ആ സ്ത്രീ അവിടെ വന്ന് താൻ എറിഞ്ഞ കത്ത് തിരഞ്ഞുനോക്കുന്നത് കണ്ടു. അത് കാണാനില്ല എന്ന് മനസ്സിലായപ്പോൾ അവരുടെ മുഖത്ത് കണ്ട ആശങ്ക കൂടി ദർശിക്കാനായതോടെ അതിന്റെ അകത്തുള്ള കാര്യമെന്താണെന്ന്

അറിയാനുള്ള മോഹവും കൂടി. ചില സങ്കടങ്ങളും അതിലേറെ ആശങ്കകളും. ചപ്പുകൾ നിറഞ്ഞ കീസ് ക്ലീനിംഗുകാർ മാറ്റിയിട്ടുണ്ടോ എന്നത് ചോദിക്കുന്നതും 'ഇല്ല' എന്ന മറുപടിയിൽ അവരുടെ ഭയം തെളിയുന്നതും ഞാൻ കണ്ടു.

പ്രധാനപ്പെട്ട ഒരു കാര്യം. അവർ അത് കീറി എറിഞ്ഞതിനാൽ വളരെ പ്രധാനപ്പെട്ട കാര്യങ്ങളെല്ലാം എനിക്ക് കിട്ടാത്ത ആ കടലാസ് കഷ്ണത്തിലാണെന്ന് കരുതി. തന്റെ മുൻ കാമുകനേയോ ഭർത്താവിനേയോ കാത്തിരിക്കുകയായിരുന്നു അവർ. പക്ഷേ, അയാൾ വന്നിട്ടില്ല എന്ന് മനസ്സിലാക്കാനായി. ആ ഒരു നിമിഷത്തിൽ ഈ കത്ത് ഞാൻ തന്നെ സൂക്ഷിച്ച് വെച്ചിരിക്കണം എന്ന് എനിക്ക് തോന്നി. വരികൾക്കിടയിൽ മറ്റൊരാളെ പിന്തുടർന്ന് പാരീസിലേക്ക് താൻ പോകും എന്ന കാര്യം അവർ അതിൽ എഴുതിവെച്ചതായി കണ്ടു. അവർ വന്ന് നിൽകുന്ന വൈറ്റിംഗ് ഹാൾ ഭാഗത്ത് നിന്ന് പാരീസിലേക്ക് ഒരു വിമാനവും പറക്കുന്നില്ല. പിന്നെ എന്തിന് ഇവിടേക്ക് വന്നു? അവൾ എഴുതി വെച്ചതിൽ ഒരു രഹസ്യവുമില്ലെങ്കിൽ പിന്നെ എന്തിനാണ് അത് അന്വേഷിച്ച് വീണ്ടും വന്നത്? അത് എഴുതിയ സ്ത്രീക്ക് തിരിച്ച് അവരുടെ നാട്ടിലേക്ക് മടങ്ങിപ്പോകാനാകില്ല. അവരുടെ മട്ടും ഭാവവും കണ്ടിട്ട് ഒരു ലബനാൻകാരിയാണെന്ന് എനിക്ക് തോന്നി. അവിടെ അടുത്ത പ്രശ്നമുദിച്ചു. ഇവിടെ, ഈ ഏരിയയിൽ നിന്ന് ബൈറൂത്തിലേക്ക് പോകുന്ന വിമാനവും പറക്കുന്നില്ല. അതോടെ അവരുടെ ബോർഡിംഗ് പാസും അറൈവൽ സ്റ്റേഷനും ഏതാണെന്ന് മനസ്സിലാക്കണമെന്ന ചിന്ത മനസ്സിലെത്തി.

അത് പോട്ടെ, നമുക്ക് നമ്മുടെ കാര്യം പറയാം. എനിക്ക് എല്ലാറ്റിനേക്കാളും കൂടുതൽ ഇഷ്ടം നിങ്ങളോടായിരുന്നു അമ്മാ... പരസ്പരം നാം കാണാതായിട്ട് ഒരുപാട് കാലമായില്ലേ.. നിങ്ങൾ എന്നെ കണ്ടാൽ തിരിച്ചറിയില്ല എന്ന ഭയം എനിക്കുണ്ട്. ഞാനൊരുപാടു മാറി. എന്റെ രൂപം മാറിയിരിക്കുന്നു. മെലിഞ്ഞിട്ടുണ്ട്, പല്ലു പൊട്ടിയിരിക്കുന്നു, തലയിൽ കഷണ്ടി കയറിയിരിക്കുന്നു. നീ ഇതിന് വിധിക്കപ്പെട്ടവനാണ്, കാരണം നീ പിശാചിന്റെ സന്തതിയാണല്ലോ എന്നായിരിക്കും നിങ്ങൾക്ക് പറയാനുണ്ടാവുക. നിങ്ങൾക്ക് അത് പറയാനുള്ള അവകാശമുണ്ടായേക്കും. ശരിയാണെന്നും തോന്നുന്നുണ്ടായിരിക്കാം. ഇത്രയൊക്കെ സംഭവിച്ചിട്ട് ഞാൻ നിങ്ങളോട് മാപ്പ് ചോദിച്ച് വരുന്നതിന് അർത്ഥമുണ്ടാകുമോ? നിങ്ങളെനിക്ക് മാപ്പ് തരില്ല, തരുമെന്ന് ഞാൻ വിശ്വസിക്കുന്നുമില്ല. ഈ കത്ത് നിങ്ങൾക്ക് ലഭിക്കുമ്പോൾ ഞാൻ ജീവിതത്തിന്റെ തടവറയിൽ അകപ്പെട്ടു പോയിരിക്കുന്നു എന്ന കാര്യം അറിയിക്കാനെങ്കിലും കഴിയുമെന്നാണ് കരുതുന്നത്. ആകാശലോകത്ത് നിന്ന് ഉൽക്കാവർഷംപോലെ മരണ വാർത്തകൾ കേൾക്കുമ്പോഴും നിങ്ങൾ ജീവിതത്തിന്റെ തടവിലായിരിക്കണം എന്നാണ് ഞാൻ പ്രാർത്ഥിച്ചിരുന്നത്.

കടലായാലും കരയായാലും കൃത്യ സമയത്തായിരിക്കുമല്ലോ നിങ്ങളുടെ ഒളിച്ചോട്ടങ്ങളെല്ലാം. അതുകൊണ്ടാണ് ഞാൻ കത്ത് എഴുതാൻ തീരുമാനിച്ചത്, പക്ഷേ, ഏത് വിലാസത്തിലാണ് ഞാൻ ഇത് അയയ്ക്കുക. ഭാഗ്യത്തിന്റെ അകമ്പടിയുണ്ടെങ്കിൽ ഞാൻ ആ കത്തുകൾ എന്റെ കൂടെ എടുത്തു കൊള്ളാം, എവിടെവെച്ചാണോ നാം കണ്ട് മുട്ടുന്നത് എങ്കിൽ അത് ഞാൻ നേരിട്ട് തരാം. കാരണം മുഖത്ത് നോക്കി സംസാരിക്കാൻ പ്രയാസമായിരിക്കും. മറ്റുള്ളവർ പറയാറുള്ളത് പോലെ എന്റെ കഥ നിങ്ങളോട് വിവരിക്കേണ്ടിവന്നാൽ അതിലേറെ ബുദ്ധിമുട്ടായിരിക്കും. ഞാൻ ചെയ്ത് പോയ തെറ്റുകൾ പകരം ചോദിക്കാൻ വരുന്നുവെങ്കിൽ അത് കാണാനും കൊള്ളാനും നിങ്ങളാണ് ഏറ്റവും അർഹയായിട്ടുള്ളത്. അത് ശിക്ഷയാണെങ്കിലും മോക്ഷമാണെങ്കിലും ശരി. നിങ്ങളാകണം എന്റെ രക്ഷകയും ശിക്ഷകയും. ആരാച്ചാരാകാം, മാലാഖയാകാം. എല്ലാം മറക്കലും പൊറുക്കലുമല്ല. ക്ഷമിക്കുക എന്ന് വെച്ചാൽ, വഴി തെറ്റി പോയ ഒരു മകനോടുള്ള സ്നേഹമാണത്. വിധിയുടെ വിളയാട്ടത്തെ പഴിച്ച് എത്ര കാലം നടക്കേണ്ടി വന്നിട്ടുണ്ടെന്ന് ആർക്കും അറിയില്ല.

പ്രിയപ്പെട്ട അമ്മാ, ഞാൻ മാറിയിരിക്കുന്നു. നിങ്ങൾക്കറിയാവുന്ന മകനിൽനിന്ന് ഒരുപാട് മാറിക്കഴിഞ്ഞിരിക്കുന്നു. ഞാൻ ഇന്ന് രോഗിയാണ്. രോഗം എന്റെ ശരീരത്തിലുണ്ട്, എന്റെ മനസ്സിനേയും രോഗം കീഴടക്കി യിരിക്കുന്നു. രോഗം ഭേദമാകും എന്ന ഒരു പ്രതീക്ഷയും എനിക്കില്ല. ജയിലിൽ കിടന്ന് മരിക്കാൻ പേടിയായത് കൊണ്ട് ഓടി രക്ഷപ്പെടുക യാണ്. ഒഴിഞ്ഞ മരുഭൂമിയിൽ വീണ് മരിക്കണം. മെഴുക് തിരി പോലെ കത്തിയെരിഞ്ഞ് തീരണം. ദൈവത്തിന്റെ ഏതെങ്കിലും മരുഭൂവിൽ വീണ് ഒടുങ്ങണം. അത് കഴിഞ്ഞാൽ പിശാച് എന്റെ ആത്മാവിനെ വരുതി യിലാക്കും. എന്റെ രോഗം ബാധിച്ച മനസ്സിനെ അവൻ പിടിച്ചെടുക്കും. ഇഷ്ടമുള്ളത് ചെയ്യട്ടെ.

എന്തിനാണ് സൈന്യം വീട്ടിൽ വന്ന് എന്നെ പിടികൂടിയത് എന്ന് ആരും ഇതുവരെ പറഞ്ഞ് തന്നിട്ടില്ല. ഞാൻ ചെയ്ത കുറ്റം എന്താണ് എന്ന് പറയാതെ, ചോദിക്കാതെ, വ്യക്തത വരുത്താതെ അവർ എന്നെ മർദ്ദിക്കാൻ തുടങ്ങി. അവർ എന്നെ മണ്ണിലിട്ട് ചവിട്ടി മെതിച്ച് മർദ്ദിച്ചു. അത് കഴിഞ്ഞതോടെ അടുത്ത റൂമിലെക്ക് എന്നെ വലിച്ചിഴച്ച് പുതിയ രീതിയിലുള്ള മർദ്ദനമുറകൾ തുടങ്ങി. അതിനുശേഷം ഒരു കാറിലിട്ട് എന്നെ സെല്ലിലേക്ക് മാറ്റി.

“നിന്റെ കൂട്ടുകാരെല്ലാം സമ്മതിച്ച് കഴിഞ്ഞു. നിന്റെ കൂടെ ക്ലബ്ബിലു ണ്ടായിരുന്നത് ആരെല്ലാമാണ് എന്ന് വ്യക്തമായ വിവരവും ഞങ്ങൾക്ക് കിട്ടിയിട്ടുണ്ട്.” അവർ പറഞ്ഞു.

“ശരി. ഓകെ, പക്ഷേ, എനിക്കെതിരെയുള്ള കുറ്റം എന്താണ് എന്നത് ആരെങ്കിലും ഒന്ന് പറഞ്ഞ് തരുമോ? എന്താണ് എന്നെക്കുറിച്ച് എന്റെ കൂട്ടുകാർ പറഞ്ഞത്?”

അവരേക്കാൾ സ്മാർട്ടാകാൻ ശ്രമിക്കരുത് എന്നായിരുന്നു അവരുടെ മറുപടി.

ആഴ്ചകളും മാസങ്ങളും കടന്ന് പോയി. ചോദ്യം ചെയ്യുന്നതിന്റെയും കേസിന്റെയും കാര്യങ്ങളാകെ മാറി മറിഞ്ഞു. കൂടുതൽ വിശദീകരിക്കാൻ എനിക്ക് കഴിയില്ല. പക്ഷേ, അവർ എന്നെ തകർത്ത് കളഞ്ഞു. എന്റെ മേനിയിൽ അവർ മൂത്രമൊഴിച്ചു, കാഷ്ഠിച്ചു. ഞാൻ എന്റെ തന്നെ മൂത്രത്തിലും കാഷ്ടത്തിലും മുങ്ങി നിൽക്കുന്ന സമയത്ത് അവർ ബാത്ത്റൂമിലെ വെള്ളം കൊണ്ട് വന്ന് എന്റെ തലയിലൂടെ ഒഴിക്കും. പീഡനത്തിന്റെ കാഠിന്യത്താൽ എനിക്ക് മൂത്രമൊഴിക്കാൻ പോലും സാധിക്കാത്ത വേദനയുണ്ടായിരുന്നു. പക്ഷേ, ബോധമുള്ള സമയത്തെ പീഡനാനുഭവങ്ങളുടെ ഭയമായിരുന്നു സഹിക്കാൻ സാധിക്കാതിരുന്നത്. മരിക്കാനുള്ള ഭയമായിരുന്നില്ല. ഇവിടെനിന്ന് അനുഭവിച്ചതിനേക്കാൾ കൂടുതൽ ഒന്നും നരകത്തിലുണ്ടാകില്ലെന്ന് എനിക്കുറപ്പുണ്ട്. ഉത്ഭവ സ്ഥാനമറിയാത്ത ഭയമായിരുന്നു അത്. ഏറ്റവും വലിയ ശിക്ഷ. പീഡനമേറ്റ് അവസാനം ഞാൻ അവരിൽ തന്നെ എന്തോ സ്ഥാനമുള്ളവനായി മാറി. എനിക്കും കുടുംബവും മക്കളും മറ്റുമുണ്ടാകുമായിരിക്കും എന്ന് തമാശ രൂപത്തിൽ തന്റെ കൂട്ടുകാരനോട് അവരിൽ ഒരാൾ പറയുന്നത് കേൾക്കാൻപോലും വിധിക്കപ്പെട്ടവനായി ഞാൻ... ഞാൻ ഒരു കാര്യം ആവർത്തിക്കട്ടെ... ഞാൻ നിരപരാധിയാണ്..

ആ ഭയം എന്നെ അടിമുടി ഉലച്ച് കളഞ്ഞു. ഭീതിയുടെ ആഴങ്ങളിൽ ചെന്ന് വീഴുന്നത് പോലെ ഒരു തോന്നലുണ്ടായി. അവർ എന്നെ പിടിച്ച് വലിച്ചിഴച്ച് കൊണ്ട് പോയപ്പോൾ ഭ്രാന്തിന്റെ വക്കിലെത്തിയത് പോലെയായിരുന്നു. ലാത്തിയും മറ്റും ഉപയോഗിച്ച് മർദ്ദനം തുടങ്ങുന്നത് വരെ സഹിക്കാനാകാത്ത വേദനപ്പിക്കലുകളൊന്നുമുണ്ടായിരുന്നില്ല. എന്റെ സ്വപ്നത്തിൽ മാത്രമാണ് ഇതുപോലെത്തെ അനുഭവങ്ങൾ എനിക്കുണ്ടായിരുന്നത്. ആ ദുരിതത്തിൽ നിന്ന് രക്ഷപ്പെടാനുള്ള, നിരന്തരം പാളിപ്പോകുന്ന ശ്രമങ്ങളുമായിരുന്നു എന്റെ ദുഃസ്വപ്നങ്ങളിൽ അതിന്റെ ശേഷം വന്നിരുന്നത്. സ്വപ്നത്തിൽ ഞാൻ ജയിലിന്റെ പുറത്താണെങ്കിലും ഏത് സ്ഥലത്താണെങ്കിലും എല്ലാ ശ്രമങ്ങളും പാഴാകലായിരുന്നു അതിന്റെ അന്ത്യം. എനിക്ക് രാത്രിയും പകലും തിരിച്ചറിയാനാകാതായി. യാഥാർത്ഥ്യവും സ്വപ്നവും മനസ്സിലാക്കാനാകാതായി. ഭയം... നശിപ്പിക്കുന്ന ഭയം.

ഞാൻ അവരോട് പറഞ്ഞു.

“ഞാൻ കുറ്റമേൽക്കുന്നു. നിങ്ങൾ ആരോപിച്ച എല്ലാ കാര്യങ്ങളും ശരിയാണ്. ഞാൻ കളവ് പറഞ്ഞ് രക്ഷപ്പെടാൻ ശ്രമിക്കുകയായിരുന്നു.”

“നിന്റെ കുറ്റമേൽക്കൽ ശരിയാണോ എന്ന് പരീക്ഷിക്കണം. നിന്റെ ആത്മാർത്ഥത ഞങ്ങൾക്ക് ഒന്ന് നോക്കണം”

“ഞാൻ തയ്യാറാണ്... എനിക്ക് സമ്മതമാണ്. നിങ്ങൾ പറയുന്ന ഏത് കാര്യത്തിനും ഞാൻ തയ്യാറാണ്.”

“എന്നാൽ ഞങ്ങളുടെ സഹായിയായി കൂടിക്കോ. ഞങ്ങൾ പറയുന്ന ഏത് കാര്യവും ചെയ്യേണ്ടി വരും. നിന്നെ നിരീക്ഷിച്ച് ശരിയാണെന്ന് തോന്നിയാൽ അപ്പോൾ നോക്കാം”

അവർ പ്രതീക്ഷിച്ചതിനേക്കാൾ കൂടതൽ ഞാൻ മാറി. സേവകനായി അവരെ തൃപ്തിപ്പെടുത്തുന്നത് അത്ര എളുപ്പമുള്ള കാര്യമായിരുന്നില്ല. പേടിക്കേണ്ട വർഗ്ഗം തന്നെയായിരുന്നു. ഒരുപാട് ടെസ്റ്റുകൾ എന്നെ വെച്ച് അവർ ചെയ്തുവെങ്കിലും എല്ലാതരത്തിലും ഞാൻ വിജയിച്ചു. എനിക്ക് കള്ളം പറയാൻ ഒന്നുമുണ്ടായിരുന്നില്ല. മറച്ച് വെക്കാനും ഒന്നുമുണ്ടായിരുന്നില്ലല്ലോ. ഇനി ഒരിക്കലും അവർ എന്നെ ഭയപ്പെടുത്താതിരുന്നാൽ മാത്രം മതി എന്നായിരുന്നു എന്റെ ഒരേ ഒരു ചിന്ത.

സാവധാനം ഞാൻ എന്റെ ശക്തി തിരിച്ചറിഞ്ഞ് തുടങ്ങി.അധികാരത്തിന്റെ ആസക്തി ഞാനും അറിഞ്ഞ് തുടങ്ങി. അഭൂതപൂർവ്വമായ എന്റെ മാറ്റങ്ങളെ ഞാൻ തന്നെ അത്ഭുതത്തോടെ നോക്കി കണ്ടു. ഒരു കാലത്ത് ഞാൻ ഭയപ്പെട്ട് നടന്നിരുന്ന പലരും എന്റെ കാൽക്കീഴിൽ വീണ് താഴ്മയോടെ ‘സർ’ എന്നൊക്കെ വിളിക്കാൻ തുടങ്ങിയിരിക്കുന്നു. ഞാൻ ഒരു ആണായിരിക്കുന്നു എന്ന് എനിക്ക് തന്നെ തോന്നി. എല്ലാ അർത്ഥത്തിലും ഒരു ആണായിരിക്കുന്നു. നല്ല നിലയിൽ വളർത്താൻ കാര്യമായ ഒരു പണിയും ചെയ്യാത്ത പിതാവിന് പോലും അഭിമാനിക്കാൻ മാത്രം തോന്നുന്ന ഒരാളായി ഞാനിതാ മാറിയിരിക്കുന്നു. എന്നെ അദ്ദേഹം വീട്ടിൽ നിന്ന് ആട്ടിയോടിക്കുക പോലും ചെയ്തത് നിങ്ങൾ ഓർക്കുന്നുണ്ടാകും. ജനങ്ങളെല്ലാം എന്നെ കുറിച്ച് അദ്ദേഹത്തോട് പരാതി പറഞ്ഞില്ലേ.

“നിങ്ങളുടെ മകൻ ഞങ്ങളുടെ മക്കളെ തട്ടിക്കൊണ്ട് പോയി പീഡിപ്പിക്കുന്നുണ്ട്... മക്കളെ ഞങ്ങൾക്ക് വിട്ട് തരണം... അല്ലാതെ ഒന്നും ഞങ്ങൾക്കില്ല. മക്കൾ എന്താ ചെയ്തത് എന്ന് ഞങ്ങൾക്കറിയില്ല. ഒരുപക്ഷേ, അവർ ചെയ്തതിന് കിട്ടേണ്ടത് കിട്ടുകയായിരിക്കാം. അവർ ഇപ്പോഴും ജീവിച്ചിരിക്കുന്നുണ്ടെങ്കിൽ എവിടെയാണുള്ളത് എന്ന് ഒന്ന് പറഞ്ഞ് തന്നാൽ മാത്രം മതി. അവരെ ശിക്ഷിച്ച് മതിയായെങ്കിൽ അവരെ വെറുതെ വിട്ടാൽ മാത്രം മതി.”

അവർ പറഞ്ഞത് എന്നോട് ഒന്ന് അന്വേഷിക്കുക പോലും ചെയ്യാതെ വിശ്വസിച്ചു.

“ഇറങ്ങിപ്പോ എന്റെ വീട്ടിൽ നിന്ന്. ഇനി ഒരിക്കലും ഇങ്ങോട്ട് വന്ന് പോകരുത്.”

എന്നെ അടിക്കാനായി കൈ ഉയർത്തിയപ്പോൾ പിതാവിനെ അടിച്ച് പൊട്ടിക്കണം എന്ന് തന്നെ കരുതി അതിൽ കയറി പിടിച്ച് മുഖത്തേക്ക് തുപ്പി ഒന്നും മിണ്ടാതെ ഞാൻ ഇറങ്ങി നടന്നു. അതിന്റെ പേരിൽ എനിക്ക് യാതൊരു മനസ്താപവും തോന്നിയിട്ടില്ല.

എന്റെ ലോകം, എന്റെ അധോലോകം, ഒരു മൂത്ത സഹോദരനെ പോലെ, ഞാൻ അതിന് യോഗ്യനല്ലാതിരിന്നിട്ട് പോലും, എന്നെ സംരക്ഷിക്കുകയായിരുന്നു. ഞാൻ കുറച്ച് കൂടി പഠിച്ചിരുന്നുവെങ്കിൽ മുകളിലേക്ക് കയറി പോകാമായിരുന്നു. എന്നാലും കിട്ടിയതിൽ ഞാൻ തൃപ്തനായിരുന്നു. എവിടെയായിരുന്നാലും എങ്ങനെയായിരുന്നാലും നിലവിലെ സാഹചാര്യങ്ങളെ മാറ്റാനോ തിരുത്താനോ എനിക്ക് കഴിയില്ല. പിന്നെ എന്തിന് ഞാൻ എന്റെ ശരീരത്തെ വെറുതെ ദ്രോഹിക്കണം? അവരാണ് കൊലപാതകികളും ആക്രമികളും എന്ന് പറയാൻ എനിക്ക് എന്ത് അധികാരമാണുള്ളത്? ആ പഴയ നരകത്തിലേക്ക് തന്നെ തിരിച്ച് പോകാൻ ഞാൻ ആഗ്രഹിക്കുന്നുണ്ടോ? ഈ ജീവിതം അത് ഞാൻ ഇഷ്ടപ്പെടുന്നു. ഞാൻ ജീവിക്കുന്നത് പോലെ ഒരാൾ മാത്രമല്ലല്ലോ ജീവിക്കുന്നത്? മരുഭൂമിയിലെ മണൽത്തരികളാണ് ഞങ്ങൾ. അവർ എല്ലാവരും കൊണ്ട് വരുന്ന വാർത്തകളും വിവരങ്ങളും മുഴുവനായി എനിക്ക് അറിയാനോ മനസ്സിലാക്കാനോ കഴിയിയാത്തതിനാൽ ഞങ്ങളുടെ നേതാക്കന്മാർ പറയുന്നത് വിശ്വസിക്കുക മാത്രമേ ചെയ്യാനാകൂ. അവർ എല്ലാവരും നശിച്ചവരും നശിപ്പിക്കുന്നവരുമാണ് എന്ന് എങ്ങനെ പറയാനാകും. അല്ല. അങ്ങനെയാകില്ല. അവരുടെ കൂട്ടത്തിൽ എന്റെ ഒരുപാട് കൂട്ടുകാരുണ്ട്. ഞങ്ങൾ ഒരുമിച്ചാണ് തിന്നുകയും കുടിക്കുകയും തമാശ കാണിക്കുകയും പാരവെയ്ക്കുകയും ചെയ്യുന്നത്. ചില സമയങ്ങളിൽ കാര്യത്തിന്റെ നിജസ്ഥിതി അറിയാൻ വേണ്ടി മാത്രം ഇതുപോലെത്തെ കാര്യങ്ങൾ ചർച്ച ചെയ്യാറുമുണ്ട്. നേതാവ് ചമയാൻ ഞങ്ങൾക്ക് ആഗ്രഹമില്ലായിരുന്നു. വ്യക്തമായി ദിശാബോധമുള്ള വിവരവും ‘വിദ്യാഭ്യാസ’മുള്ളവർ തന്നെയായിരുന്നു ഞങ്ങളുടെ നേതാക്കന്മാർ. അവരാണ് ഞങ്ങളുടെ വാർത്തകളുടെ ഉറവിടവും. ഞങ്ങളുടെ സാമ്രാജ്യത്തേയോ നേതാക്കന്മാരേയോ വെറുക്കുന്നവരെ ഞങ്ങൾ വിശ്വസിച്ചിരുന്നില്ല. അവർ ഞങ്ങളെയും വെറുക്കുന്നുണ്ടാകുമല്ലോ. പഴയ ആ ഭയം എന്റെ മനസ്സിലെ എല്ലാ സ്നേഹവും ഇഷ്ടവും ഇല്ലാതാക്കിയിരുന്നു. ചില സമയങ്ങളിലെ കഠിന മനോഭാവം ചില അപകടങ്ങളിൽനിന്നുള്ള രക്ഷപ്പെടലുകളായിരുന്നു. കേട്ട കാര്യത്തിന്റെ നിജസ്ഥിതി കുറച്ച് ബുദ്ധിയുള്ളവനാണെന്ന് തോന്നുന്നവനോട് ഒന്നും തന്നെ തിരക്കാതിരിക്കലാണ് നല്ലത്. കാരണം അവൻ സ്വന്തം തടി രക്ഷപ്പെടുത്താനായി ഏത് കള്ളവും പറഞ്ഞ് നോക്കും.

കൂടുതൽ ചിന്തിക്കുന്നതും ഉപകാരപ്പെടില്ല. സംശയിച്ച് നിന്നിട്ടും കാര്യമില്ല. എനിക്കുണ്ടായത് പോലെ മറ്റുള്ളവർ നമ്മിൽ നിന്ന് എന്തൊക്കെയോ പ്രതീക്ഷിച്ചിരിക്കുമ്പോൾ പ്രത്യേകിച്ചും സംശയിക്കാനോ കൂടുതൽ ചിന്തിക്കാനോ പാടില്ല.

ഈ അധോലോകത്ത് ദൈവമില്ല എന്ന സത്യം ഞാൻ മനസ്സിലാക്കി. ഇതിന്റെ നേതൃത്വം ഞങ്ങൾക്ക് നൽകിയതിൽ അദ്ദേഹത്തിന് വ്യക്തമായ ചില തന്ത്രങ്ങളുണ്ടായിരിക്കാം എന്ന് വിശ്വസിക്കുന്നവനാണ് ഞാൻ. ഈ ലോകത്തിന്റെ അധിപനായിരിക്കാനുള്ള ശക്തിയും സഹായവും എനിക്ക് നൽകി സഹായിച്ചത് അവനാണ്. അവനാണ് തുടക്കം മുതൽ ഇതിനുള്ള പ്ലാൻ വരച്ച് തയ്യാറാക്കിയത്. അവന്റെ, ദൈവത്തിന്റെ, പ്ലാനിംഗിനെക്കുറിച്ച് നമുക്ക് കൃത്യമായ തിരിച്ചറിവും ബോധവുമില്ലെങ്കിലും എല്ലാ കാര്യവും തുടക്കം മുതൽക്ക് അവൻ തീരുമാനിച്ചുറപ്പിച്ച് വരകളിൽ കൂടി തന്നെയാണ് പോയികൊണ്ടിരിക്കുന്നത്. അതുകൊണ്ട് തന്നെ എന്നേക്കാൾ റാങ്ക് കൂടിയവരെ ഞാൻ ബഹുമാനിക്കുന്നു. ആദരിക്കുന്നു അനുസരിക്കുന്നു. എന്റെ അനുസരണയും ആദരവുകളും അർഹിക്കുന്ന തരത്തിൽ അവർക്ക് കിട്ടിയിട്ടില്ലെങ്കിൽ മറ്റ് പലരേയും പോലെ എന്റെ കാര്യങ്ങളും നേരത്തെതന്നെ കാലം കഴിഞ്ഞിട്ടുണ്ടാകുമായിരുന്നു.

ഇതിനെക്കാൾ കൂടുതൽ എനിക്ക് ഒന്നിനും ആഗ്രഹമില്ല. അമ്മേ, ചില സമയത്ത് നിങ്ങൾക്ക് കൂടുതൽ കാശ് അയച്ച് തരണം എന്ന് ആഗ്രഹിക്കാറുണ്ട്. ആഗ്രഹം മനസ്സിലുണ്ടെങ്കിലും സമയം ഒന്നിനും സമ്മതിക്കില്ല. ലോകത്തിന്റെ വിരിമാറിലൂടെ നെഞ്ചും വിരിച്ച് നടന്ന് പോകുമ്പോൾ മിക്ക ദിവസങ്ങളിലും എന്തെങ്കിലും മോഷണവസ്തു എന്റെ കീശയിലുണ്ടാകാറുണ്ടായിരുന്നു. അതിനിടയിലാണ് കലാപം പൊട്ടിപുറപ്പെട്ടത്. വിവരമറിഞ്ഞതോടെ നേതാക്കന്മാർ ഓടി ഒളിച്ചു. സംഘടിച്ചെത്തിയ പൊതുജനങ്ങൾ ഞങ്ങളുടെ കേന്ദ്രം ആക്രമിച്ചു. തെമ്മാടികളും ആക്രമികളുമായിരുന്ന ഒരു പറ്റം ആൾകൂട്ടം മനുഷ്യക്കൂട്ടമായി വളരെ പെട്ടന്ന് തന്നെ മാറി. എല്ലാ ഭാഗത്ത് നിന്നും അക്രമിസംഘങ്ങളായി വരുന്നതിനിടയിൽ നിന്ന് ഞാൻ എങ്ങനെയാണ് രക്ഷപ്പെട്ടത് എന്ന് എനിക്ക് ഇപ്പോഴും അറിയില്ല. കല്ല്, വടി, കൈകൾ കൊണ്ടായിരുന്നു ആക്രമണങ്ങൾ. ഞാൻ ഓടി. ഓടി രക്ഷപ്പെട്ടു.

ഒരാളോടും സഹായം ചോദിക്കാൻ നിൽക്കാതെ ഞാൻ ഓടി. രണ്ട് രാത്രികളും ഒരു പകലും ഞാൻ മുറിഞ്ഞ് രക്തമൊഴുകുന്ന മുഖവുമായി അലഞ്ഞ് നടന്നു. വഴിയിൽ വെച്ച് ഒരു സ്ത്രീ എന്റെ മുഖം കഴുകി തന്നു. നീ ജയിലിൽ നിന്നാണോ വരുന്നത് എന്ന് ചോദിച്ചപ്പോൾ അതെ എന്നായിരുന്നു എന്റെ മറുപടി. അവരുടെ മക്കൾ വൈകീട്ട് വന്നപ്പോൾ അവരോട് ഞാൻ അറിയാത്ത തെറ്റിന് ജയിലിൽ പോയതും കൊടിയ പീഡന മർദ്ദനങ്ങളേൽക്കേണ്ടി വന്നതും തുടങ്ങി ഒരുപാട് കാര്യങ്ങൾ

പൊടിപ്പും തൊങ്ങലും ചേർത്ത് വെച്ച് കാച്ചി. അല്ലെങ്കിലും കഥ പറഞ്ഞ് മറ്റുള്ളവരെ ബോധ്യപ്പെടുത്താൻ എനിക്ക് നല്ല വശമായിരുന്നു. അങ്ങനെ ഞാൻ വിമതരുടെ കൂട്ടത്തിലായി. വിമതർക്കൊപ്പം കൂടി അവിടെ നിന്നും രക്ഷപ്പെടാനുള്ള മാർഗ്ഗം ഞാൻ കണ്ടെത്തി. എന്ത് അപകടമുണ്ടായാലും എത്ര വില നൽകേണ്ടി വന്നാലും ശരി ഞാൻ യാത്രക്ക് തയ്യാറാണെന്ന് അവരെ അറിയിച്ചു. ദൈവം എനിക്ക് സമാധാനവും ശാന്തിയും നൽകുന്ന ലോകത്തിന്റെ ഏത് കോണിലേക്കും ഞാൻ പോകാൻ തയ്യാറാണെന്ന് അവരെ അറിയിച്ചു. എനിക്ക് ഒരു പുതിയ ജീവിതം തുടങ്ങണം.

പ്രിയപ്പെട്ട അമ്മേ,

ഇവിടെ ഞാൻ സന്തോഷകരമായ ജീവിതം തുടങ്ങിയിരിക്കുന്നു. ചുരുങ്ങിയ ദിവസങ്ങൾക്കുള്ളിൽ അത്യാവശ്യത്തിന് സംസാരിക്കാനുള്ള വാക്കുകളും ആ നാട്ടുഭാഷയിൽനിന്ന് ഞാൻ പഠിച്ചെടുത്തിരുന്നു. തുടർന്ന് വിസ പേപ്പറുകൾ ശരിപ്പെടുത്താനുള്ള ശ്രമത്തിലായിരുന്നു. കടൽ മാർഗ്ഗേന ഞങ്ങളെ കടത്താൻ ശ്രമിച്ച ഒരാൾക്ക് എന്റെ സമ്പാദ്യത്തിന്റെ മഹാ ഭൂരിപക്ഷവും നൽകേണ്ടി വന്നു. കരയിലൂടെ കടക്കാനുള്ള വഴി പറഞ്ഞ് തന്നവനും കൊടുക്കേണ്ടി വന്നു ഒരുപാട്. ആഴ്ചകളോളം നടന്നു. വിസ പേപ്പറുകൾ കിട്ടാൻ വേണ്ടി വ്യക്തികളും സ്ഥാപനങ്ങളും നിർദ്ദേശിച്ചത് പോലുള്ള എല്ലാ കാര്യങ്ങളും ഞാൻ ചെയ്തു. അവസാന ശ്രമത്തിൽ നിരാശ്രയരുടെ അഭയകേന്ദ്രത്തിൽ ഞാനെത്തിയപ്പോൾ അവിടെ ഒരു ഉദ്യോഗസ്ഥ ഒരു ചെറിയ നോട്ട് മേശയ്ക്കടിയിൽനിന്നും വലിച്ചെടുത്തു. എന്നിട്ട് അത് തുറന്ന് വായിക്കാൻ തുടങ്ങി. "രാഷ്ട്രവിരുദ്ധ തയുടെ പേരിൽ നിന്റെമേൽ പരാതി ഉയർന്നിട്ടുണ്ട്. തമ്പിൽ വെച്ച് നിന്നെ പലരും തിരിച്ചറിഞ്ഞിട്ടുണ്ട്. നീ ചാരപ്പൊലീസുകാരുടെ കൂടെ ജോലി ചെയ്തിട്ടുണ്ട്. ഒരു പീഡനമുറിയുടെ ചുമതല ഏറ്റെടുത്ത് നീ ഉദ്യോഗ സ്ഥരെ തന്നെ ബുദ്ധിമുട്ടിച്ചിട്ടുണ്ട്."

പക്ഷേ, ഞാൻ അതിനെ ശക്തമായി എതിർത്തു.

"ശരി... ഞങ്ങൾ ഒന്ന് അന്വേഷിക്കട്ടെ." അവർ പറഞ്ഞു.

ഞാനെന്റെ താമസസ്ഥലത്തേക്ക് മടങ്ങിപ്പോയില്ല. അവരെന്നെ തിരി ച്ചറിയുമോ എന്ന പേടി ഉണ്ടായിരുന്നത് കൊണ്ട് തമ്പിലേക്കും പോയില്ല. എത്യോപ്യക്കാരുടെയും അഫ്ഗാൻകാരുടെയുംകൂടെ ഞാൻ വഴിയോര ങ്ങളിൽ കിടന്നുറങ്ങി. ചില ചെങ്കിരുശുകാരും ചില മുസ്ലീങ്ങളും ഞങ്ങൾക്ക് ഭക്ഷണം കൊണ്ടുവരുമായിരുന്നു. എന്റെ മത്ത് കാരണം അവരെന്നെ ആട്ടിവിട്ടു. ഞാൻ കുടിയന്മാർ മദോന്മത്തരായി കിടക്കുന്ന തെരുവിൽ അഭയം നേടി. അവിടെയും കൂടുതൽ കാലം നിൽക്കാൻ സാധിച്ചില്ല. തണുപ്പ് ശക്തമായതോടെ എന്റെ അടുക്കലുണ്ടായിരുന്ന കമ്പിളിയും മറ്റും അവർ ബലമായി പിടിച്ച് വാങ്ങി എന്നെ ആട്ടി യോടിച്ചു.

ഇപ്പോൾ ഞാൻ മടങ്ങിപ്പോകാൻ ആഗ്രഹിക്കുന്നു. അഥവാ എന്നെ പൊലീസ് പിടികൂടിയാൽ അവരുടെ നിർബന്ധം പോലെ ഞാൻ നാട്ടി ലേക്ക് മടങ്ങിപ്പോകേണ്ടിവരും. യാത്രക്കുള്ള ടിക്കറ്റ് വാങ്ങിച്ച് സന്തോഷ ത്തോടെ അതിർത്തി കടന്ന് പോകാമെന്നാണ് ഞാൻ കരുതുന്നത്. അവിടെ നിന്ന് ഒളിച്ചോടാനായി പുതിയ ഒരു വഴി കണ്ടെത്താം. വ്യാജ പേപ്പറുകൾ നിർമിക്കുന്ന ഒരാളെ എനിക്ക് വളരെ പെട്ടെന്ന് തന്നെ കണ്ടെ ത്താനാകും. എന്ത് തന്നെയായാലും എനിക്ക് ഇവിടെ നിൽക്കാൻ കഴി യില്ല. ഈ സ്റ്റേഷനിൽ എന്നല്ല ഈ രാജ്യത്ത് തന്നെ എനിക്ക് നിൽക്കാൻ കഴിയില്ല. അതെവിടെയായാലും ശരി ഇന്നുമുതൽ ഞാൻ നിങ്ങൾക്ക് നിരന്തരമായി കത്തുകൾ എഴുതിക്കൊണ്ടിരിക്കും.

അന്ന് തണുത്ത മഴയുള്ള രാത്രിയായിരുന്നു. നിലയ്ക്കാത്ത ചാറ്റൽ മഴയുടെ തണുപ്പ് എല്ലിലേക്ക് പോലും തുളച്ച് കയറുന്നുണ്ടായിരുന്നു. അതിൽ നിന്ന് രക്ഷപ്പെടാനായി ഞാൻ, വലിയ സൂപ്പർമാർക്കറ്റിന്റെ അക ത്തേക്കും പുറത്തേക്കും പോകുന്നവർക്കായി നോട്ടീസുകൾ വിതരണം ചെയ്യുന്ന ഒരാളുമായി സംസാരിച്ചിരുന്നു. അവൻ തനിച്ചായിരുന്നു. താൻ ഹോളിവുഡ്ഡിലേക്ക് ചേക്കേറുമെന്നും അവിടെ ചെന്ന് വലിയ നടനായി മാറി ഒരുപാട് കാശുണ്ടാക്കി തന്നെ സഹായിക്കാൻ തിരിച്ച് വരുമെന്ന് അവൻ പറഞ്ഞത് കേട്ടപ്പോൾ സഹിക്കാനാകാത്ത ചിരി പൊട്ടി. അവന്റെ സംസാരം കേട്ടപ്പോൾ അവൻ ഒരു കിഴക്കൻ യൂറോപ്യനാണെന്ന് മനസ്സി ലായി. ഞാനത് അവനോട് ചോദിച്ചു.

"അതെ, ഞാൻ അൽബേനിയക്കാരനാണ്, നിങ്ങളെ പോലെ ഒരു മുസ്ലിമുമാണ്. നിങ്ങൾ ഒരു അറബിയാണെന്ന് എനിക്ക് തോന്നുന്നു. അല്ലേ."

സ്വന്തം അധ്വാനത്തിൽ ജീവിതം കഴിച്ചുകൂട്ടുന്ന ഒരുത്തനാണെന്ന് അവനെന്നറിഞ്ഞപ്പോൾ എനിക്കദ്ഭുതം തോന്നി. കവർച്ചയും സ്ത്രീ പീഡനവും അവനറിയില്ല. സംസാരിച്ചിരിക്കുന്നതിനിടയിൽ ഒരു അറു പത് വയസ്സ് തോന്നിപ്പിക്കുന്ന തവിട്ടുനിറമുള്ള ഒരു സ്ത്രീ പുറത്തുവന്നു. ആ അൽബേനിക്കാരന് എന്തെങ്കിലും കൊടുക്കാൻ വേണ്ടി അവൾ ബാഗിൽ ചില്ലറകൾ തിരയാൻ തുടങ്ങി. എന്നെ കണ്ടതോടെ അവർ ചോദിച്ചു

"നീ നനഞ്ഞിട്ടുണ്ടല്ലോ, ഈ തണുപ്പത്ത് നീ എന്താണ് ചെയ്യുക, നീ എവിടെ നിന്നാണ്, ഓ, എനിക്ക് നിന്റെ നാടറിയാം എനിക്ക് അത് ഇഷ്ടമാണ് ഞാനവിടേക്ക് പല പ്രാവശ്യം വന്നിട്ടുണ്ട്."

എന്റെ നാടിനെ കുറിച്ച് പറഞ്ഞിട്ടും അത് എനിക്ക് ഏശിയിട്ടില്ല എന്ന് കണ്ടപ്പോൾ അവൾ ചോദ്യ ശൈലി മാറ്റി. "നിങ്ങൾ എവിടെയാണ് ഉറങ്ങുക? ഈ തണുത്തുറച്ച നാട്ടിൽ അഭയാർത്ഥികേന്ദ്രങ്ങളുണ്ട്. അതും ഈ ശക്തമായ തണുപ്പ് കാലത്ത്."

ആ ചില്ലറകൾ കീശയിലേക്ക് വെച്ച് ആ അൽബേനിയക്കാരൻ പറഞ്ഞു

"ഞാൻ എന്റെ കൂട്ടുകാരന്റെ കൂടെയാണ് ഉറങ്ങുന്നത്.. അവൻ അടുത്ത് തന്നെ അമേരിക്കയിലേക്ക് പോകും."

"അപ്പോൾ നീയോ..." അവൾ ചോദിച്ചു.

ഞാൻ ഉത്തരം പറയാനാവാതെ തലയാട്ടി. ഞങ്ങളുടെ കാര്യങ്ങളിൽ അനുവാദമില്ലാതെ കടന്ന് കയറിയതിന് മാപ്പ് ചോദിച്ച് അവർ പറഞ്ഞു

"നിങ്ങൾക്കെന്തെങ്കിലും ആവശ്യമുണ്ടെങ്കിൽ അത് അകത്ത് നിന്ന് വാങ്ങിത്തരാം. മദ്യമല്ലാത്ത എന്തും വാങ്ങിച്ച് തരാം."

നല്ല രാത്രിയും ആശംസിച്ച് അവർ മുന്നോട്ട് നടന്നു.

പക്ഷേ, അടുത്ത ദിവസം വൈകുന്നേരം ഒരു നൈലോൺ കവറുമായി അവർ വന്നു. കൊതുക് ശല്യത്തെ കുറിച്ചും മറ്റുള്ളവരെ ശ്രദ്ധിക്കേണ്ടതിന്റെ ആവശ്യകതയെ കുറിച്ചും അവർ വാ തോരാതെ പറയുന്നുണ്ടായിരുന്നു.

"സകല മനുഷ്യർക്കും ഇപ്പോൾ ബുദ്ധിമുട്ട് തന്നെയാണ്. ഈ ഭീകരവാദവും യുദ്ധങ്ങളും പലായനവുമുണ്ടാകുമ്പോൾ എങ്ങനെ മാറ്റങ്ങളുണ്ടാകാനാണ്"

കവറിന്റെ മൂടി തുറന്ന് ഒരു വലിയ ഒരു ഷാൾ പുറത്തെടുത്ത് എന്റെ സമ്മാനം സ്വീകരിക്കണം എന്നുള്ള അപേക്ഷയോടെ എന്റെ നേരെ നീട്ടി. അൽബേനിയക്കാരാനായ എന്റെ സുഹൃത്ത് എനിക്ക് നൽകിയിരുന്ന ഷാൾ കഴുത്തിലുണ്ടായിരുന്നു. അത് അവൻ തന്നെ അഴിച്ച് മാറ്റി പറഞ്ഞു.

"യെസ്.. ഐവാ.. മാഡത്തിന് നന്ദി.."

ഞാൻ അത് ധരിച്ചത് കണ്ട് അവർക്ക് നല്ല സന്തോഷമായത് പോലെ തോന്നി. അവർ ചെറിയത് എന്ന് പറഞ്ഞ ആ വലിയ സമ്മാനം സ്വീകരിച്ചതിന്റെ പേരിൽ അവർ എന്നോട് നന്ദി പ്രകാശിപ്പിച്ചു.

അൽബേനിയക്കാരനായ കൂട്ടുകാരന്റെ കൂടെ താഴെയുള്ള പുഴക്കരയിൽ ഭക്ഷണത്തിനിരിക്കുകയായിരുന്നു ഞങ്ങൾ. കീസ് തുറന്ന് ഭക്ഷണം കഴിച്ച് അതിന്റെ ഗുണ ഗണങ്ങൾ പറയുകയായിരുന്നു. എനിക്ക് എന്ത് മനഃസംഘർഷം തോന്നിയാലും ഞാൻ ആ നദിക്കരയിൽ വന്നിരുന്ന് അതിലെ വെള്ളത്തിലേക്ക് നോക്കിയിരിക്കും. അതിലേക്ക് നോക്കിയിരിക്കുമ്പോൾ എന്റെ വിഷമങ്ങൾ ഓരോന്ന് അലിഞ്ഞ് തീരുന്നത് പോലെ എനിക്ക് തോന്നുമായിരുന്നു. അതിന്റെ ഭംഗിയിൽ എന്റെ ഉറക്കം പോലും അകന്ന് പോകുമായിരുന്നു. മനസ്സമാധാനം കിട്ടാൻ ഞാൻ എന്തിനാണ് നദിക്കരയിൽ പോകുന്നത് എന്ന് എനിക്കറിയില്ലായിരുന്നു.

കുട്ടികൾക്കൊപ്പം ആടിത്തിമിർത്തിരുന്ന കാലങ്ങളെല്ലാം ഞാൻ മറന്നിരുന്നു. കൊക്കിറച്ചിയും പക്ഷി മുട്ടകളും സ്വന്തമായി പാകം ചെയ്ത് കഴിച്ചിരുന്ന കാലം. അന്നത്തെ വെള്ളമല്ല ഇപ്പോഴത്തെ വെള്ളം. അന്നത്തെ പുഴയല്ല ഇപ്പോഴത്തെ പുഴ. അന്നത്തെ ഞാനല്ല ഇന്നത്തെ ഞാൻ. ആ കുട്ടിക്കാലം അത് മറ്റേതോ കുട്ടിക്ക് മറ്റേതോ മനുഷ്യനുണ്ടായതായിരിക്കാം.

അൽബേനിയക്കാരനായ കൂട്ടുകാരൻ തന്റെ സ്വപ്നമായ സിനിമ കഥയുമായി മുന്നോട്ട് പോയി. അവൻ ഒരു കഥ പറഞ്ഞു. ഒരു സ്വപ്നത്തിന്റെ കഥ. അവൻ അമ്മയെ കണ്ടുവത്രേ. അവർ എന്നെ വിളിച്ചുവത്രേ... എനിക്ക് പുതപ്പ് സമ്മാനമായി നൽകിയ അവരെ ഇനിയും കണ്ടാൽ തിരിച്ച് പുഞ്ചിരിക്കണമെന്ന് അവൻ പറഞ്ഞു. അവരോട് ദയവോടെ പെരുമാറണം. ചുരുങ്ങിയത് ചോദിക്കുന്നതിന് ഉത്തരമെങ്കിലും നൽകണം. ആ പുതപ്പ് അത് നിനക്കായി അവർ വാങ്ങിച്ച് കൊണ്ട് വന്നതാണ്, അത് നല്ല വിലയുള്ളതും പണക്കാർ മാത്രം വാങ്ങിക്കുന്നതും ഉപയോഗിക്കുന്നതുമാണെന്ന് അവൻ മനസ്സിലാക്കിയിട്ടുണ്ടത്രേ... അവർ പണക്കാരിയാണ്... തനിച്ചാണ് താമസിക്കുന്നതും. എന്നിൽ അവർക്ക് എന്തോ താത്പര്യമുണ്ടായിട്ടുണ്ട്... അവർ എന്നെ തേടി തിരിച്ച് വരുമെന്ന് അവൻ തറപ്പിച്ച് പറഞ്ഞു. അവരുടെ പ്രായത്തിലുള്ള ഒരുപാട് സ്ത്രീകളെ അവന് അറിയാമെത്രേ... നമ്മുടെ നാട് പോലെ അല്ലാത്ത പല നാടുകളിലും ഇതുപോലെ പ്രായം ചെന്ന സ്ത്രീകൾ ജീവിക്കുന്നുണ്ട്. നാം പ്രായമായവരെ ബഹുമാനിക്കുകയും അബലകളെ സഹായിക്കുകയും ചെയ്യുന്നവരാണല്ലോ... അവനോട് ഞാൻ ഒന്നും പറഞ്ഞില്ല. അവനെ കഥ പറയാൻ തന്നെ വിട്ടു. പ്രായമായവരെ പ്രണയിച്ചതിന്റെ പേരിൽ അനുഭവിക്കേണ്ടി വന്ന രസകരമായ കാര്യങ്ങൾ പറഞ്ഞ് ഞങ്ങൾ രണ്ട് പേരും ചിരിച്ച് മറിഞ്ഞു. വൃദ്ധകളെ പ്രണയിച്ചാൽ അത് ആയുസ്സ് കുറയ്ക്കുന്നത് കൊണ്ടാണത്രേ പ്രവാചകൻ മുഹമ്മദ് നബി അത് തടഞ്ഞത്. പറഞ്ഞ് പറഞ്ഞ് അവർ അമ്മയുടെ പ്രായമുള്ളവരാണെന്ന് പോലും ഞാൻ പറഞ്ഞു. അത് കേട്ടതോടെ അവന്റെ തമാശ നിന്നു. അവൻ പറഞ്ഞു

"ദൈവം അവർക്ക് കരുണ ചെയ്യട്ടെ... നമുക്ക് അമ്മമാരുടെ കാര്യം ചർച്ച ചെയ്യണ്ട..."

അവരുടെ വീട്ടിൽ ചെന്ന് കയറുമ്പോൾ അവിടെയുള്ള സൗകര്യങ്ങൾ കണ്ട്, ഇത്ര കാലത്തെ എന്റെ ദുരിതങ്ങൾക്ക് ദൈവം എനിക്ക് തന്ന പരിഹാരമാണ് എന്നാണ് കരുതിയത്. ജീവിതത്തിന്റെ പുതിയ അദ്ധ്യായം സന്തോഷത്തോടെ തുടങ്ങാൻ തന്നെ ഞാൻ തീരുമാനിച്ചു. അൽബേനിയക്കാരൻ കൂട്ടുകാരൻ പറഞ്ഞത് പോലുള്ള ധനാഢ്യതയൊന്നും ഞാൻ അവരുടെ വീട്ടിൽ കണ്ടില്ല. പക്ഷേ, എന്നെ സംബന്ധിച്ചിടത്തോളം അത് കൊട്ടാരം തന്നെയായിരുന്നു, ആഡംബരത്തിന്റെ കോട്ട തന്നെയായിരുന്നു.

എന്റെ മുൻകാല ജീവിതം, സുഖമായാലും ദുഃഖമായാലും ഞാനത് മറന്നു. ചെറിയ ചൂടുള്ള ബാത്ത് ടബ്ബിലെ വെള്ളത്തിൽ കയറി കിടന്നാൽ സ്വർഗ്ഗത്തിലേക്ക് വിളിച്ചാൽ പോലും തിരിച്ച് ഇറങ്ങാൻ എനിക്ക് ഇഷ്ട മില്ലാതെയായി. അവർ, ആ സ്ത്രീ, അവർ, ഒരു ദേവതയാണ്. ഞാൻ അവരുടെ കൈയിൽ ചുംബിക്കുമായിരുന്നു. അവർ ആവശ്യപ്പെട്ടതെല്ലാം ഞാൻ ചെയ്ത് കൊടുക്കുമായിരുന്നു. വീട് വൃത്തിയാക്കുന്നതിലും അടുക്കി വെക്കുന്നതിലും ഒതുക്കി വെക്കുന്നതിലും അലക്കുന്നതിലും ഇസ്തിരിയിടുന്നതിലും എന്തിന് പാചകത്തിൽ പോലും ഞാൻ അവരെ സഹായിക്കാൻ തുടങ്ങി.

അവർ ഇടയ്ക്ക് എന്റെ കഴിഞ്ഞ കാലത്തെ കുറിച്ച് ചോദിക്കും. എന്റെ പീഢ കാലം മറയ്ക്കാൻ ആഗ്രഹിക്കുകയാണെന്നും അത് വെറുതെ ഓർമിപ്പിക്കരുത് എന്നുമാണ് ഞാൻ തിരിച്ച് പറഞ്ഞിരുന്നത്. അതിന് ശേഷം അവർ എന്റെ എതിർപ്പ് അവഗണിച്ച് കൊണ്ട് വിസ പേപ്പറുകൾ ശരിയാക്കുന്നതിന് ആവശ്യമായ കാര്യങ്ങൾ ചെയ്യാൻ തുടങ്ങി. എനിക്ക് വിസ വേണ്ടെന്ന് അവരോട് ഞാൻ പറഞ്ഞ് നോക്കി. മറ്റുള്ളവർക്ക് താമസ സൗകര്യം കൊടുക്കുന്നത് നിങ്ങൾക്ക് അപകടമുണ്ടാക്കില്ലേ എന്ന് ഒരു ദിവസം ഞാൻ അവരോട് ചോദിച്ചു.

“വിദേശി അഭയാർത്ഥികൾക്ക് താമസ സൗകര്യം ഒരുക്കി കൊടു ക്കുന്നത് നിയമ വിരുദ്ധമാണ്. പ്രത്യേകിച്ച് ഒരു വിസയുമില്ലാതെ താമ സിക്കുന്നവർക്ക്.”

പക്ഷേ, അവർക്ക് സർവ്വ സ്വാതന്ത്ര്യവുമുണ്ടായിരുന്നത് കൊണ്ട് ചെയ്യാനുള്ളത് ചെയ്യുമായിരുന്നു. വീട്ടിൽ നിന്ന് ഒരിക്കലും പുറത്തിറങ്ങ രുതെന്നും വഴിയിലൂടെ കടന്ന് പോകുന്നവർക്ക് ആർക്കും വാതിൽ തുറന്ന് കൊടുക്കരുതെന്നും അവർ പ്രത്യേകിച്ച് ഓർമപ്പെടുത്തി. അവർ വീടിന് വെളിയിലാകുമ്പോൾ ജനാല വിരി പോലും മാറ്റാതെ വെളിച്ചം കിട്ടാത്ത, ബൾബുകൾ തെളിക്കാൻ പറ്റാത്ത ഒരു വീടായി അത് മാറി. അങ്ങനെ യാണ് ആ പ്രശ്നത്തിന് ഒരു പരിഹാരം കാണാൻ അവർ ശ്രമിച്ചത്.

അവർ ജോലിത്തിരക്കിലാകുമ്പോൾ എനിക്ക് നേരത്തെ പഠിപ്പിച്ച് തന്നിരുന്ന അറബിക് റേഡിയോ സ്റ്റേഷൻ ഞാൻ പ്രവർത്തിപ്പിക്കും. ബോക്സിംഗ് മത്സരമോ, റസ്ലിംഗോ അല്ലെങ്കിൽ ഫുട്ബോൾ മാച്ചോ ഉണ്ടെങ്കിൽ ഞാൻ ടിവിയിൽ അത് കാണും. ക്ലബിലെ കൂട്ടുകാരും അവ രോടുണ്ടാകാറുള്ള വാക്ക് തർക്കവും ഞാൻ ഓർക്കും. ആ സംഭവം എന്റെ മനസ്സിൽ വെറുപ്പിന്റെ ചിന്ത വളർത്തി. കൂട്ടത്തിൽ ഒരുവന് എന്റെ ശരീര സൗന്ദര്യത്തോടും ശത്രുവിന്റെ നെഞ്ചകം പിളർക്കുന്ന പഞ്ചുകളോടും അസൂയ തോന്നി ഏഷണി തുടങ്ങി. ഞാൻ ടീം ക്യാപ്റ്റനെ ചീത്ത വിളിച്ചു വെന്നും എതിർടീമിന്റെ കൂടെ കൂടിയിരിക്കുകയാണെന്നും പറഞ്ഞ് നടന്നു. അച്ഛൻ, ചെറിയ കുട്ടിയെ പോലെ മറ്റുള്ളവരുടെ മുമ്പിലിട്ട്

തല്ലിയൊതുക്കുന്ന എന്നെ അവർക്കാർക്കും അഥവാ യുവാക്കൾ ക്കാർക്കും കാര്യമായ വിലയുമുണ്ടായിരുന്നില്ല. എനിക്ക് എന്റെതായ അഭിപ്രായങ്ങളും ചിന്തകളുമുണ്ട്, ഈ നാടിനെക്കുറിച്ച് മറ്റു പലർക്കും അറിയാത്ത പല കാര്യങ്ങളും എനിക്കറിയാമെന്നൊക്കെ വാദിച്ച് നോക്കി യെങ്കിലും ആർക്കും എന്നോട് താത്പര്യമില്ലായിരുന്നു.

ഒരു നല്ല ഗുസ്തിക്കാരനാകാനുള്ള അവസരമുണ്ടായിരുന്നു.....

എനിക്ക് ഒന്നിനെ കുറിച്ചും ഖേദമില്ല. എന്തിനെ കുറിച്ചാണ് ഞാൻ ഖേദിക്കേണ്ടത് എന്ന് അറിഞ്ഞാലല്ലേ എനിക്ക് ഖേദിക്കാനാകൂ, ഇത് വരെ അത് എനിക്ക് അറിയില്ലായിരുന്നു. അവർ ആവശ്യപ്പെട്ടത് പ്രകാരം സ്വന്തം രക്തം കൊണ്ട് ഒപ്പ് വെച്ച പേപ്പറിൽ എന്താണ് എഴുതിയിരിക്കു ന്നത് എന്ന് എനിക്കറിയില്ലായിരുന്നു. എന്റെ മുമ്പിൽ കൂടുതൽ ഓപ്ഷ നുകളില്ലാത്ത കാലത്തോളം ഞാൻ എന്തിന് പേടിക്കണം. എന്റെ കൂടെ യുള്ളവരുടെ മേൽ ഞാൻ ശക്തി പ്രയോഗം നടത്തുന്നുണ്ടെങ്കിൽ, ജന ങ്ങളെ കുറിച്ച് ഇല്ലാ കഥകൾ പറഞ്ഞ് നടക്കുന്നുണ്ടെങ്കിൽ ഞാൻ ഖേദി ക്കാൻ ബാധ്യസ്ഥനാകുമായിരുന്നു. ഞാൻ നിർബന്ധിതനായിരുന്നു എന്നത് ദൈവത്തിന് അറിയാം. എന്റെ കൈകരുത്തിലും ചില സമയ ത്തുള്ള പ്രവർത്തനങ്ങളിലും ഞാൻ അഭിമാനിച്ചിരുന്നില്ലേ, അഹങ്കരിച്ചി രുന്നില്ലേ, ആനന്ദിച്ചിരുന്നില്ലേ എന്ന് ഒരു പക്ഷേ ചോദിച്ചേക്കാം. അത് സത്യമാണ്... അപ്പോൾ ഞാൻ തിരിച്ച് ചോദിക്കും "എന്നെ അങ്ങനെ ആക്കി തീർത്തത് ആരാണ്? നീ തന്നെയല്ലേ.. എന്തിനാണ് എന്നെ പാതി വഴിയിൽ വിട്ടിട്ട് പോയത്?"

ആ സ്ത്രീ വിടിന് പുറത്താകുമ്പോൾ എനിക്ക് എന്തോ ഭയങ്കര സങ്കട മായിരിക്കും. എന്റെ ഈ ജീവിതത്തിന് ഒരു അർത്ഥവുമില്ല എന്ന് തോന്നും. ഇവർ ഒരു ദിവസം എന്നെ അവരുടെ വീട്ടിൽ നിന്ന് ആട്ടി പുറ ത്താക്കും. എല്ലാ കാര്യത്തിനും ഒരു അതിരുണ്ടല്ലോ. എന്റെ വിസയു മായി ബന്ധപ്പെട്ട നുണക്കഥയിൽ ഇനിയും തുടരാൻ എനിക്കാവുമെന്ന് തോന്നുന്നില്ല.

അവർ സ്ഥലത്തില്ലെങ്കിൽ ഞാൻ അലമാരകളും ലോക്കറുകളും തുറന്നുനോക്കും. അതിൽനിന്ന് കിട്ടിയ ഒരു രേഖയിൽ നിന്നാണ് അവർക്ക് അമ്പത് വയസ്സാണ് പ്രായമെന്ന് മനസ്സിലാക്കാനായത്. കാഴ്ച യിൽ അതിലേറെ തോന്നിക്കുമായിരുന്നു. ഒരു പക്ഷേ, അവരുടെ ചുളിവ് വീണ മുഖവും കൈകളും കാരണമായി തോന്നിക്കുന്നതാകാം. ഇത് വരെ വടിച്ച് കളയാത്ത അവരുടെ ചെമ്പൻ മീശയാകാം കാരണം. അവ രുടെ കാലിലേയോ കക്ഷത്തിലേയോ രോമങ്ങളോ പുരികമോ അവർ ഒരിക്കലും വടിച്ച് കളഞ്ഞിരുന്നില്ല. വീടിന്റെ അകത്ത് നടക്കുമ്പോൾ ശരീരം എടുത്ത് കാണിക്കുന്ന വസ്ത്രങ്ങളാണ് ധരിച്ചിരുന്നത്. വീടി നകത്ത് അവർ സർവ്വ സ്വതന്ത്രരായിരുന്നു. ഞങ്ങളെ പോലുള്ളവരുടെ

മുന്നിൽ നഗ്നയായി നടക്കാൻ പോലും അവർക്ക് മടിയുണ്ടായിരുന്നില്ല. ആ രൂപത്തിൽ നടക്കുന്നതിലും മറ്റുള്ളവർ കാണുന്നതിലും അവർക്ക് ഒരു നാണവും ഉണ്ടായിരുന്നില്ലെങ്കിലും എനിക്കാകെ നാണമായിരുന്നു.

വാർഡ് റോബിൽ അലക്കി മടക്കി വൃത്തിയായി സൂക്ഷിച്ച് വെച്ചിരുന്ന ഡ്രസ്സിന്റെ കഥ ചോദിച്ചപ്പോഴാണ് അവരുടെ പഴയ കാമുകന്റേയും പ്രേമത്തിന്റെയും കഥ പറഞ്ഞത്. അയാൾ അവരോട് പ്രണയം നടിച്ച് സ്വത്തെല്ലാം തട്ടിയെടുത്ത്, വഞ്ചിച്ച് ഒളിച്ചോടിയ കഥയാണ് അവർ പറഞ്ഞ് തന്നത്. ചതിക്കപ്പെട്ടിട്ടും എന്തിനാണ് അയാളുടെ ഡ്രസ്സുകളും മറ്റും ഇങ്ങനെ സൂക്ഷിക്കുന്നതെന്ന് അവരോട് ഒരിക്കൽ ചോദിച്ചു. മനസ്സ് നിറഞ്ഞ ഒരു ചിരിയായിരുന്നു മറുപടി. തന്റെ ജീവിതത്തിലെ ഏറ്റവും സുന്ദരമായ കാലമായിരുന്നു അത് എന്ന് ആ ചിരിക്കിടിയിൽ അവർ പറഞ്ഞു. താൻ അപ്പോഴും അയാളെ ഇഷ്ടപ്പെട്ട് കൊണ്ടിരിക്കുന്നു. തന്നെ പോലെ ഒരു പുരുഷനെ ഇഷ്ടപ്പെട്ട ഒരാളുമുണ്ടാകില്ല എന്നത് കൊണ്ട് തന്നെ തന്റെ ആൾ ഒരു ദിവസം തിരിച്ച് വരും എന്ന ഉറച്ച വിശ്വാസം തന്നെ അവർക്കുണ്ടായിരുന്നു. എടുത്ത് വെച്ച വസ്ത്രങ്ങളിൽ ചുളിവോ കളർ വ്യത്യാസമോ കണ്ടാൽ അവർ അത് എടുത്ത് അലക്കി ഉണക്കി ഇസ്തിരിയിട്ട് വീണ്ടും മടക്കി അലമാരയിൽ വെച്ച് പൂട്ടും. അയാൾ തിരിച്ച് വന്നാൽ ഞാൻ എങ്ങനെ തിരിച്ചറിയും, തിരിച്ചറിഞ്ഞാലല്ലേ എനിക്ക് വാതിൽ തുറന്ന് കൊടുക്കാൻ സാധിക്കൂ എന്ന് അവരോട് ചോദിച്ചപ്പോൾ അവർ പറഞ്ഞു

“അക്കാര്യം നീ പേടിക്കണ്ട. നീ തുറന്ന് കൊടുക്കേണ്ടിയും വരില്ല. അയാളുടെ കൈയ്യിൽ ഒരു സ്പെയർ കീ ഉണ്ട്. അത് വെച്ച് തുറന്ന് അകത്ത് കയറിക്കോളും”

ആ കഥ കേട്ടതോടെ അവർ എനിക്ക് കിടക്കാൻ തന്ന വിരിപ്പിൽ സ്വസ്ഥതയോടെ കിടന്ന് ഉറങ്ങാൻ സാധിക്കാതെയായി. കിടക്കുമ്പോഴെല്ലാം അയാളെ വാസനിക്കുന്നത് പോലെ തോന്നിത്തുടങ്ങി. അലമാരയിൽ മടക്കി വെച്ചിരിക്കുന്ന വസ്ത്രത്തിന്റെ അടുക്കലേക്ക് പോകാൻ പോലും പേടിയായി. എപ്പോഴും പുറത്തെ കോണിപ്പടിയിൽ അപരിചിതമായ ഒരു കാൽപതനം പ്രതീക്ഷിക്കാൻ തുടങ്ങി. അവർ പുറത്താകുമ്പോഴാണ് അയാൾ വരുന്നതെങ്കിൽ താൻ പുതിയ വാടകക്കാരനാണ് എന്ന് പറയണം എന്ന് നേരത്തെ തീരുമാനിച്ചിരുന്നു. ഈ ഫ്ളാറ്റിൽ താമസിക്കുന്ന സ്ത്രീയെക്കുറിച്ച് എനിക്ക് വ്യക്തമായ ധാരണയില്ല എന്നൊക്കെ വേണം പറയാൻ.

എനിക്ക് ഇപ്പോൾ ലഭിച്ച് കൊണ്ടിരിക്കുന്ന സുഖവും സമാധാനവും കൂടുതൽ കാലം നീണ്ട് നിൽക്കില്ല എന്നത് എനിക്ക് അറിയാമായിരന്നു. ദൈവം കൂടുതൽ കാലം വിട്ട് പിടിക്കില്ല. ആ വീട്ടിൽ തനിച്ചിരിക്കാൻ എനിക്ക് പേടി തുടങ്ങി. അവർ തിരിച്ച് വരുമ്പോൾ എന്റെ അങ്കലാപ്പ്

നിറഞ്ഞ ഭാവം എനിക്ക് മറച്ച് പിടിക്കാൻ പോലും സാധിക്കുമായിരുന്നില്ല. എന്റെ വിസ പേപ്പറുകൾ ശരിയാകാത്തത് കൊണ്ടാണ് എന്റെ അസ്വസ്ഥത എന്ന് തെറ്റുധരിച്ച് അവർ ഞാൻ ഇനിയെന്താണ് ചെയ്യാൻ പോകുന്നതെന്നും എന്തുകൊണ്ട് ഒറിജിനൽ പേപ്പറുകൾക്ക് വേണ്ട കാര്യങ്ങൾ ചെയ്യാത്തത് എന്ന ചോദ്യവും തുടങ്ങും. ഒരു ദിവസം സംസാരത്തിനിടിയിൽ അവർ താൻ വിസ സംബന്ധിയായ എല്ലാ പേപ്പറുകളും എന്തിന് ഓഫീസർമാർ വരെ മടക്കിയ കേസാണെങ്കിൽ പോലും, ശരിയാക്കി തരുന്ന ഒരു സംഘടനെയെ കുറിച്ച് അന്വേഷിച്ചുവെന്നും അവരോട് തന്റെ കാര്യം സംസാരിച്ചിട്ടുണ്ടെന്നും വേണ്ടത് ചെയ്തേക്കുമെന്നും പറഞ്ഞു. അത് കൂടി കേട്ടതോടെ എന്റെ ഭ്രാന്ത് വർദ്ധിച്ചു. തന്റെ വഴി മുടക്കിയായി വരുന്ന ദൈവത്തെ പോലും ഞാൻ ചീത്ത വിളിച്ചു. അറബിയിൽ ഞാൻ പറയുന്ന മുട്ടൻ തെറികളെല്ലാം അവർ ചെറു ചിരിയോടെ, സ്നേഹത്തോടെ കേട്ടിരുന്നു. രാത്രിയായപ്പോഴാണ് എനിക്ക് ഒരു ചിന്ത വന്നത്. എന്നെ ഈ വീട്ടിൽനിന്ന് പറഞ്ഞയക്കാനാകാതെ പിടിച്ച് നിർത്തേണ്ടി വരുന്ന കാര്യങ്ങൾ അവരെ കൊണ്ട് തന്നെ ചെയ്യിക്കണം. അത് തിരിച്ച് വീട്ടാൻ കഴിയാത്ത ഒരു കടമായി കിടക്കണം. അതിന്റെ പേരിൽ തന്നെ ഈ വീട്ടിൽ നിന്ന് പുറത്താക്കാൻ അവർക്ക് സാധിക്കരുത്. എന്ത് തന്നെയായാലും കരുണയേക്കാൾ കൂടതൽ ബധ്യതയുള്ളവരെ തന്നെയാകുമല്ലോ ശ്രദ്ധിക്കപ്പെടുക. അതിലൂടെ അവർ കാത്തിരിക്കുന്ന കാമുകനെ മറക്കുകയും വേണം. തന്റെ കാമുകന്റെ ജീവിതത്തിലേക്ക് മടങ്ങി പോകാൻ എന്തെങ്കിലും ചിന്തയുണ്ടെങ്കിൽ അത് തുടക്കം മുതൽക്ക് തന്നെ പിഴുതെറിയണം.

ഞാൻ അവരെ വിളിച്ചുണർത്തി. ആദ്യമായി താൻ അനാവശ്യമായി ചൂടായതിന് മാപ്പ് ചോദിച്ചു. രണ്ടാമതായി ഞാൻ അത്ര പരുഷമായി പെരുമാറാനുണ്ടായതിന്റെ യഥാർത്ഥ കാരണം വിശദമായി പറഞ്ഞ് കൊടുക്കുകയും ചെയ്തു. ഞാൻ അവരെ അത്രക്ക് ഗാഢമായി പ്രണയിക്കുന്നുവെന്ന് അഭിനയത്തോടെ തന്നെ പറഞ്ഞ് ഫലിപ്പിച്ചു. താൻ മനസ്സ് കൊണ്ട് പ്രണയിക്കുന്ന ഒരാൾ തന്റെ മുൻകാല കാമുകനെ കാത്തിരിക്കുകയാണെന്നും അയാളുടെ വസ്ത്രങ്ങൾ വരെ സൂക്ഷിച്ച് വെച്ചിരിക്കുകയാണെന്ന സത്യം നേരിട്ട് ബോദ്ധ്യപ്പെടുകയും ചെയ്തതോടെ തനിക്ക് നിയന്ത്രണം വിട്ട് പോയതാണെന്നും വികാരാവേശത്തോടെ അവതരിപ്പിച്ചു. എനിക്ക് അഭയം തന്ന്, തെരുവിൽനിന്ന് എന്നെ കണ്ടെത്തി, തണുപ്പും വിശപ്പും കൊണ്ട് മരവിച്ച് തീരേണ്ടിയിരുന്ന എന്നെ രക്ഷപ്പെടുത്തി അന്നവും വെള്ളവും പാർക്കാൻ ഒരിടവും തന്ന ഒരു നല്ല സ്ത്രീയുടെ മനസ്സ് മുഴുവനും സ്നേഹംകൊണ്ട് നിറഞ്ഞിരിക്കുകയായിരിക്കുമെന്നും അത് ഒരിക്കലും വേദനിക്കാൻ പാടില്ലെന്നുമാണ് ഞാൻ കരുതിയതെന്ന് പറഞ്ഞു. പറഞ്ഞ് പറഞ്ഞ് ഞാൻ കരഞ്ഞു. അവരും

കൂടെ കരഞ്ഞു. അറബികൾ അങ്ങനെയാണ്, സന്തോഷത്തിലും സങ്കടത്തിലും അവർ കൂടെയുണ്ടാകും.

ഭീതിദമായ രാത്രിയായിരുന്നു അത്. ആ സ്ത്രീ വന്യമായ ശക്തിയോടെ എന്നെ പിടിച്ച് പറിച്ചു എന്ന് തന്നെ വേണം പറയാൻ. സ്വബോധം തിരിച്ച് കിട്ടിയില്ലെങ്കിൽ എന്റെ കാര്യം തീരുമാനമാകും എന്ന ഉറപ്പുണ്ടായത് കൊണ്ട് തന്നെ ഞാൻ അകന്ന് നിൽകാൻ തീരുമാനിച്ചപ്പോഴെല്ലാം എന്നെ കൂടുതൽ അവർ ഞെക്കിപ്പിഴിഞ്ഞു. കിരാതമായ ശക്തിയോടെ അവർ എന്നിൽ മേഞ്ഞ് നടന്നു. ഞാൻ അൽപം മുമ്പ് അഭിനയിച്ച് കാണിച്ച കാര്യങ്ങൾ അവർ എനിക്ക് പ്രവർത്തിയിൽ കാണിച്ച് തരുകയായിരുന്നു. എന്റെ മടിയും പേടിയും ഇല്ലാതെയാക്കണം എന്ന വാശി അവർക്കുള്ളത് പോലെയായിരുന്നു കാട്ടിക്കൂട്ടലുകൾ. അതിനിടയിൽ എപ്പഴോ, അവർ തന്നെ വല്ലാതെ ഇഷ്ടപ്പെടുകയും ഈ ഒരു സമാഗമം ഒരുപാട് കാലമായി ആഗ്രഹിച്ച് കൊണ്ടിരിക്കുകയാണെന്നും ഇത്രയും കാലം വസ്ത്രവും കെട്ടിപ്പിടിച്ച് കാത്തിരുന്നവനെ മറക്കാൻ മാത്രം എനിക്ക് നീയുണ്ടെന്നും പറയുന്നത് കേട്ടു. താൻ എല്ലാ കാര്യവും തുറന്ന് പറഞ്ഞത് എനിക്ക് എളുപ്പമായെന്നും ഒരുപാട് കാലം തന്നെ പ്രണയത്തോടെ കൊതിയോടെ ആഗ്രഹത്തോടെ നോക്കി നിന്നിരുന്നെങ്കിലും എന്നിൽ നിന്ന് ഒരു പ്രണയ നോട്ടം പോലും എന്തിന് ആഗ്രഹത്തിന്റെ യാതൊരു ചേഷ്ഠയും കാണാത്തത് കൊണ്ട് എല്ലാം ഒതുക്കി വെച്ചിരിക്കുകയായിരുന്നു എന്നും പറയുന്നുണ്ടായിരുന്നു. മനസ്സിൽ തോന്നിയത് വിളിച്ച് പറയുന്നതോടൊപ്പം തന്നെ എന്റെ വസ്ത്രങ്ങളെല്ലാം, അടിവസ്ത്രങ്ങൾ പോലും അവർ വലിച്ചൂരുന്നുണ്ടായിരുന്നു. എന്റെ ആയുധത്തെ പുറത്തെടുത്ത് അവർ വായിലാക്കാൻ ധൃതിപ്പെടുന്നത് എനിക്ക് നോക്കി നിൽകേണ്ടി വന്നു.

ദൈവമേ, ദൈവമേ ഞാൻ എന്താണ് ചെയ്തത്. ഞാൻ എന്താണ് എന്റെ ശരീരത്തോട് തന്നെ ചെയ്തത്, ചെയ്തുകൊണ്ടിരിക്കുന്നത്. തീയിലേക്കാണല്ലോ ദൈവമേ ഞാൻ ആവേശത്തോടെ നടന്ന് ചെന്നത്. ഞാൻ വിസ്സമ്മതം പ്രകടിപ്പിക്കുന്നതിന് അനുസരിച്ച് അവരുടെ ദേഷ്യവും പകയും വാശിയും വന്യതയും കൂടി കൂടി വന്നു. സുന്ദരമായി കണ്ടിരുന്ന അവരുടെ പുഞ്ചിരിയിൽ പോലും ആവേശവും വാശിയും കയറി കൂടുന്നത് ഞാൻ കണ്ടു. അവരുടെ ആവേശം ഒരു ഇരുപത്കാരിയുടെതായിരുന്നു. അണ്ടർ വിയറുകൾ പോലും എന്നെ കരുതി മാത്രം ധരിക്കുന്നത് പോലെയായിരുന്നു. അവരുടെ ചലനങ്ങൾക്ക് പോലും കാര്യമായ മാറ്റങ്ങൾ കാണാൻ തുടങ്ങി. അതുവരെ കുണുങ്ങി കുണുങ്ങി നടന്നിരുന്നവർ ഒരു ഈജിപ്ഷ്യൻ പാട്ടിന് നൃത്തം ചെയ്യുന്ന കണക്കെ ചാടി ചാടി നടക്കാൻ തുടങ്ങി. മൊത്തത്തിൽ അവർ മറ്റൊരു സ്ത്രീയായി മാറി. അതെല്ലാം കാണുമ്പോൾ ഞാൻ തോറ്റത് പോലെയാണ് എനിക്ക് തോന്നിയത്. ഒരർത്ഥത്തിൽ ഭീകരമായ പരാജയം.

ഒരു ദിവസം, നാം ചെയ്യുന്നത് ശരിയല്ലെന്ന് അവരോട് പറഞ്ഞു. അങ്ങനെയെങ്കിൽ വിസ പേപ്പറുകൾ കൈയ്യിൽ കിട്ടിയാൽ ഞാൻ നിന്നെ കല്യാണം കഴിക്കാമെന്നായി അവർ. എന്നാൽ നമുക്ക് ഒരുമിച്ച് പേപ്പറുകൾ ശരിയാക്കാനുള്ള കാര്യങ്ങൾ ചെയ്യാമല്ലോ എന്നത് കൂടി കേൾക്കേണ്ടി വന്നു.

എന്റെ ദുഃസ്വപ്നങ്ങൾ തിരിച്ച് വരുകയായിരുന്നു.

കാഴ്ചയ്ക്ക് അതിസുന്ദരമായ, വിശാലമായ പ്രകാശം നിറഞ്ഞ് നിൽക്കുന്ന ഒരു ആൾക്കൂട്ടത്തിലെന്ന പോലെയാണ് കാണുന്നത്. എനിക്ക് ബാത്ത്റൂമിൽ പോകാൻ തോന്നി. ടോയ്ലെറ്റ് അന്വേഷിച്ച് കണ്ടെത്തി അകത്ത് കയറിയപ്പോൾ ഒരു ഹോസ്പിറ്റലിനെ ഓർമിപ്പിക്കുന്ന അനേകം വാതിലുകളുള്ള അതി വിശാലമായ ഒരു സ്ഥലം. അവിടെ എല്ലാം വെള്ള നിറത്തിലായിരുന്നു. ഞാൻ എന്റെ കാര്യ സാധ്യത്തിന് നോക്കുമ്പോൾ ടോയ്ലെറ്റ് മാഞ്ഞ് പോകുന്നു, ക്ലോസറ്റിൽ കാഷ്ഠം നിറയുന്നു. അവിടെ നിന്ന് വെറുപ്പോടെ പുറത്തിറങ്ങി മറ്റൊരു ഭാഗത്തേക്ക് ചെന്നപ്പോൾ അവിടം കാഷ്ഠം നിറഞ്ഞ് വൃത്തികേടായി കിടക്കുന്നു. പതിയെ പതിയെ ഞാൻ തൊടുന്നതെല്ലാം, സ്വിച്ചും ബോർഡും ഞാൻ ചാരി നിൽക്കുന്ന ചുമർ പോലും എന്റെ വസ്ത്രവും അത് തട്ടുന്ന സ്ഥലങ്ങളും എല്ലാം അഴുക്കിൽ കുളിച്ച് നിൽക്കുന്നു. കാര്യ സാധ്യത്തിനായി ഞാൻ അന്വേഷിക്കുന്ന വെപ്രാളത്തോടെ കയറി ചെല്ലുന്ന എല്ലാം ടോയ്ലെറ്റുകളിലും ചിത്രം അത് തന്നെയായി മാറുന്നു. ഇവിട സംഭവിക്കുന്ന കാര്യങ്ങൾ അറിയാതെ പാർട്ടിക്ക് വന്നവർ കുറച്ചപ്പുറത്ത് ആവേശത്തോടെ തിമിർക്കുന്നത് ഞാൻ കാണുന്നു. എന്റെ വൻകുടലിന്റെ നിയന്ത്രണം എന്നിൽ നിന്ന് നഷ്ടപ്പെടുമോ എന്ന ഭയം എന്നെ കൂടുതൽ വെപ്രാളത്തിലാക്കുന്നു.

ഉറക്കത്തിൽ നിന്ന് ഞെട്ടി ഉണരുന്നു. വിരിപ്പിലെ കാഷ്ഠമുള്ളത് പോലെ തോന്നി. ലൈറ്റിട്ട് കട്ടിലിന്റെ പരിസരങ്ങളിൽ കൂടുതൽ പരിശോധിച്ചു. രാത്രികാല ഡ്രസ്സ് അഴിച്ച് ഒന്ന് കൂടെ പരിശോധിക്കുന്നു. കൈകൾ സോപ്പിട്ട് കഴുകുമ്പോൾ പലപ്പോഴും മലാഖമാരെ സഹായത്തിന് വിളിച്ച് പോയി. ചായക്കപ്പ് എടുത്ത് ജനലിന്റെ പുറകിൽ നിന്ന് ഇരുട്ടിലേക്ക് തുറിച്ച് നോക്കാൻ തുടങ്ങി. ജനാലക്ക് പിറകിലുള്ള നില്പും ഇരുട്ടിനോടുള്ള തുറിച്ച് നോട്ടവും ദീർഘിക്കാൻ തുടങ്ങി. ഒരു പുഴ വെള്ളമോ മറ്റോ എന്റെ തലയിലൂടെ ഒലിച്ചിറങ്ങിയാൽ മാത്രമേ എന്റെ മനസ്സിന് സമാധാനമാകൂ. എന്റെ പീഢനത്തെ ഓർത്ത് കരഞ്ഞെങ്കിൽ മാത്രമേ എനിക്ക് മനസ്സമാധാനം കിട്ടൂ, തിരികെ ഉറക്കത്തിന്റെ ലോകത്തേക്ക് മടങ്ങാനും കഴിയൂ. ദേഷ്യത്തിന്റെയും സങ്കടത്തിന്റെയും സായൂജ്യം കരച്ചിലിലാണല്ലോ. സാധാരണ മനം വിട്ട് ഉറങ്ങുന്ന അവർ എഴുന്നേറ്റാൽ എന്നെ ശക്തിയോടെ പിടിച്ച് വലിച്ച് അടുപ്പിച്ച് മന്ത്രിക്കും.

"അതൊക്കെ ഒരോ തന്ത്രങ്ങളല്ലേ,, നിന്റെ എല്ലാ വേദനകളും ഞാൻ മാറ്റിത്തരാം. സംതൃപ്തിയോടെ മനസ്സമാധാനത്തോടെ നിനക്ക് നാട്ടി ലേക്ക് തിരിച്ച് പോകാൻ സാധിക്കും"

പുലർച്ചെ ഉണർന്നാലും അവർ പുറത്ത് പോകുന്നത് വരെ ഞാൻ ഉറക്കം നടിച്ച് കിടക്കും. വൈകുന്നേരം അവർ വരുന്ന സമയം നോക്കി ഞാൻ എഴുതാനിരിക്കും. എന്നെ തൊടാനോ പിടിക്കാനോ വന്നാൽ അറബിയിൽ തന്നെ ബദ്ധശ്രദ്ധയോടെയുള്ള എഴുത്തിനെ തടസ്സപ്പെടു ത്തരുത്, ഞാൻ യുദ്ധത്തെ കുറിച്ചുള്ള ഒരു പുസ്തകം എഴുതി കൊണ്ടി രിക്കുകയാണ്, അത് കൊണ്ട് അത് തടസ്സപ്പെടുത്തരുത് എന്ന് പറഞ്ഞ് രക്ഷപ്പെടാൻ ശ്രമിക്കും. ഞാൻ എഴുതി കൊണ്ടിരിക്കുന്ന പുസ്തകം എന്റെ ചിന്തകളേയും ഓർമകളേയും എന്തിന് രഹസ്യങ്ങളെ പോലും വഴി തിരിച്ച് വിടുന്നതായിരുന്നു. അത് എനിക്ക് കുറച്ച് ആശ്വാസം നൽകി. അവരുടെ ആ വന്യമായ സ്വഭാവം കാരണത്താൽ മനുഷ്യരോടുള്ള ഇട പാടുകൾ വെറുത്തു എന്ന് മാത്രമല്ല ആഗ്രഹങ്ങളുടെ ലോകത്ത് നിന്ന് തന്നെ ഞാൻ അകന്ന് മാറാൻ തുടങ്ങി. അല്ല അവർ എന്നെ മാറ്റി. അവരെ അകറ്റി നിർത്താൻ ഞാൻ പാട് പെടാൻ തുടങ്ങി.

സമാധാനം കൂടുതൽ കാലം നീണ്ട് നിന്നില്ല. എഴുതുന്നത് നല്ലതാണ്, പക്ഷേ, സംസാരിക്കുന്നതാണ് അതിനേക്കാൾ നല്ലത് എന്ന വാദവുമായി അവർ വരാൻ തുടങ്ങി. മനോരോഗ ചികിത്സക്കായി ഷോക്ക് ട്രീറ്റ്മെന്റ് കൊടുക്കുന്നതിന്റെ ഉപകാരങ്ങളെ കുറിച്ച് പോലും അവർ വാ തോരാതെ സംസാരിക്കാൻ തുടങ്ങി. ആ പീഡനത്തിൽ നിന്ന് രക്ഷപ്പെടാനായി എനിക്ക് തുറന്ന് സംസാരിക്കേണ്ടി വന്നു. എന്റെ മനസ്സിലെ വേദനയും നിസ്സഹായാവസ്ഥയും തുറന്ന് പറയണമെന്ന് തോന്നി. അതെല്ലാം കേട്ട പ്പോൾ മാത്രമാണ് അവർ പിന്തിരിഞ്ഞത്. പക്ഷേ, തിരിച്ച് പോകുമ്പോഴും അവർ പറഞ്ഞിരുന്നത് സ്നേഹം സ്നേഹം മാത്രമാണ് ഏത് വേദന യേയും രോഗത്തേയും മാറ്റാൻ ശക്തിയുള്ളത് എന്നായിരുന്നു. അവർ നിരുപാധികമായി എന്നെ സ്നേഹിക്കുന്നുവത്രേ... അപ്പോൾ പ്രണയ മെന്നാൽ... എന്റെ ദൈവമേ...

വീട്ടിൽ നിന്ന് എങ്ങനെയൊക്കെയോ രക്ഷപ്പെട്ട് ഞാൻ ആ അൽബേ നിയക്കാരൻ കൂട്ടുകാരനെ അന്വേഷിച്ചിറങ്ങി. ആ കിഴവിയെന്ന് തോന്നി ക്കുന്ന ആ സ്ത്രീക്കൊപ്പമുള്ള എന്റെ ജീവിതത്തിന്റെ നേർചിത്രം ഞാൻ അവന് വിവരിച്ച് കൊടുത്തു. സൗന്ദര്യത്തോടുള്ള എന്റെ ആർത്തിയെ ക്കുറിച്ച് പറഞ്ഞ് അവൻ എന്നെ കളിയാക്കി ചിരിക്കാൻ തുടങ്ങി. കൂട്ട ത്തിൽ വിശപ്പും ദാഹവും തല ചായ്ക്കാൻ ഒരിടമില്ലാതെ തെണ്ടിത്തി രിഞ്ഞ കാലം മറന്നതിന്റെ പേരിലും എന്നെ കളിയാക്കി.

"പേനും ചെള്ളുമെല്ലാം നിന്റെ രക്തം കുടിച്ച് വീർത്തിരിക്കുന്നു. ഇനിയും എന്തിന്റെ പേരിലാണ് നീ ഒടക്കിൽ നിൽക്കുന്നത്. ഒന്നും

ആലോചിക്കണ്ട, കണ്ണടച്ച് അവരെ അങ്ങ് കല്യാണം ചെയ്തോ. നിന്റെ മോഹങ്ങളും ആഗ്രഹങ്ങളും നിറവേറ്റാനുള്ള മാർഗ്ഗമായി അവരെ കാണ്. നീ അങ്ങനെ ചെയ്തില്ലെങ്കിൽ കൈയ്യിൽ വന്ന അനുഗ്രഹങ്ങളെ തട്ടി ക്കളഞ്ഞവനാകും. ഏതായാലും നിനക്ക് തോന്നുന്നത് നീ ചെയ്യ്. ഞാൻ പറഞ്ഞൂ എന്ന് മാത്രം."

ഒരിക്കൽ കൂടി ഞാൻ അവനെ കാണാൻ പോയി. അവനോട് പറഞ്ഞു.

"വാ... നമുക്ക് ആ വീട്ടിൽ മോഷണം നടത്താം. എനിക്ക് അവിടെ യുള്ള അലമാരയുടെ താക്കോലുകൾ എവിടെയാണ് വെച്ചിരിക്കുന്നത് എന്നത് എനിക്കറിയാം. ഞാൻ എടുത്ത് തരാം. എല്ലാം എടുത്ത് എവിടെ യെങ്കിലും പോയി സുഖമായി ജീവിക്കാം."

"നീ എന്തിനാ എന്നോട് ചോദിക്കുന്നത്? എനിക്ക് അതെല്ലാം പറഞ്ഞ് തന്നാൽ നിന്റെ വിഹിതം കുറയില്ലേ... അതോ ആ പണിക്ക് ഇറങ്ങിയാ വല്ല പണിയും കിട്ടും എന്നത് കൊണ്ടാണ് ഒരാളെ കൂടെ കൂട്ടുന്നത്."

"പിന്നെ എന്ത് പണി കിട്ടാനാണ്?"

"നിനക്ക് ഭ്രാന്താണ്... നിനക്ക് എന്താ അതുകൊണ്ട് ഉപകാരം. ആ ഫ്ളാറ്റിൽ നീ മുഴു സമയമുണ്ടായത് കൊണ്ട് തന്നെ ഒന്നുകിൽ നീയാണ് കള്ളൻ അല്ലെങ്കിൽ കളവിൽ നിനക്ക് പങ്കുണ്ടെന്ന് അവർ വളരെ എളുപ്പ ത്തിൽ മനസ്സിലാക്കും. പിന്നെ എന്തിനാ നീ എന്നേം കൂടി ആപത്തിൽ ചാടിക്കുന്നത്, അതും എങ്ങനെയെങ്കിലും കരപറ്റാനുള്ള പേപ്പർ വർക്കു കൾ നടത്തി കൊണ്ടിരിക്കുന്ന ഈ സമയത്ത്. നിനക്ക് ഭ്രാന്താണ്... പോ... എന്റെ അടുത്ത് നിന്ന് പോ... ഇനി ഇങ്ങോട്ട് വന്ന് പോകരുത്... എന്നെ കാണാനും വരണ്ട..."

ഒരു വിസ്കി ബോട്ടിൽ വാങ്ങി ഞാൻ തിരിച്ച് പോന്നു. ദാഹിച്ച് വല ഞ്ഞവനെ പോലെ ഞാൻ അത് വലിച്ച് കുടിച്ചു കൊണ്ടിരുന്നു. വൈകു ന്നേരം ഞാൻ അനുവാദമില്ലാതെ വീട്ടിൽ നിന്ന് പോയതിന്റെ പേരിലും കുടിച്ച് വന്നതിന്റെ പേരിലും ചെറിയ കുട്ടിയോടെന്ന പോലെ അവർ ഒച്ച വെച്ച് സംസാരിച്ചു. എന്റെ കൈയ്യിൽ നിന്ന് വിസ്കി കുപ്പി പിടിച്ച് വാങ്ങി ബാക്കിയുണ്ടായിരുന്നത് ഒഴിച്ച് കളഞ്ഞു.

"ഇനി നീ എന്താ ചെയ്യാന്ന് ഞാനൊന്ന് നോക്കട്ടെ, അവന്റെ വയർ കണ്ടോ.. വീർത്ത് വരുന്നത്... എക്സൈസ് ചെയ്ത് ശരിയാക്കേണ്ടതിന്റെ പകരം അവനിതാ കുടിച്ചോണ്ട് നടക്കുന്നു... എന്റെ അടുത്ത് അതൊന്നും നടക്കില്ല..." അവർ പുലമ്പി കൊണ്ടിരുന്നു.

അവർ എന്നെ അടിച്ച് പുറത്താക്കുമെന്ന ഭയം എന്റെ ഉള്ളിൽ തികട്ടി വന്നതോടെ പാട്ട് പാടി ഡാൻസ് ചെയ്ത് ഞാനിപ്പോഴും കാമുകൻ തന്നെ യാണെന്ന് കാണിക്കാൻ ശ്രമിച്ചു. അവർ ഒന്ന് ചിരിച്ച് കിട്ടിയാൽ മതി. എല്ലാം ശരിയാകും.

ആ സംഭവത്തിന് ശേഷം എന്റെ മനസ്സിലൂടെ വന്നത് മറ്റൊരു ചിന്തയായിരുന്നു. ഈ സ്ത്രീക്ക് എന്നെ ശരിയാംവിധം അറിയില്ല. അത് കൊണ്ട് തന്നെ അവർക്ക് എന്നെ കുറിച്ച് ഒരു പേടിയും ഇല്ല. എന്റെ പേടിക്കേണ്ട സ്വഭാവങ്ങളെല്ലാം കുറേശ്ശെ കുറേശ്ശെ ഒഴിഞ്ഞുപോയെങ്കിലും അത് ഇഷ്ടപ്പെടാനാണ് എനിക്ക് തോന്നിയത്. നിയന്ത്രിക്കാൻ വയ്യാത്ത എന്റെ ദേഷ്യത്തെ പോലും വരുതിയിൽ വരുത്താൻ എനിക്ക് സാധിച്ച് തുടങ്ങിയിരിക്കുന്നു. പക്ഷേ, ഭയം അത് ഇടയ്ക്കിടെ മനസ്സിന്റെ പടിവാതിൽക്കലേക്ക് ഇഴഞ്ഞ് വന്ന് എന്നെ തട്ടി വിളിച്ച് കൊണ്ടിരുന്നു. എന്റെ കണ്ണ് മൂടിക്കെട്ടിയതുപോലെ എന്റെ ശരീരം മുഴവനും ഭയം പരന്ന് കിടന്നു. എനിക്ക് വീണ്ടും ഭയം വന്ന് തുടങ്ങിയിരിക്കുന്നു. മറ്റുള്ളവരെ പീഡിപ്പിക്കുന്നതിൽ ആനന്ദം കാണുന്നുവരോടുള്ള കടുത്ത വെറുപ്പും അതിന്റെ കൂടെയുണ്ടായിരുന്നു. എന്നെ പീഡിപ്പിച്ചവരോടുള്ള ഭയത്തിൽ നിന്നും ഞാൻ പീഡിപ്പിച്ചവരിലേക്ക് എന്റെ ഭയം മാറി തുടങ്ങി. അതൊരു വല്ലാത്ത വേദന തന്നെയായിരുന്നു. തന്റെ വഴിയിൽ വരുന്ന എല്ലാറ്റിനേയും അത് പേടിപ്പെടുത്തും, ആ പേടി ഓരോ നിമിഷവും വർദ്ധിക്കുകയും വേദനിപ്പിക്കുകയും ചെയ്യും.

മീശ മുളച്ച ആ സ്ത്രീ എന്നോട് പ്രത്യേക താത്പര്യവും ഇഷ്ടവും കാണിച്ച് കൊണ്ടിരിക്കുന്നു. എഴുത്തിന്റെ പ്രശ്നങ്ങളെ പോലും എന്നോട് പങ്ക് വെക്കുന്നു. എന്റെ കഥയുമായി സാമ്യതയുള്ള വാർത്തകൾ പത്രത്തിൽ കണ്ടാൽ എന്നെ വിളിച്ച് അത് കാണിച്ച് തരുന്നു.

പ്രിയപ്പെട്ട അമ്മാ...

നഗരത്തിൽ ഇരുട്ട് മൂട് പടം വിരിച്ച് തുടങ്ങിയിരിക്കുന്നു. എയർപോർട്ടിലെ ചുമർഗ്ലാസ്സിൽ നിന്നും വെളിച്ചം പ്രതിഫലിക്കുന്നു. എന്റെ അടുത്ത് ആരുമില്ല. കയറി വരുന്നവരുടെ കോട്ട് നനഞ്ഞ് കണ്ടപ്പോൾ പുറത്ത് നല്ല മഴയുണ്ടെന്ന് മനസ്സിലായി. രാത്രിയായതോടെ അകത്തേക്കും പുറത്തേക്കും പോകുന്നവരുടെ എണ്ണത്തിലും കുറവ് വന്നു. തിരിച്ചുപോകാനുള്ള ടിക്കറ്റ് വാങ്ങുന്നതിനെ കുറിച്ചായി എന്റെ ചിന്ത. എനിക്ക് ഇഖാമയില്ലെന്നും അത് തെളിയിക്കാനുള്ള ഒരു പേപ്പറും എന്റെ കൈവശമില്ലെന്നും അവരോട് തുറന്ന് പറയണം. ഒന്നോ രണ്ടോ മൂന്നോ മണിക്കൂർ അവർ എന്നെ പിടിച്ചിടും പിന്നെ ഏതെങ്കിലും വിമാനത്തിൽ കയറ്റി വിടുമായിരിക്കും.

അല്ലെങ്കിൽ കത്ത് കീറി വേസ്റ്റ് ബോക്സിലിട്ട ഒരു പെൺകുട്ടിയെ അന്വേഷിച്ചാണ് ഇവിടെ വന്നതെങ്കിലും അവളെ കണ്ടെത്താനോ പിടിച്ച് നിർത്താനോ എനിക്ക് സാധിച്ചില്ല എന്ന കാര്യം അവരോട് പറയേണ്ടി വരും. ആ കത്ത് എന്റെ കൈയ്യിലുണ്ട്. അവളുടെ കവറിലുള്ള രഹസ്യം കൂടി കിട്ടിയാൽ ഒരു കാര്യം മനസ്സിലാക്കാനാകും. അവൾ ഇതുവരെ അവളുടെ നാട്ടിലേക്ക് തിരിച്ച് പോയിട്ടില്ല. കാരണം അവൾ തന്റെ

കാമുകന്റെ കൂടെ ജീവിക്കാനായി സ്വന്തം ഭർത്താവിനെ കൊന്നിട്ടാണ് വന്നിരിക്കുന്നത്. കാമുകൻ അവളെ കനാഡയിലേക്ക് കൊണ്ട് പോകും അവിടെ അവർ ഒളിച്ച് താമസിക്കുകയും ചെയ്യും. അതായിരുന്നു പ്ലാൻ. പക്ഷേ, കാമുകൻ വന്നില്ല. അതോടെ അവളുടെ സകല പ്ലാനുകളും തെറ്റി. മറ്റൊരു നാട്ടിൽ മറ്റൊരു കാമുകന്റെ കൂടെ രക്ഷാ സങ്കേതം തേടി അവൾ മറ്റൊരു വിമാനത്തിൽ രക്ഷപ്പെടാനിരിക്കുന്നു. ഇതെല്ലാം ആ കത്തിലെ സൂചനകളിൽ നിന്ന് മനസ്സിലാക്കിയെടുത്ത കാര്യങ്ങളായിരുന്നു. അത് കൊണ്ട് തന്നെ എന്നെ വെറുതെ വിടണം, എനിക്ക് അവളെ പിന്തുടർന്ന് സത്യാവസ്ഥ മനസ്സിലാക്കണം.

ഒരു കടലാസുമില്ലാതെ അവർ ഒരിക്കലും എന്നെ വിശ്വസിക്കാൻ പോകുന്നില്ല.

അല്ലെങ്കിൽ ആ സ്ത്രീയുടെ വീട്ടിലേക്ക് തിരിച്ച് പോകണം. അവിടെ എന്താണ് സ്ഥിതി എന്ന് നോക്കി മനസ്സിലാക്കണം. അവരുടെ ആദ്യ ഭർത്താവ് തിരിച്ച് വന്ന് കൈവശമുള്ള ഡ്യൂപ്ലിക്കേറ്റ് ചാവി കൊണ്ട് വീട് തുറന്നിട്ടുണ്ടോ എന്ന് നോക്കാം. അതില്ലാതിരിക്കാൻ, എത്രയും പെട്ടന്ന് തിരിച്ച് പോയി വാതിലിന്റെ പൂട്ട് തന്നെ മാറ്റി വെക്കണം. അതും നടക്കു മെന്ന് തോന്നുന്നില്ല.

അല്ലെങ്കിൽ ഈ രാത്രി ഇവിടെ കിടന്ന് ഉറങ്ങാം. പുതിയ പൂട്ട് വാങ്ങി ക്കാനുള്ള കടകളൊന്നും തുറന്നിട്ടുണ്ടാകില്ല. ഇനി പൂട്ട് കിട്ടിയാലും അത് മാറ്റിക്കാനുള്ള പണിക്കാരെ കിട്ടില്ല. രാത്രി ഒരുപാട് വൈകിയില്ലേ..

ഞാൻ ആ സ്ത്രീയെ കൊന്നു. അതാണ് കാര്യം. ഒരു നിമിഷത്തെ ദേഷ്യം, അത് എന്റെ തലയിൽ കയറി, അതോടെ കുറച്ച് നേരത്തേക്ക് ഞാൻ ഞാനല്ലാതായി. ഞാൻ അവരെ കൊന്നു.

ഞാൻ ഉറങ്ങുകയായിരുന്നു. അവരുമുണ്ട് അടുത്ത്. പെട്ടന്ന് അവർ എന്നെ കെട്ടിപ്പിടിച്ച് ചേർന്ന് കിടന്നു. പാതി ഉറക്കിലായ ഞാൻ എന്റെ ശരീരത്തിലൂടെ പുഴു അരിച്ച് പോകുന്നത് പോലെ തോന്നി. ചീഞ്ഞ പുഴു ക്കളെ കൈ കൊണ്ട് തട്ടിയിടുന്നത് പോലെ അവരുടെ കൈ ഞാൻ തട്ടി മാറ്റി. അവർ വീണ്ടും എന്റെ ശരീരത്തിലൂടെ അരിച്ച് കയറാൻ തുടങ്ങി. എന്റെ തലയിലൂടെ ഭയവും ദേഷ്യവും അതോ രണ്ടും കൂടിയോ മിന്നലായി കയറി മേഞ്ഞു. എന്റെ കണ്ണുകൾ അടഞ്ഞു..

ഇപ്പോൾ എനിക്ക് ഓർമയുള്ള കാര്യങ്ങളാണ് ഞാൻ പറഞ്ഞ് വരു ന്നത്. നേരത്തെ ഒരുപാട് പേരെ കൊന്നിട്ടുണ്ട് എന്നത് കൊണ്ട് തന്നെ ഇതിന്റെ പേരിൽ ഒഴിവ് കഴിവ് പറയാനല്ല ഞാൻ ഇതെല്ലാം വിശദീകരി ക്കുന്നത്. മരിക്കുന്നവരുടെ, ചാകാൻ പോകുന്നവരുടെ അട്ടഹാസങ്ങളോ കരച്ചിലുകളോ, സഹായ അഭ്യർത്ഥനകളോ, തൊണ്ടയിൽ നിന്ന് വരുന്ന കരകര ശബ്ദമോ ഒന്നും എന്നെ അലോസരപ്പെടുത്താറില്ലായിരുന്നു. എന്തിന് ചീഞ്ഞ വാസന പോലും എന്നെ അലോസരപ്പെടുത്താറില്ല.

മാംസം ചീഞ്ഞ് നാറാനുള്ള ഓരോ വഴികളാണ് അതെല്ലാം എന്നാണ് ഞാൻ കരുതിയിരുന്നത്. കൃത്യം കഴിഞ്ഞാൽ ഞാൻ സുഖമായി കിടന്നുറങ്ങും. ഒരു ഖേദമോ, ഭയമോ സങ്കടമോ ഒന്നും തന്നെ തോന്നുകയില്ല. പീഡനമോ മരണമോ എന്ത് തന്നെയായാലും ഒന്നുകിൽ എന്റെ വിധിയായിരിക്കും, അല്ലെങ്കിൽ അവരുടെ വിധിയായിരിക്കും. വിധിയെ തട്ടി മാറ്റാൻ ആർക്കുമാകില്ലല്ലോ. പക്ഷേ, ഞാൻ ചെയ്യുന്ന പാതകത്തിന്റെ ആസ്വാദനത്തിന്റെ പേരിൽ ദൈവം എന്നോട് ചോദിക്കും, ഞാൻ അതിന് മറുപടി നൽകാൻ ബാധ്യസ്ഥനുമാണ്. ആ ഒരു ചിന്ത മാത്രമാണ് കൃത്യം കഴിഞ്ഞ രാത്രി വെളുത്ത് തെളിഞ്ഞാൽ മനസ്സിലുണ്ടാകുക. ഇനിയൊരിക്കലും അതുപോലെത്തെ കാര്യത്തിന് തുനിയരുത്, മടങ്ങരുത്. വേണ്ടാതീനം കാണിക്കരുത്. ആ ആസ്വാദനം പോലും സ്വയം ഇഷ്ടപ്രകാരമുണ്ടാകുന്നതല്ല, മറിച്ച് ഏതോ ശക്തിയുടെ പ്രേരണയാൽ ഉണ്ടായിപോകുന്നതാണ്. അങ്ങനെ അറിയാതെ വന്ന് പോകുന്ന പാതകങ്ങൾക്ക് മനുഷ്യൻ ഉത്തരവാദിയുമാകുന്നില്ലല്ലോ. ഒരു ഉദ്യോഗസ്ഥൻ അല്ലെങ്കിൽ ഒരു യൂണിവേഴ്സിറ്റി അധ്യാപകൻ, അല്ലെങ്കിൽ ഒരു ജഡ്ജി തന്നെ നിങ്ങളുടെ കാലിൽ വീണ് കരഞ്ഞ് അപേക്ഷിക്കുന്നത് അത്ര രസമുള്ള കാര്യമൊന്നുമല്ലല്ലോ. അതെല്ലാം കാണുമ്പോൾ ഹൃദയത്തിൽനിന്ന് ചുടുരക്തം ഇരച്ച് മുകളിലോട്ട് കയറി വരും. അതിന്റെ പരിണിത ഫലമെന്നോണം കരഞ്ഞ് കാൽ പിടിച്ച് നിൽകുന്നവർ കൈ കൊണ്ട് രക്തമൊലിച്ച് വരുന്ന സ്ഥലം മറച്ച് പിടിക്കാനുള്ള വിഫല ശ്രമം നടത്തുകയായിരിക്കും. ഏതായാലും ഞാൻ ഈ കേസിൽ അങ്ങനെയൊന്നുമായിരുന്നില്ല. ആ സ്ത്രീ ജീവിച്ചിരിക്കലായിരുന്നു എനിക്ക് നല്ലത്. അവരായിരുന്നല്ലോ എന്റെ ഒരേ ഒരു അഭയ കേന്ദ്രം. അവരെ കൊന്നതുകൊണ്ട് എനിക്ക് ഒരു കാര്യവുമില്ല, ഒരു ഉപകാരവുമില്ല.

രാവിലെയാണ് ഞാൻ ചെയ്തുകൂട്ടിയ പാതകത്തിന്റെ ഭീകരത കാണാനായത്. കാലും തുടയും കാണിച്ച് ഒരു മരത്തിട കണക്കെ നീണ്ട് നിവർന്ന് കിടക്കുകന്നുണ്ടായിരുന്നു അവർ. ചെറിയ ഒരു മരച്ചില്ല പോലെ പടർന്ന് കിടക്കുന്ന മുടി, തുറന്ന് തുറിച്ച് നിൽകുന്ന കണ്ണുകൾ, ഭീതിദമായ രീതിയിൽ പുറത്തേക്ക് ചാടി നിൽക്കുന്ന നാവ്. ഞാൻ തന്നെയാണ് അവരെ കൊന്നിരിക്കുന്നത്. കഴുത്തിന് ചുറ്റും നീല പാടുണ്ടായിരുന്നു, ചന്തിയുടെ ചുറ്റുമായി തണുത്ത മൂത്രം തളം കെട്ടി നിൽക്കുന്നുണ്ടായിരുന്നു. അവരുടെ കൈകളിൽ നിന്ന് പ്രയാസപ്പെട്ട് എന്റെ രാത്രി വസ്ത്രം ഞാൻ ഊരിയെടുത്തു. അവരുടെ മുഖവും ശരീരവും പുതപ്പ് കൊണ്ട് ഒന്നാകെ മൂടി. അടുക്കളയിൽ കയറി ഒരു കപ്പ് കാപ്പിയുണ്ടാക്കി തിരിച്ച് വന്ന് അടുത്തുണ്ടായിരുന്ന ചെറിയ കസേരയിൽ ഇരുന്ന് ആലോചിച്ചു. “ദൈവമേ... ഇനി എന്തൊക്കെ കാണണം... സംഭവിക്കാനുള്ളത് സംഭവിച്ചു. ഒരു പക്ഷേ, അവരുടെ അമിതമായ ആവേശമായിരിക്കാം എന്നെക്കൊണ്ട് ഇങ്ങനെയൊക്കെ ചെയ്യിക്കാൻ കാരണമായത്.

ഏതായാലും അവർ മരിച്ചു, ഇനി ഒന്നും പറഞ്ഞ് ചൊറിയാൻ വരില്ല. പക്ഷേ, എനിക്ക് ജീവനുണ്ടല്ലോ.. ഞാൻ പെട്ട് പോയ അപകടത്തിൽ നിന്ന് എനിക്ക് ഊരിപ്പോരണം. കാര്യം അത്ര എളുപ്പമല്ല. മൃതശരീരങ്ങളിൽ നിന്ന് മാറി നിൽക്കാനുള്ള യോഗം എനിക്കില്ലെന്ന് തോന്നുന്നു.

അവരെ ഇതുപോലെ ഇവിടെ വിട്ടിട്ട് മുങ്ങിയാലോ എന്ന ചിന്തയും എനിക്കുണ്ടായി. പക്ഷേ, എങ്ങോട്ട് ഓടി രക്ഷപ്പെടും? അവരുടെ അയൽവാസിയായ മോറൊക്കക്കാരി വെക്കേഷൻ യാത്ര കഴിഞ്ഞ് തിരിച്ചെത്തിയിട്ടുണ്ട്. അവർ പറഞ്ഞത് പ്രകാരം ആ മൊറോക്കക്കാരി മാത്രമാണ് അവളെ കാണാനും സംസാരിക്കാനും ഒരുമിച്ചിരുന്ന് ചായ കുടിക്കാനും കൊറിക്കാനുമൊക്കെ വരാറുള്ളത്. തന്റെ അയൽവാസിയെ കാണാത്തതിന്റെ പേരിൽ എന്നെങ്കിലും ഒരു ദിവസം ആ മൊറോക്കക്കാരി വന്ന് വാതിലിൽ തട്ടിയാൽ എന്ത് സംഭവിക്കും. എനിക്ക് പേടി തോന്നി. വാതിൽ എഴുതി വെച്ചാലോ.. "കൂട്ടുകാരി ഞാൻ ഒരു യാത്ര പോകുകയാണ്. കുറച്ച് ദിവസം കഴിഞ്ഞ് മാത്രമേ തിരിച്ച് വരൂ.. വന്നിട്ട് കാണാം.." അങ്ങനെ എഴുതി വാതിൽ പടിയുടെ താഴെ ഞാൻ വെച്ച് അടുക്കളയിലേക്ക് തിരിച്ച് പോന്നു. ആ മൊറോക്കക്കാരി ഇവരുടെ എഴുത്തും ആ പേപ്പറിലെ എഴുത്തും തമ്മിലുള്ള വ്യത്യാസം മനസ്സിലാക്കിയാൽ എന്ത് ചെയ്യും? ഒരാളുടെ കൈയ്യക്ഷരം മനസ്സിലാക്കാൻ മാത്രം അവർ തമ്മിൽ എന്ത് ബന്ധമാണുള്ളത്. അത് മനസ്സിലാക്കാൻ സാധിക്കില്ല എന്ന് എന്റെ മനസ്സ് എന്നോട് മന്ത്രിച്ച് കൊണ്ടിരുന്നു.

ഞാൻ ആകെ ധർമ്മ സങ്കടത്തിലാണ്. എനിക്ക് കുറച്ച് സമയം വേണം. ഈ സമയം എനിക്ക് വേണ്ടതും സമയം തന്നെയാണ്. എന്റെ ദിവസങ്ങളെ ഇല്ലാതാക്കിയത് ഇവർ തന്നെയാണല്ലോ. എന്നെ ഒരു നായയാക്കി മാറ്റിയിരിക്കുന്നു. അല്ലെങ്കിലും അലഞ്ഞ് തിരിഞ്ഞ് നടക്കുന്ന നായയോടായിരുന്നല്ലോ അവർക്ക് പ്രിയം.

ഞാൻ റേഡിയോ ഓൺ ചെയ്തു. കിരു കിരു ശബ്ദത്തോടെയുള്ള ഒരു പെണ്ണിന്റെ സംസാരം കേട്ടു, തന്റെ ഔദ്യോഗിക ജീവിതം പാരിസിലെ തെരുവുകളിൽ ഒരു വേശ്യയായിട്ടാണ് ഞാൻ തുടങ്ങിയത് എന്ന് പറയുന്നത് കേട്ടു. ഞാൻ പെട്ടന്ന് റേഡിയോ ഓഫാക്കി. പാപം പൊറുക്കുന്നത് ദൈവീകമാണ്. അവർ ആ വേശ്യക്ക് പാപം പൊറുത്ത് കൊടുത്തിരിക്കുന്നു. അവർ ആ സ്ത്രീയെ വലിയ സ്റ്റാറാക്കി മാറ്റിയിരിക്കുന്നു ഞാൻ. എനിക്ക് ആരാണ് പൊറുത്ത് തരിക.? നിന്റെ ഹൃദയം തന്നെ, നിന്റെ മനസ്സ് തന്നെ നിനക്ക് പൊറുത്ത് തരുമോ? അതോ നിന്റെ ഉമ്മ നിനക്ക് പൊറുത്ത് തരുമോ? ...ഹഹഹഹഹഹഹ........

അമ്മയുടെ മനസ്സ് എന്ന കവിത എന്നെക്കൊണ്ട് കാണാതെ പഠിപ്പിച്ചത് ഓർമയുണ്ടോ നിങ്ങൾക്ക്.? ഈ കവിത ഒരു സംഭവമാണെന്നാണ് അന്ന് നിങ്ങൾ പറഞ്ഞിരുന്നത്. ആരുടെയോ പ്രേരണയാൽ വളർത്തി

വലുതാക്കിയ അമ്മയുടെ ഹൃദയത്തിൽതന്നെ കത്തി കുത്തിയിറക്കി മുറിച്ച് കൊണ്ട് വരുന്നതായിരുന്നു അതിലെ ഇതിവൃത്തം. ധൃതി പിടിച്ച് തിരിച്ച് ഓടുന്നതിനിടയിൽ അമ്മയുടെ ഹൃദയം അവന്റെ കൈയ്യിൽ നിന്നും വഴുതി വീണു. അത് കണ്ട ഹൃദയം വിളിച്ച് ചോദിച്ചു

"എന്റെ കുഞ്ഞേ... നിനക്ക് വല്ലതും പറ്റിയോ?"

താൻ ചെയ്ത മഹാപാതകം ഓർത്ത് മനസ്സുരുകിയ മകൻ കണ്ണീര് കൊണ്ട് രക്തം പുരണ്ട അമ്മയുടെ ഹൃദയം കഴുകി വൃത്തിയാക്കി. പ്രായ ശ്ചിത്തമായി തന്റെ ഹൃദയവും കുത്തിക്കീറാൻ കത്തിയെടുത്ത മകനെ കണ്ട അമ്മയുടെ ഹൃദയം വീണ്ടും ഒച്ചയെടുത്തു

"കുഞ്ഞേ,, നിക്ക്. കൈ താഴ്ത്ത്.. എന്റെ ഹൃദയം രണ്ടാമതും കുത്തി ക്കീറാനാണോ നീ ശ്രമിക്കുന്നത്?"

ആ കഥയും അമ്മയേയും ഓർത്തപ്പോൾ എനിക്ക് ചിരി വന്നു. അല്ലെ ങ്കിലും ഓർത്ത് വിലപിക്കുന്നതിനേക്കാൾ നല്ലത് ചിലപ്പോൾ മനസ്സ് തുറന്ന് ചിരിക്കുന്നതാകുമല്ലോ.

ഏതായാലും ആ കവിതയും അതിലെ വരികളും ആശയവും ഞാൻ ഒരു തെറ്റും കൂടാതെ കാണാതെ പഠിച്ച് വെച്ചിട്ടുണ്ട്. എന്ത് കൊണ്ടാണ് എന്ന് എനിക്കറിയില്ല. ആ കവിതകൾ മറ്റ് കുട്ടികൾക്ക് എങ്ങനെയാണ് പഠിപ്പിച്ച് കൊടുക്കാറുള്ളത് എന്നറിയില്ല. അമ്മയെ കുത്തി പിളർത്തുന്നു, രക്തം ചിന്തുന്നു, ഉരുണ്ട് വീഴുന്ന സംസാരിക്കുന്ന ഹൃദയം. അത് സങ്കൽപിക്കാൻ പോലും സാധിക്കുന്നില്ല. ദയാലുവായ ദൈവമേ, കൃപാ കടാക്ഷം ചൊരിയണമേ.. ആ കഥ, അത് ഒരു കെട്ടുകഥയായി തോന്നു മെങ്കിലും ഏത് കുട്ടിക്കും സംഭവിക്കാവുന്നത് തന്നെയാണ്. അത് പോലെ എത്ര വേദനിക്കേണ്ടി വന്നാലും ഏത് അമ്മക്കും അങ്ങനെ മാത്രമേ പ്രതി കരിക്കാനും സാധിക്കൂ.

കഠിനമായ വെറുപ്പ് വന്യതയുടെ അങ്ങേ അറ്റമാണ്. വെറുപ്പ് തല യിൽ കയറിവൻ മൃതശരിരത്തെ പോലും കത്തിച്ച് കരിച്ച് കളയുന്നതിൽ ഒരു വൈമനസ്യവും കാണിക്കില്ല. നിങ്ങളുടെ ഹൃദയം അകത്തായാലും പുറത്തായാലും ഒരിക്കലും എനിക്ക് മാപ്പ് നൽകാൻ പോകുന്നില്ല. എല്ലാം എന്റെ ന്യൂനതയും കുഴപ്പവുമാണ്. ഒരുപാട് ആലോചിച്ചു. സമയ സന്ദർഭ ത്തിന് അനുസരിച്ച് നിയമങ്ങൾ മാറുമെന്ന സത്യം ഞാൻ എന്റെ ജീവ ത്തിലൂടെ അറിഞ്ഞ കാര്യമാണ്. ജീവിതത്തിൽ ഇന്ന് വരെ നല്ലത് എന്ന് പറയാവുന്ന ഒരു കാര്യവും ചെയ്തിട്ടില്ല. എന്ത് സംഭവിച്ചാലും സാധാ രാണ കേസു കെട്ടുകൾ ഏൽപിക്കാറുള്ളവരെ ഏൽപിക്കും. പിന്നെ എന്ത് സംഭവിച്ചു എന്നത് ആരും അറിയാറില്ല, അന്വേഷിക്കാറുമില്ല. മരിച്ചവ രുടെ ശരീരവും സാധാരണ ആരെയെങ്കിലും ഏൽപിക്കാറാണ് പതിവ്. അതിന് എന്ത് സംഭവിച്ചു, അവർ എന്ത് ചെയ്തു എന്നൊന്നും ആരും

അന്വേഷിച്ച് ചെല്ലാറില്ല. കുറഞ്ഞ സമയത്തേക്കാണെങ്കിലും ഒരു ശവ ശരീരം എനിക്ക് എങ്ങനെ ഒളിപ്പിച്ച് വെക്കാൻ കഴിയും, അതും ഒളിച്ചോടാനുള്ള മൂർത്ത സമയം പ്രതീക്ഷിച്ചിരിക്കുന്ന ഈ സമയത്ത്. ഞാൻ അത് എവിടെ ഒളിപ്പിച്ച് വെക്കും? പുറക് വശത്തുള്ള ലോക്കറിലായാലോ എന്ന് ആലോചിച്ചുവെങ്കിലും അതിൽ സാധനങ്ങളുണ്ടായത് കൊണ്ട് അത് അസാധ്യമാണെന്ന് ഓർത്തു.

ദൈവം എന്നെ ചോദ്യം ചെയ്യും, ആ സമയം ഞാൻ ദൈവത്തോട് ഇതല്ലാതെ എനിക്ക് എന്ത് മാർഗ്ഗമാണുണ്ടായിരുന്നത് എന്ന് തിരികെ ചോദിക്കും. എന്നെ ഒറ്റപ്പെടുത്തി, സകല സൗകര്യങ്ങളും തടഞ്ഞ് വെച്ച നീ എനിക്കായി, ഇതല്ലാതെ എന്ത് രക്ഷാ മാർഗ്ഗമാണ് കരുതി വെച്ചിരുന്നത്?

നാളെ നേരത്തെ തന്നെ, പൂട്ട് മാറ്റിവെക്കാനായി വീട്ടിലേക്ക് മടങ്ങി പോകണം. എത്രയും പെട്ടന്ന് ഇങ്ങോട്ട് തന്നെ തിരിച്ച് വരികയും വേണം. ദൈവം അവരെ കാത്ത് രക്ഷിക്കട്ടെ.

ഞാൻ എഴുതുന്ന ഈ കത്ത് സുരക്ഷിതമായി നിങ്ങളുടെ കൈവശം എത്തിക്കാനാകും എന്ന് തന്നെയാണ് വിശ്വസിക്കുന്നത്. അല്ലെങ്കിൽ അത് നശിപ്പിക്കാനുള്ള വഴി നോക്കണം, കാരണം, അതിൽ എന്നെ പൂർണമായി ഇല്ലാതാക്കാനോ അല്ലെങ്കിൽ ജീവപര്യന്ത്യം തടവിന് വിധിക്കപ്പെടാനോ തക്ക പ്രാധാന്യമുള്ള തെളിവുകൾ അതിലുണ്ടല്ലോ... ഏതായാലും നാളെ കാണാം.

എന്റെ ഫോണിൽ ഫൈറൂസിന്റെ പാട്ട് വെച്ച് ഞാൻ കിടന്നു. അവളുടെ സുന്ദരമായ ശബ്ദസൗകുമാര്യത്തിൽ ഞാൻ കരയാൻ പോലും മറന്ന് ലയിച്ചിരുന്നു.

പ്രിയപ്പെട്ട അമ്മാ.. നിങ്ങൾ എവിടെ ആണെങ്കിലും സുഖമായിട്ടിരിക്കൂ...

എന്റെ പ്രിയപ്പെട്ട സഹോദരാ...

കാര്യത്തിന്റെ സത്യാവസ്ഥ നിനക്ക് അറിയാവുന്നത് കൊണ്ട് തന്നെ എല്ലാം തുറന്ന് ഒരു കത്തെഴുതണമെന്ന് ഞാൻ ആലോചിക്കാറുണ്ടായിരുന്നു. ഒരു പരിധി വരെ നിന്റെ ഭാഗത്ത് ന്യായമുണ്ട്, പക്ഷേ, സത്യം പൂർണമായും നീ വിശ്വസിക്കുന്നത് പോലെയല്ലായിരുന്നു. എല്ലാ മനുഷ്യർക്കും ഒരുപാട് രഹസ്യങ്ങളുണ്ട്. നമുക്ക് പരസ്പരം സഹായിക്കാൻ സാധിക്കുന്ന കാര്യങ്ങളിലെങ്കിലും സഹായിക്കണമായിരുന്നു. എന്റെ അടുക്കൽ കൂടുതൽ സമയമില്ല. പാർക്കിംഗ് ബേ ശരിയാകാത്തത് കൊണ്ട് വൈകിയ വിമാനമിറങ്ങുന്നത് കാത്തിരിക്കുകയാണ് ഞങ്ങൾ. പറന്നു യർന്ന വിമാനത്തെ താഴെ ഇറക്കി അതിലുണ്ടായിരുന്ന ഒരു യാത്രക്കാരനെ അവർ പിടിച്ച് കൊണ്ട് പോയി. പറന്നുയർന്ന വിമാനം റൂട്ട് മാറ്റി മറ്റൊരു റൺവേയിലാണ് ഇറക്കിയത്. അവനെയെന്തിനാണ് കയ്യാമമിട്ട് ഇറക്കിക്കൊണ്ടു പോയതെന്നെനിക്കറിയാമായിരുന്നു. അവൻ തന്റെ അമ്മയ്ക്കെഴുതിയ കത്ത് എന്റെ അടുത്തുണ്ട്. അവനിൽ നിന്ന് സുരക്ഷ ഉദ്യോഗസ്ഥന്മാർ അത് കണ്ടെടുക്കുന്നതിന് മുമ്പ് തന്നെ അവ ഒളിപ്പിക്കാൻ അവൻ ശ്രമിച്ചിരുന്നു എന്ന് തോന്നുന്നു. അത് പൊലെത്തെ കത്തുകൾ ആരും മറന്ന് വെക്കാറില്ല, അലക്ഷ്യമായി എവിടെയെങ്കിലും വലിച്ചെറിയാറുമില്ല. വിമാനം അന്വേഷണവിധേയമാക്കാൻവേണ്ടി എല്ലാ യാത്രക്കാരെയും അവരുടെ ലഗേജുകളെയും ഇറക്കിയപ്പോൾ സീറ്റിൽ വീണ് കിടക്കുന്ന കത്ത് ഞാൻ കണ്ടു. വിൻഡോ സൈഡിലായി കിടക്കുന്ന സീറ്റിന്റെ ഒരു ഭാഗത്ത് തിരുകി വെച്ച ചുളിഞ്ഞ കടലാസാണ് എന്റെ കണ്ണിലുടക്കിയത്. എഴുത്ത് അറബിയാണെന്ന് തിരിച്ചറിഞ്ഞപ്പോൾ, ഞാൻ അത് എടുത്ത് എന്റെ പൈജാമയുടെ കീശയിലിട്ടു. എന്തു കൊണ്ടാണ് അവർ അയാളുടെ സീറ്റിൽ കൂടുതൽ തിരയാൻ നിൽക്കാതിരുന്നത് എന്ന് എനിക്കറിയാം. സത്യത്തിലദ്ദേഹം ഒരു തീവ്രവാദിയല്ല, ആയുധമോ ബാഗോ അയാൾക്കില്ല. മറിച്ച്, ഒരു സ്ത്രീയെ കൊന്നശേഷം ഒളിവിൽ പോകാനാണ് അവൻ കരുതിയിരുന്നത്. ആ സ്ത്രീയുടെ ശവ ശരീരം കണ്ടെടുക്കാൻ സാധിച്ചതോടെ അന്വേഷണ ഉദ്യോഗസ്ഥർ അവനെ അന്വേഷിക്കുകയും നാട് വിടുന്നതിന് മുമ്പേ പിടികൂടുകയും ചെയ്തിരിക്കുകയാണ്...

ഈ മനുഷ്യൻ ഭീതിദമായ ഒരു കാര്യമാണ് ചെയ്തിരിക്കുന്നത്. ആദ്യം കത്ത് പൂഴ്ത്തി വെച്ചെങ്കിലും അത് വായിച്ച് കഴിഞ്ഞപ്പോൾ പൊലീസിന് കൈമാറുന്നതാണ് നല്ലതെന്ന് ഞാൻ കരുതി. അയാളെ പൊലീസ് പിടികൂടിയ സ്ഥിതിക്ക് ഇനി കത്തിലെ കുറ്റസമ്മതമൊഴി സ്വീകരിക്കേണ്ടി വരുമെന്ന് തോന്നുന്നില്ല. മാത്രമല്ല, ആ കത്ത് അയാൾ അമ്മക്കാണ് എഴുതിയിരിക്കുന്നത്. പാവം അമ്മ. ദൈവത്തെ ഓർത്ത് മാത്രം ജീവിക്കുന്ന പഞ്ചപാവമായിരിക്കും അവർ. അമ്മയോ മകനോ ആരുമാവട്ടെ ചെയ്ത കാര്യങ്ങൾ ഏറ്റ് പറഞ്ഞ് കുറ്റസമ്മതം നടത്താൻ ഒരു മനുഷ്യന് കിട്ടുന്ന അവസാനത്തെ അത്താണിയല്ലേ അമ്മമാർ. അയാൾ അവസാനമായി അമ്മയോട് പറഞ്ഞ കാര്യങ്ങളും മറ്റും പൊലീസുകാർക്ക് കൈമാറാൻ ഇപ്പോൾ എനിക്ക് തോന്നുന്നില്ല. ഭയം പ്രത്യേക ഇഷ്ടത്തിലേക്ക് വഴിമാറിയിരിക്കുന്നു. കൊടും കുറ്റവാളിയാണ് എന്നറിഞ്ഞിട്ടും ഇങ്ങനെ തോന്നുന്നത് വിചിത്രം തന്നെയായിരിക്കും. കാരണം, എത്ര വലിയ കുറ്റവാളിയാണെങ്കിലും സ്വന്തം പെറ്റമ്മയുടെ മുമ്പിലെത്തുമ്പോൾ അയാൾ നിരപരാധിയായിരിക്കുമല്ലോ എന്ന് ഞാനോർത്തു. അമ്മയുടെ മുമ്പിലെത്തുമ്പോൾ വർഷങ്ങൾക്ക് മുമ്പ് തന്നെ വിട്ട് പോയ ആ കൊച്ചുകുട്ടിയായി അയാൾ മാറും. ഈ കത്ത് എന്ത് ചെയ്യണം എന്നത് പിന്നെ ആലോചിക്കാം.

ഈ ലോകത്ത് ഒരു മനുഷ്യന്റെ അവസാന അത്താണിയാണ് അമ്മമാർ. എനിക്ക് എന്റെ അമ്മ നഷ്ടപ്പെട്ട പോലെ ശിഷ്ട കാലം മുഴുവൻ ജയിലിലകത്താകാൻ പോകുന്ന അവനും നഷ്ടപ്പെട്ടിരിക്കുന്നു. അവന്റെ അമ്മ അവനെ ഓർത്ത് കരയുന്നുണ്ടാകും. ഇതും വിധിയുടെ വിളയാട്ടം തന്നെയാണ്. കാലമോ ലോകമോ ലോകരോ എന്തിന് ദൈവം തന്നെയോ അവനോട് കരുണ കാണിക്കില്ല.

ആ അമ്മ എന്റെയും നിന്റെയും അമ്മ കൂടിയാണ്. സത്യം പറഞ്ഞാൽ അമ്മ മരിക്കുന്നതിന് മുമ്പ് തന്നെ അമ്മയെ നഷ്ടപ്പെട്ടവനാണ് ഞാൻ.

ഇങ്ങനെ ഒരവസ്ഥയിലേക്ക് നമ്മുടെ അമ്മ എങ്ങനെ മാറിയെന്നറിയില്ല. ഞാൻ അയച്ചു കൊടുത്തിരുന്നതൊന്നും മതിയാകാറില്ലായിരുന്നു. അയലത്തെ അമ്മായിയും ആന്റിയും പണക്കാരായി മാറിയല്ലോ, എത്ര പേരാ പുതിയ വീടുകൾ പണിയുന്നത്, എത്ര പേരാ പുതിയ സ്ഥലങ്ങൾ വാങ്ങിക്കൂട്ടുന്നത് എന്ന് പായാരം നാൾക്ക് നാൾ വർദ്ധിച്ച് കൊണ്ടിരുന്നു. പറഞ്ഞ് പറഞ്ഞ് അവസാനം മോൾക്ക് വേണ്ടി ചെലവഴിക്കുന്ന കാര്യങ്ങളിൽ വരെ മോശമായി പറയാൻ തുടങ്ങി. മോൾ കഴിച്ചു, മോൾ ചോദിച്ചു, മോൾക്ക് അത് വേണം ഇത് വേണം തുടങ്ങിയ കാര്യങ്ങളായിരുന്നു പറയാനുണ്ടായിരുന്നത്. പായാരം കേൾക്കൽ വർദ്ധിച്ചതോടെ അമ്മയ്ക്ക് എന്റെ മോളെ കുടെ താമസിപ്പിക്കാൻ താൽപര്യമില്ല എന്ന

സത്യം ഞാൻ മനസ്സിലാക്കി. അങ്ങനെയിരിക്കെ ഒരു നാൾ ഞാൻ അമ്മയെ വിളിച്ചു.

"അമ്മാ.... ഒരുപാട് കാലം നാം ഒരുമിച്ച് ജീവിച്ചതല്ലേ.. സുന്ദരമായ ആ കാലം എനിക്ക് മറക്കാനാകില്ല. കുറച്ച് ദിവസം കൂടി തരണം.. അത് കഴിഞ്ഞ് ഞാൻ മോളെ എന്റെ അടുക്കലേക്ക് കൊണ്ട് വന്നോളാം"

ഞാൻ പറഞ്ഞത് കേട്ട അമ്മക്ക് ദേഷ്യമായെന്ന് തോന്നുന്നു. പിന്നെ ഫോണിലൂടെ ചീത്ത വിളിയായിരുന്നു.

"വയ്യ.. നിർത്തിക്കോ.. എന്റെ ക്ഷമ നശിച്ചിരിക്കുന്നു. നിന്റെ മധുര വാക്കുകൾ പ്രശ്നത്തിന് പരിഹാരമല്ല. അത് ഓർത്താൽ നിനക്ക് നല്ലത്."

"എന്താ അമ്മ നിങ്ങൾ പറഞ്ഞ് വരുന്നത്. കാശുണ്ടാക്കാൻ ഞാൻ എന്ത് പണിക്കും പോകണം എന്നാണോ പറുയുന്നത്. ഞാൻ ഒരു അഭിസാരികയായി മാറിയാലും നിങ്ങൾക്ക് ഒരു കുഴപ്പവും ഉണ്ടാകില്ല എന്നാണോ പറയുന്നുത്?"

അമ്മ ഫോൺ ഡിസ്കണക്റ്റ് ചെയ്തു. അതിനുശേഷം അമ്മയോട് ഫോണിൽ സംസാരിച്ചിട്ടില്ല. ഞാൻ വിളിച്ചിട്ടുമില്ല. വിളിക്കാൻ എനിക്ക് തോന്നിയില്ല എന്ന് വേണം പറയാൻ.

അമ്മ തന്നെയാണ് പതിനാല് വയസ്സ് പോലും കഴിയാത്ത എന്നെ നിർബന്ധിച്ച് കല്യാണം കഴിപ്പിച്ച് വിട്ടത് എന്നോർക്കുമ്പോഴാണ് കൂടുതൽ സങ്കടവും വേദനയും തോന്നുന്നത്. ഒത്ത് പോകില്ല എന്ന് കണ്ടതോടെ ഞങ്ങൾ പിരിഞ്ഞു. പക്ഷേ, അത് അമ്മക്ക് ഒരിക്കലും സഹിക്കാനോ ഉൾകൊള്ളാനോ സാധിച്ചില്ല. നിനക്കും സാധിച്ചില്ലല്ലോ. പക്ഷേ, ആ ഒറ്റ കാര്യത്തിന്റെ പേരിൽ നിങ്ങൾ കാരണമായാണ് ഞാൻ ഈ വിദേശ നാട്ടിൽ മറ്റുള്ളവരുടെ അടുക്കളക്കാരിയായും വേലക്കാരിയായും ജീവിക്കേണ്ടി വന്നത്. അറിയാത്ത മനുഷ്യരുടെ ചളിയും ചേറും കഴുകി വൃത്തിയാക്കുന്നവളായും ഹോട്ടലുകളിലും റസ്റ്റോറന്റുകളിലും പണിയെടുക്കുന്നവളുമാക്കി എന്നെ മാറ്റിയത് നിങ്ങളായിരുന്നു. അവിടെ നിന്ന് പോന്ന് ആദ്യ കാലങ്ങളിൽ അമ്മക്ക് നല്ല സന്തോഷമായിരുന്നു. കാരണം വിവാഹമോചനത്തിന്റെ വഷളത്തരമോ മോശത്തരമോ അതിന് കാരണക്കാരിയായ ഞാനോ അവിടെ എവിടെയും ഇല്ലല്ലോ എന്നായിരുന്നു അവരുടെ കണ്ടെത്തൽ. മാത്രമല്ല, കൃത്യമായി ഞാൻ കാശ് അയച്ച് കൊടുക്കുകയും ചെയ്യാറുണ്ടായിരുന്നു. ആ കാശ് മതിയായിരുന്നു എന്റെ മോളെ നല്ല രൂപത്തിൽ വളർത്തി വലുതാക്കാൻ. പക്ഷേ, അയലത്തെ ആന്റിമാർ കാശുകാരായി മാറിയത് എല്ലാ സ്വപ്നങ്ങളെയും മാറ്റി മറിച്ചു. തകർത്തു കളഞ്ഞു എന്ന് തന്നെ പറയാം. പല പെൺകുട്ടികളും ഇടയ്ക്കിടെ വീട്ടിലേക്ക് പോകുന്നത് എനിക്കറിയാമായിരുന്നു. നല്ല വിലപിടിപ്പുള്ള മാർക്കറ്റുള്ള സമ്മാനങ്ങൾ ഇവർക്ക് എവിടെ നിന്ന് കിട്ടുന്നു,

സ്ഥിരമായി തോന്നുമ്പോഴെല്ലാം വീട്ടുകാരെ പോയി കാണാനുള്ള കാശ് അവർക്ക് എവിടെ നിന്ന് കിട്ടുന്നു, വീട്ടിലെത്തിയാൽ തന്നെ കാറുകൾ വാടകയ്ക്ക് എടുക്കുന്നു, അച്ഛനോട് പണിക്ക് പോകണ്ട എന്ന് പറഞ്ഞ് കാശ് കൊടുക്കുന്നു, പുതിയ വീടുകൾ മോടിയോടെ പണിതുയർത്തുന്നു. ഒരാളും ഇവർക്ക് ഇത് എവിടെ നിന്ന് കിട്ടുന്നു എന്ന് ഒരിക്കലും ചോദിക്കാറില്ല. പെൺകുട്ടികൾ മുഖം മറച്ച് മാന്യമായ വസ്ത്രങ്ങൾ ധരിച്ച് നടക്കുന്നവരായത് കൊണ്ട് തന്നെ അവരെ ഒരിക്കലും സംശയിക്കാനുള്ള അവകാശം ആർക്കുമുണ്ടായിരുന്നില്ല.

അമ്മയുടെ ഓരോ വാക്കുകളും ഞാൻ ഓർക്കുന്നുണ്ട്. മഹർ നൽകാൻ തയ്യാറായ ആ മനുഷ്യന് എന്നെ വിൽക്കാനായിരുന്നല്ലോ അമ്മയുടെ പ്ലാൻ. കുടുംബത്തിലെ മറ്റുള്ളവർ അതിനെ ന്യായീകരിക്കുകയും ചെയ്തു. ആ മഹർ സംഖ്യയിൽ നിന്ന് ഒന്ന് പോലും ഞാൻ കണ്ടതുമില്ല. അമ്മയുടെ മുഖം കാണാത്ത ഏതെങ്കിലും ഒരു സ്ഥലത്ത് താമസിക്കണം എന്ന് കരുതിയ എനിക്ക് ഫ്ളെയ്റ്റ് കാശല്ലാതെ ഒരു ചില്ലിക്കാശും ആ ഇടപാടിൽ നിന്ന് കിട്ടിയിട്ടില്ല. എന്നോടും മകളോടുമുള്ള കൃപയ്ക്ക് വേണ്ടി ഞാൻ വേദന സഹിക്കുക തന്നെയായിരുന്നു. രാവിലെ പത്തു മണിക്ക് മുമ്പ് അറുപത് കുളിമുറി കഴുകുകയും പത്തു കിലോമീറ്റർ ഓടുന്നതും എന്റെ ദിനചര്യയുടെ ഭാഗമായിരുന്നുവല്ലോ. ഇപ്പഴോ?

എന്റെ ജീവിതമാലോചിച്ച് ഞാൻ കുറേ കരഞ്ഞിട്ടുണ്ട്. അവസാനം ഞാൻ ഒരു വേശ്യയായി മാറാൻ തന്നെ തീരുമാനിച്ചു. നല്ല ഒന്നാന്തരം വേശ്യ. മറ്റൊരു പരീക്ഷണം നടത്തുന്നതിൽ എന്ത് വ്യത്യാസമാണുള്ളത്? കാശ് കൊണ്ട് മാത്രമേ ഞാൻ വീണ് കിടക്കുന്ന ചളിക്കുണ്ടിൽ നിന്ന് രക്ഷപ്പെടാൻ സാധിക്കൂ. ആ അമ്മ തന്നെയാണ് എന്നെ ആ ചളിക്കുണ്ടിൽ കൊണ്ട് പോയി എറിഞ്ഞതും. നീ ജയിലിലായിരുന്നു. ഞാൻ ഹോട്ടൽ മുറികളിലൂടെ എന്റെ തൊഴിലും കൂലിയും തേടി അലയുകയും ചെയ്യുകയായിരുന്നു.

കസ്റ്റമേഴ്സായി വരുന്ന പുരുഷന്മാരുമായി കിടക്കുന്നതായിരുന്നു എന്റെ ഭർത്താവ് എന്ന് പറയപ്പെടുന്നയാളുടെ കൂടെ കിടക്കുന്നതിനേക്കാൾ നല്ലതായി തോന്നിയത്. കുറച്ചൊക്കെ സംസ്കാരമുള്ളവരുടെ കൂട്ടത്തിലായത് കൊണ്ട് അരമണിക്കൂറോളം സമയം എന്നോട് സംസാരിച്ച് എന്നെ കളിപ്പിച്ച് വശം വദയാക്കി മാറ്റിയതിന് ശേഷം മാത്രമാണ് പ്രധാന കാര്യപരിപാടികൾ തുടങ്ങിയിരുന്നത്. ഞാൻ ഇതുവരെ അറിയാത്ത സുഖവും സന്തോഷവും സൗഖ്യവും അവർ ഉദാരതയോടെ നൽകാറുണ്ടായിരുന്നു. ഇടപാടുകാരോട് ഞാൻ മുന്നോട്ടു വെച്ചിരുന്ന ഒരേ ഒരു നിബന്ധന ഒരിക്കലും പിറകിലൂടെ ബന്ധപ്പെടാൻ ശ്രമിക്കരുത് എന്നായിരുന്നു. ഭർത്താവ് എന്ന് പറയപ്പെടുന്ന ആ കഴുത ഒരിക്കൽ അങ്ങനെ ചെയ്ത് രക്തമൊലിപ്പിച്ചതിൽ പിന്നെ എനിക്കത് പേടിയായിരുന്നു.

അങ്ങനെ ഒരിക്കലും സംഭവിക്കരുത് എന്നതിനുള്ള ഒരു ഉദാഹരണമായിട്ടായിരുന്നു ആ സംഭവത്തെ ഞാൻ കാണുന്നത്. അന്ന് കാര്യം എന്താണ് എന്ന് പോലും എനിക്കറിയില്ലായിരുന്നു. ഇന്ന് അറിയാം. കാരണം ഞാൻ ഇന്ന് ഒരു പെണ്ണായിരിക്കുന്നു. ഒരു മുതിർന്ന പെണ്ണ്.

തെരുവ് പെണ്ണുങ്ങളുടെ ബുദ്ധിമുട്ടിനെക്കുറിച്ച് ഒരുപാട് കേട്ടിരുന്നുവെങ്കിലും എനിക്ക് ഒരിക്കലും അത് അനുഭവിക്കേണ്ടി വന്നിരുന്നില്ല.. നിയന്ത്രിക്കാനോ താസിക്കാൻ സ്വന്തമായി കാണാൻ കൊള്ളാവുന്ന വീടോ ഇല്ലാത്ത പാവങ്ങൾ. ഞാൻ കസ്റ്റമേഴ്സിനെ തേടിയിറങ്ങുന്നത് വൈകുന്നേരത്താണ്. കുറച്ച് പ്രായമെത്തിയ ഗണികകൾ ജ്യൂസ് സെന്ററുകളിൽ ഒരുമിച്ച് കൂടുകയും രാത്രിയായി തുടങ്ങിയാൽ പതിയെ തൊഴിലിടങ്ങളിലേക്ക് വലിയുകയുമാണ് ചെയ്തിരുന്നത്. രാവിലെയും രാത്രിയിലും സ്വന്തം വീടെന്ന് പറയുന്ന കൂരയിലും. എല്ലാവരും ഒരേ കാറ്റഗറിയിൽ പെട്ടവരായിരുന്നു. വീട്ടിൽ നിന്ന് പോലും കളിയാക്കലും പീഡനം അനുഭവിക്കേണ്ടി വന്നവരായിരുന്നു അവർ. ഒറ്റപ്പെട്ട് നിൽകുന്നവരേയോ പുതിയ കസ്റ്റമേഴ്സിനെയോ മാത്രമായിരുന്നു ഞാൻ സമീപിച്ചിരുന്നത്. എന്റെ ഇളം പ്രായത്തിൽ തന്നെ അഭിസാരികകളുടെ കൂടെ ബിസിനസിന് ഇറങ്ങിയത് ആദ്യമൊന്നും ആരും ശ്രദ്ധിച്ചിരുന്നില്ല. കാണാൻ കൊള്ളാവുന്നത് കൊണ്ടും ദിനചര്യകൾ അറിയാത്തത് കൊണ്ടും വിളിച്ചവരോടൊപ്പമെല്ലാം ഞാൻ പോയിട്ടുണ്ടായിരുന്നു. യുവത്വത്തിന്റെ ആനുകൂല്യങ്ങളെല്ലാം ഞാൻ കസ്റ്റമേഴ്സിന് കൊടുക്കാൻ ശ്രമിക്കാറുണ്ടായിരുന്നു. ഞാൻ ധരിച്ച് കൊണ്ടിരുന്ന വസ്ത്രങ്ങളെല്ലാം കാണുമ്പോൾ മറ്റു അഭിസാരികകൾ എന്ന് വിളിക്കപ്പെടുന്ന എന്റെ കൂട്ടുകാരികൾക്ക് അവരുടെ ചെറുപ്പ കാലത്തെ ഓർമിപ്പിക്കുന്നുണ്ടായിരിക്കും. അവരുടെ കൂടെ എല്ലാ കളികളിലും തമാശകളിലും ഇടപെടാറുണ്ടായിരുന്നെങ്കിലും എന്റെ ഭംഗിയെ അവർ ആസ്വദിച്ചിരുന്നു. പ്രത്യേകിച്ച് വെളുപ്പിൽ ചുവപ്പ് കലർന്ന എന്റെ തൊലി നിറം പത്തോ അതിലധികമോ വർഷത്തെ കുറവ് പ്രായത്തിൽ കുറച്ച് കാണിക്കാൻ കാരണമാണ് എന്നതായിരുന്നു. അതുകൊണ്ടുതന്നെ വൈകുന്നേരം അവർ പുറത്തിറങ്ങിയാൽ ഉടനടി എന്നെ വിട്ട് നാല് ഭാഗത്തേക്കുമായി തിരിയും. പക്ഷേ, ഞാൻ അങ്ങനെയായിരുന്നില്ല. ഞാൻ ഫുട്ട്പാത്തിൽ കസ്റ്റമേഴ്സിനോട് സംസാരിച്ചിരിക്കും. കുറച്ച് കഴിയുമ്പോൾ അവർ തന്നെ റൂമെടുക്കേണ്ട ആവശ്യകത മനസ്സിലാക്കി കാര്യങ്ങൾ ചെയ്യും. കൈകാലുകൾ വൃത്തിയായി സൂക്ഷിക്കുന്ന, സ്ഥിരമായി സ്പെഷൽ സലൂണുകളിൽ പോകുന്നവരെ കണ്ടാൽ കാശുള്ളവരാണോ ഇല്ലാത്തവരാണോ എന്ന് വേഷവിധാനം നോക്കി മനസ്സിലാക്കുന്നതിനേക്കാൾ എളുപ്പമായിരുന്നു. പുരുഷൻമാർ ധരിക്കുന്ന ചെരുപ്പിന്റെ വിലയും പുതുമയും പഴമയും നോക്കിയും പണക്കാരാണെന്നോ അല്ലാത്തവരാണെന്നോ മനസ്സിലാക്കാൻ കഴിഞ്ഞിരുന്നു. അവരെ പൂർണമായും സന്തോഷിപ്പിക്കുന്നു എന്ന കാരണം കൊണ്ട് തന്നെ സമ്മാനമെന്നോണം നൽകുന്ന തുട്ടുകൾ വാങ്ങിക്കാൻ എനിക്ക്

യാതൊരു മടിയുമുണ്ടായിരുന്നില്ല. ഒരു കാര്യം എനിക്ക് ഉറപ്പുണ്ടായി രുന്നു, ഓരോ പുരുഷന്മാരുടെ കൂടെയും കിടക്കുമ്പോൾ അവരിലെ ശക്തി മാത്രമല്ല മറിച്ച് വിശ്വാസവും കൂടെ ഞാൻ പിടിച്ചെടുത്തിരുന്നു. അവർ എനിക്ക് നൽകുന്ന നന്ദിയും മറ്റും കാണണം. അത് കണ്ടാലേ നിങ്ങൾ വിശ്വസിക്കൂ. അവർക്ക് ഞാൻ വിശുദ്ധയായ സ്ത്രീയാണ്, ഞാൻ അതുകൊണ്ട് പൂർണാർത്ഥത്തിൽ തൃപ്തയുമാണ്.

ഒരിക്കൽ ഞാൻ ആ അറബിയെ ഹോട്ടലിൽ വെച്ച് കണ്ടുമുട്ടി. സാധാ രണ ഞാൻ തന്നെ വൃത്തിയാക്കാറുള്ള റൂമിലേക്ക് ചെന്നതായിരുന്നു. അവൻ അറബിയിൽ എന്നോട് ശൃംഗരിച്ചു. അതും മോശം ഭാഷയിൽ തന്നെ. ഞാനതിന് നല്ല രൂപത്തിൽ തന്നെ മറുപടിയും കൊടുത്തതോടെ പ്രശ്നം കൂടുതൽ വഷളായി. അയാൾ എന്നെ ഒരുപാട് തല്ലി. അടിയുടെ ശക്തി കൊണ്ട് ഡ്രസ്സ് വരെ കീറിപ്പറിഞ്ഞു. ഹോട്ടൽ സെക്യൂരിറ്റി ക്കാരെയും മാനേജരേയും വിളിച്ച് ഞാൻ കാര്യം പറഞ്ഞു. ശരീരത്തിലെ ചുവന്ന് തിണർത്ത പാടുകളും കീറിയ വസ്ത്രവും തെളിവായി കാണിച്ച് കൊടുത്തു. പക്ഷേ, അവർ എന്നെ പിടിച്ച് വലിച്ച് താഴത്തെ നിലയി ലേക്ക് കൊണ്ട് പോയി. ഞാൻ ആർത്ത് കരയുകയാണെന്ന് കണ്ടതോടെ അവർ പറഞ്ഞു

“നീ ഒരു വേശ്യയാണെന്ന് ഞങ്ങൾക്ക് അറിയാം. ഞങ്ങൾക്കത് നോക്കേണ്ട കാര്യമില്ല. അത് നിന്റെ ജീവിതം. പക്ഷേ, നിന്റെ കാര്യ ലാഭത്തിന് വേണ്ടി ഹോട്ടലിന്റെ പേരിൽ കുഴപ്പങ്ങളുണ്ടാക്കുന്നതും അതും അറബികളെ പിണക്കുന്നതും ഞങ്ങൾക്ക് സഹിക്കാൻ പറ്റില്ല, ഒരു നിലയ്ക്കും അംഗീകരിക്കാനും പറ്റില്ല.”

അവർ എന്നെ ആട്ടി വിട്ടു.

എന്റെ ഇടപാടുകാരായി ചില നല്ല ആളുകളുണ്ടായിരുന്നു. അവരുടെ സഹായത്തോടെ ഇവിടെ ഈ എയർപോർട്ട് ജോലിയിൽ എത്തി. ഞാൻ കുറച്ച് പൈസ മാറ്റി വെച്ചിട്ടുണ്ടായിരുന്നു. ആ സംഭവത്തിന് ശേഷം മോളെ എത്രയും പെട്ടന്ന് ഇങ്ങോട്ട് വരണമെന്നും അഭിസാരിക വേഷം എന്നേക്കുമായി അഴിച്ച് വെക്കണമെന്നു ഞാൻ തീരുമാനിച്ചിരുന്നു.

പ്രിയപ്പെട്ട സഹോദരാ....,

പറയുന്നതൊന്ന് ശ്രദ്ധയോടെ കേൾക്ക്.

ഒരുപാട് സമ്മാനങ്ങളുമായിട്ടാണ് ഞാൻ നാട്ടിലേക്ക് പറന്നത്. പക്ഷെ, അമ്മ രോഗിണിയായി കട്ടിലിൽ കിടക്കുന്നുണ്ടായിരുന്നു. എന്റെ മോളെ അവിടെ എവിടെയും കണ്ടില്ല.

അമ്മ പറഞ്ഞു: “നിന്റെ മോൾ, അവൾ ഒളിച്ചോടിയിരിക്കുന്നു... എങ്ങോട്ടെന്നറിയില്ല.”

അയൽവാസിയായ ഉമ്മു റശീദ് എന്റെ കൈയ്യിൽ പിടിച്ച് അവരുടെ വീട്ടിൽ കൊണ്ട് പോയി ഇരുത്തി നടന്ന സംഭവങ്ങളൊക്കെ പറഞ്ഞു.

“അവളെ നിന്റെ അമ്മ കല്യാണം കഴിച്ചുവിട്ടു. ഇപ്പോൾ അവൾ ഭർത്താവുമൊത്ത് ഗൾഫിലാണ്.”

ഉമ്മു റശീദ് പറഞ്ഞ വാർത്ത വിശ്വസിക്കാനാകാതെ ഞാൻ തരിച്ചിരുന്നു. അവരിൽ നിന്ന് എന്റെ കൊച്ച് കുഞ്ഞിനെ കല്യാണം ചെയ്ത പടു കിളവന്റെ പേര് വാങ്ങിച്ചു. എംബസിയിൽ നിന്നും കോൺസുലേറ്റിൽ നിന്നും അയാളുടെ അഡ്രസ്സും വാങ്ങിച്ചു. ഞാൻ അങ്ങോട്ട് ചെന്ന് അവരെ കണ്ടു. ഒരു വേശ്യാലയത്തെ ഓർമപ്പെടുത്തുന്ന ആ വീട്ടിൽ ഒരു വേലക്കാരിയും ഡാൻസുകാരിയുമായി ദുരിതമനുഭവിക്കുന്ന അവളെ ഞാൻ കണ്ടു. അവളെ പോലെ പത്തോളം പേരെ അയാൾ വിവാഹം ചെയ്ത് അവിടെ കൊണ്ട് വന്ന് താമസിപ്പിച്ചിട്ടുണ്ടായിരുന്നു. അയാളെ നേരിട്ട് കണ്ടപ്പോഴാണ് അത് ഒരു മൂന്നാം ലിംഗക്കാരനാണെന്ന സത്യം ഞാൻ മനസ്സിലാക്കിയത്. അഥവാ പുരുഷനുമല്ല, സ്ത്രീയുമല്ല. സ്ത്രീകളുടെ രൂപഭാവവും വേഷവും വെച്ച് കെട്ടി നടക്കുന്ന ഒരാൾ. ആഭാസനായ തടിച്ച ഒരു കിളവൻ. മുടി ഡൈ ചെയ്ത് വെച്ചിരിക്കുന്നു. ഞാൻ അയാളോട് പറഞ്ഞു

“എന്റെ മോൾ കൊച്ച് കുട്ടിയാണ്. നിന്നെ ഞാൻ ജയിലിലിലാക്കും”

മോതിരങ്ങൾ കൊണ്ട് നിറഞ്ഞ കൈവിരലുകൾ കൊണ്ട് ഞങ്ങളെ പിടിച്ച് കെട്ടാൻ അയാളുടെ ശിങ്കിടകൾക്ക് ഉത്തരവ് കൊടുത്തു. അവർ ഞങ്ങളെ പിടിച്ച് കെട്ടി പുറത്തേക്ക് വലിച്ചിഴച്ചു.

ഞാനും മോളും നാട്ടിലേക്ക് മടങ്ങി. തിരിച്ചെത്തുന്നത് വരെ അവൾ ഒരു അക്ഷരവും എന്നോട് സംസാരിച്ചില്ലെന്ന് മാത്രമല്ല, എന്റെ ചോദ്യങ്ങൾക്ക് മറുപടി നൽകുക പോലും ചെയ്തില്ല. ഞാൻ അമ്മയോട് ചോദിച്ചു.

“അമ്മാ, നിങ്ങളെന്തിനാണവളെ വിറ്റത്? നിങ്ങൾക്കാവശ്യമുള്ള കാശ്, അത് നിങ്ങൾ ചോദിക്കുമ്പോഴെല്ലാം അയച്ച് തന്നിരുന്നില്ലേ ഞാൻ. പിന്നെയും എന്തിന് എന്റെ കുഞ്ഞിനെ നിങ്ങൾ വിറ്റു?”

അമ്മയുടെ മകനെ അഥവാ നിന്നെ ജയിലിൽ നിന്ന് രക്ഷപ്പെടുത്താനായി പേരും ഊരുമറിയാത്ത വക്കീൽ വന്ന് ചോദിച്ചപ്പോഴെല്ലാം കാശ് എടുത്ത് കൊടുത്ത കഥ ഉമ്മുറശീദാണ് എന്നോട് പറഞ്ഞത്. വക്കീൽ അമ്മയെ പറ്റിച്ച് അമ്മയുടെ സമ്പാദ്യമെല്ലാം തട്ടിയെടുത്തു... അവരുടെ സ്വത്ത് മാത്രമല്ല, എന്റേതും കൂടിയായ സ്വത്ത്.

വീട്ടിലൊക്കെ നോക്കിയപ്പോൾ എനിക്കൊരുപാട് സ്വർണ്ണവും വെള്ളിയും കിട്ടി. കൂട്ടത്തിൽ വീടിന്റെ ആധാരവും കിട്ടി. നിന്റേയും എന്റെയും അമ്മയുടെയും ഒപ്പ് ഞാൻ തന്നെ ഇട്ട് കിട്ടിയ വിലക്ക് വീട്

ഞാൻ വിറ്റു. അവർ മരണക്കിടക്കിയലാകുമ്പോൾ അവരുടെ എല്ലാം സ്വത്തും അവരുടെ പേരിലുണ്ടായിരുന്ന സകലതും ഞാനല്ലേ അടിച്ചെടുത്തത്? അതെ ഞാനാണ്, ഞാൻ തന്നെയാണ്... ഞാൻ അവരെ മരണത്തിന് വിട്ട് കൊടുത്തോ... ഫ്രീയായി വീട്ടിൽ വന്ന് ചികിത്സിക്കുന്ന ഡോക്ടർമാരെ പോലും ഞാൻ വിളിച്ച് കൊണ്ട് വന്നില്ല? അതെ... എല്ലാം സത്യമാണ്. ഇന്ന് എന്റെ പേരിൽ ആരോപിച്ചിരിക്കുന്ന തലയിണകൊണ്ട് ഞാൻ അവരെ ശ്വാസം മുട്ടിച്ച് കൊന്നു എന്നത് മാത്രം ശരിയല്ല.

ഞാൻ എന്റെ മോളെ ഇങ്ങോട്ട് കൊണ്ട് വന്നിട്ടും അവൾ എന്നോട് ഒന്നും മിണ്ടിയില്ല. നല്ല ഡോക്ടർമാരെ തന്നെ കാണിച്ച് ഞാൻ നിന്നെ ചികിത്സിക്കുമെന്ന് അവളോട് പറഞ്ഞു. കഥയുടെ ബാക്കി നീ വിചാരിക്കുന്നതുപോലെ തന്നെയായിരുന്നു. ഞാൻ മോളെ കരുതി കൂടുതൽ കാശിന് വേണ്ടി പണിയെടുക്കാൻ പോയ വീട്ടിലെ സ്ത്രീയുടെ സ്വഭാവം അത്ര ശരിയായിരുന്നില്ല. എന്തിന് ആണുങ്ങൾക്ക് പോലും അവളെ നിയന്ത്രിക്കാനാകുമായിരുന്നില്ല. ഒരു തവണ അവൾ എന്നെ അടിച്ചു, ഞാൻ ഒന്നും മിണ്ടിയില്ല. കാരണമായി അവൾ പറഞ്ഞ കാര്യമായിരുന്നു ബഹുരസം.

“എന്തിനാണ് നീ എന്റെ ബാത്ത് റൂമിൽ മൂത്രമൊഴിച്ചത്. നിങ്ങൾ വേലക്കാർക്കുള്ള ബാത്ത് റൂം പിന്നെ എന്തിനാണ്. അതിലല്ലേ നീയൊക്കെ മൂത്രമൊഴിക്കേണ്ടത്”

മനുഷ്യരെ നിന്ദിക്കുകയായിരുന്നു അവളുടെ പ്രധാന വിനോദം, പ്രത്യേകിച്ച് സ്വന്തം ഭർത്താവിനെ. പലപ്പോഴും അവളുടെ ഭർത്താവും.

ചിലപ്പോഴെല്ലാം ഞാൻ എന്നേക്കാൾ കൂടുതലായി അവളോട് ദയ കാണിച്ചു. ദാരിദ്ര്യം പോലെ വെറുപ്പ് സൃഷ്ടിക്കുന്ന മറ്റൊരു കാര്യവുമില്ല എന്നാണ് എനിക്ക് തോന്നുന്നത്. അയാൾക്ക് അവളോട് വെറുപ്പായിരുന്നു. അവളെ മരിക്കാൻ വിട്ട് കൊടുത്ത് ഞാൻ അയാൾക്ക് ചെയ്ത് കൊടുക്കാവുന്ന സഹായം ചെയ്ത് കൊടുക്കുകയും ചെയ്തു.

അതെ, ഒരു ദിവസം ബാത്ത് ടബ്ബിൽ ബോധം കെട്ട് വീണ് കിടക്കുന്ന അവളെ കണ്ടെങ്കിലും ഞാൻ അത് അവഗണിച്ചു. ഇത് ഒരു അവസരമാണ് എന്ന് കണ്ട് ഞാൻ അവളുടെ സകല സ്ഥാവരജംഗം വസ്തുക്കളും, എന്തിന് ആഭരണപ്പെട്ടിയടക്കം മോഷ്ടിച്ചു. കൂട്ടത്തിൽ അവളുടെ ഭർത്താവിന്റെ റൂമിൽ കയറി അവിടെയുണ്ടായിരുന്നതും കട്ടെടുത്തു. വീട്ടിൽ നിന്ന് പുറത്തിറങ്ങി താക്കോലിട്ട് പൂട്ടി. സാധാരണ പോലെ വന്ന് വാതിൽ തുറന്നപ്പോൾ ബാത്ത് ടബ്ബിൽ വീണ് കിടക്കുന്ന ശവശരീരം കണ്ടുവെന്ന് പറഞ്ഞ് ഞാൻ തന്നെയാണ് പോലീസിനെ വിവരമറിയിച്ചത്. ഒരു ജോലിക്കും പോകാതെ പാപ്പരായിരിക്കുന്ന അവളുടെ ഭർത്താവ് തന്നെയാണ് കുറ്റവാളി എന്ന് പോലീസുകാർ ആരോപിച്ചു. അവൻ അവളോട് ചില സമയത്ത് മറ്റുള്ളവരുടെ മുന്നിൽ വെച്ച് സ്വഭാവദൂഷ്യത്തിന്റെ പേരിൽ മോശമായി പെരുമാറിയതും അയാൾക്ക് എതിരെയുള്ള

തെളിവായി. അയാൾ അവളുടെ സ്വത്ത് കിട്ടാനായി കൊലപ്പെടുത്തി മോഷണം നടത്തി എന്നാണ് പോലീസുകാർ വാദിച്ചത്. പോലീസുകാർ എന്നെയും ഭീഷണിപ്പെടുത്തി ചോദ്യം ചെയ്ത് വീട് മുഴുവൻ അന്വേഷണം നടത്തി. ഒന്നും കണ്ടെത്താനാകാതെ വന്നതോടെ അവർ എന്നെ വിശ്വസിച്ചു. ഞാൻ സീൻ എന്റെ വഴിക്കാക്കാൻ നല്ല വണ്ണം കരഞ്ഞ് കാണിക്കുകയും ചെയ്തിരുന്നു. എന്റെ ജീവന്റെ പേടി കൊണ്ടാണ് ഞാൻ കരഞ്ഞതെങ്കിലും നിരപരാധിയായ എന്നെ കുറ്റവാളിയായി കണ്ടതിന്റെ പേരിലാണ് ഈ കരച്ചിൽ എന്ന് കരുതി പോലീസുകാർ എന്നെ വെറുതെ വിട്ടു.

സഹോദരാ, ഞാൻ നമ്മുടെ അമ്മയെയോ ഈ സ്ത്രീയെയോ കൊന്നിട്ടില്ല. രണ്ട് പേരേയും മരിക്കാൻ വിട്ടു എന്നത് വെറെ കാര്യമാണ്. അത് മാത്രമല്ല, ഞാൻ അവരെ കണ്ട സമയം അവർ മരിച്ചിരുന്നു എന്നത് കൂടി വേണം മനസ്സിലാക്കാൻ. ഞാൻ ഒരു കൊലയാളിയല്ല. അത് ദൈവത്തിന്റെ കണക്ക് കൂട്ടലുകളായിരുന്നു. ദൈവം പലപ്പോഴായി എനിക്കിട്ട് അടി തരുമ്പോൾ ഇടയ്ക്ക് മാത്രം നൽകുന്ന സുവർണ്ണാവസരങ്ങൾ എനിക്ക് എന്ത് കൊണ്ട് ഉപയോഗിച്ച് കൂടാ. പ്രയാസങ്ങളുടെ ഈ ജീവിതം എന്നെ വരിഞ്ഞ് മുറുക്കുന്നതിനിടയിൽ എപ്പോഴെങ്കിലും ഇത് പോലെത്തെ അവസരം തരുമ്പോൾ എന്തിന് തട്ടിക്കളയണം.

എന്റെ അമ്മയുടെയും ആ സ്ത്രീയുടെയും മരണത്തിന്റെയും ബലിയാടാണു ഞാൻ. അങ്ങനെയാണ് ഞാൻ ചിന്തിക്കുന്നത്. ഞാൻ ഒരാളോടും ഒരു അതിക്രമവും കാണിച്ചിട്ടില്ല. എന്റെ വിധിയെ മാറ്റി എഴുതാനായി ചില സമയത്ത് കണ്ണടച്ചു. അത് ഒരിക്കലും കൊലപാതകമല്ലല്ലോ.

എങ്കിലും എനിക്ക് അമ്മയെ വളരെ ഇഷ്ടമായിരുന്നു, രാത്രി സമയങ്ങളിൽ ഒരുപാട് സമയം അവരോട് സംസാരിച്ചിരിക്കാറുണ്ടായിരുന്നു. ചില ദിവസങ്ങളിൽ സംസാരിച്ച് കരച്ചിലിൽ വരെ എത്താറുണ്ടായിരുന്നു. എന്തിനായിരുന്നു അമ്മേ എന്നോട് ഇങ്ങനെയെല്ലാം ചെയ്തത്? അമ്മ തന്നെ മക്കളെ സ്നേഹിച്ചില്ലെങ്കിൽ പിന്നെ ഈ ലോകത്ത് ആരാണ് അവരെ സ്നേഹിക്കാനും ഇഷ്ടപ്പെടാനുമുണ്ടാകുക. ഇത്രയും മുതിർന്നിട്ടും എന്തേ ഇങ്ങനെ മാറിയത്? ഞാൻ എല്ലാ കാര്യങ്ങൾക്കും നിങ്ങളുടെ കൂടെ നിന്നതായിരുന്നില്ലേ? പ്രായം കൂടുന്നതിന് അനുസരിച്ച് എന്തിനാ എന്നോട് ഇത്രയും പരുക്കൻ രീതിയിൽ പെരുമാറിയത്? എന്നോട് മാത്രമല്ല എന്റെ മോളോടും എന്തേ ഇങ്ങനെയെല്ലാം പെരുമാറി. എന്റെ വിവാഹ മോചനത്തിന് ശേഷം എന്തേ എന്നോട് വെറുപ്പ് കാണിച്ചു, നിങ്ങളുടെ ജീവിതത്തിൽ നിന്ന് തന്നെ എന്നെ മറന്ന് കളയാൻ എന്തേ ശ്രമിച്ചു. എന്ത് കൊണ്ടാണ് ആ മനുഷ്യന്റെ അരികിൽ നിന്ന് നിങ്ങളുടെ മടിത്തട്ടിലേക്ക് ഞാൻ ഓടി വന്നത് എന്നത് നിങ്ങൾക്ക് വ്യക്തമായി അറിയാവുന്നതായിരുന്നില്ലേ, എന്തിനാ ഞാൻ വിവാഹ

മോചനം ആവശ്യപ്പെട്ടത് എന്നതും നിങ്ങൾക്ക് അറിയാമായിരുന്നില്ലേ.. ഞാൻ അനുഭവിച്ചതിനേക്കാൾ വലുതായി എന്താണ് നിങ്ങൾ അനുഭവിച്ചിട്ടുള്ളത്. വെറുമൊരു വേലക്കാരിയായി ആട്ടും തുപ്പുമേൽക്കുന്നത് എന്തേ നിങ്ങൾക്ക് അത്ര നിസാരമായി തോന്നിയത് എന്ത് തെറ്റിന്റെ പേരിലാണ് ഞാൻ നിങ്ങളോട് മാപ്പ് ചോദിക്കേണ്ടിയിരുന്നത്?

ഇതെല്ലാം സ്വത്തിനും സമ്പത്തിനും വേണ്ടിയായിരുന്നു എന്ന് പറഞ്ഞാൽ എനിക്ക് വിശ്വസിക്കാൻ കുറച്ച് പ്രയാസമുണ്ട്.

കത്ത് എഴുതി വെച്ച ആ മനുഷ്യന് അയാളുടെ അമ്മയെ കാണാൻ വലിയ ആഗ്രഹമുണ്ടായിരുന്നു. താൻ ചെയ്ത സകല തെറ്റുകളും ഏറ്റ് പറഞ്ഞ് അമ്മയുടെ മുമ്പിൽ അയാൾ മാപ്പ് ചോദിക്കുകയായിരുന്നു, ഒരു ദൈവത്തിന്റെ മുമ്പിലെന്ന പോലെ. അയാൾക്ക് ആ അമ്മയല്ലാതെ ബന്ധുക്കളായി മറ്റാരുമില്ലെന്ന് ആ കത്തിൽ നിന്ന് മനസ്സിലാക്കാമായിരുന്നു. അതുപോലെ അമ്മാ, നിങ്ങൾ പരലോകത്ത് വെച്ച് എന്നെ കേൾക്കുന്നുണ്ടാകും എന്നാണ് ഞാൻ കരുതുന്നത്, നിങ്ങൾ എനിക്ക് പൊറുത്ത് തരുമെന്ന് തന്നെയാണ് ഞാൻ കരുതുന്നതും. ഞാനും ഒരു അമ്മയാണ്, അതുകൊണ്ട് തന്നെ നിങ്ങൾ എനിക്ക് ഇഷ്ടപ്പെടുന്ന ഒരു മറുപടി തന്നെ തരുമെന്നാണ് കരുതുന്നതും. ഞാൻ കുഞ്ഞായിരുന്നപ്പോൾ നിങ്ങൾക്ക് എന്നെ വലിയ ഇഷ്ടമായിരുന്നു... പിന്നെ ജീവിതത്തിന്റെ പരുക്കൻ യാഥാർത്ഥ്യങ്ങൾ നിങ്ങളെ മാറ്റി മറിച്ചു. എന്നെ പോലെ ദുരിതക്കയം നിങ്ങളേയും ഒരുപാട് മാറ്റങ്ങൾക്ക് വിധേയമാക്കിയിട്ടുണ്ടാകും.

ഇതാണ് ജീവിതം. കാറ്റടിക്കും, പല തരത്തിലും പല കോലത്തിലും നാം ആ കാറ്റിലാടി കൊണ്ടിരിക്കുന്ന വെറും തൂവലുകൾ മാത്രമാണല്ലോ.

ജീവിതമോ അതോ ദാരിദ്രമോ? ചില മനുഷ്യരെ യാതൊരു ബാധ്യതകളുമില്ലാതെ ദൈവം സൃഷ്ടിച്ചിട്ടുണ്ടല്ലോ എന്ന് ഞാൻ ആലോചിക്കാറുണ്ട്. അവരെക്കൊണ്ട് മറ്റുള്ളവർക്കോ മറ്റുള്ളവരെക്കൊണ്ട് അവർക്കോ യാതൊരു ഉപകാരമോ ഉപദ്രവമോ ഇല്ലാത്ത ഒരുപാട് ജന്മങ്ങൾ. ഈച്ചകളെയും പ്രാണികളേയും സൃഷ്ടിച്ചിരിക്കുന്നതുപോലെ. ബുദ്ധിമുട്ടുണ്ടാക്കുന്ന രോഗാണുക്കളെ പകർത്താനും മൃതശരീരങ്ങളിൽ മുട്ടയിട്ട് വിരിയിക്കാനും മാത്രമായി ജന്മം നൽകപ്പെട്ട ഈച്ചകളെ പോലെയുള്ള ജന്മങ്ങൾ. ദൈവത്തിന് തീർച്ചയായും അതിന്റേതായ തന്ത്രങ്ങളുണ്ടായിരിക്കാം. എന്നെ പോലെ, ആ കത്ത് എഴുതിയവനെ പോലെ, ആ ഈച്ചകൾക്കും കാണുമായിരിക്കും എന്തെങ്കിലും കാര്യങ്ങൾ.

വേലക്കാരിയായി പണിയെടുത്തു എന്നത് തന്നെയാണ് എന്നെ തളർത്തിയത്. ഞാൻ എല്ലാറ്റിന്റെയും എല്ലാവരുടെയും വേലക്കാരിയായി മാറി. വേലക്കാരികൾക്ക് മാത്രമായി ഒരു കവിതയുണ്ടായിരുന്നെങ്കിൽ തീർച്ചയായും ഒരു സംശയവുമില്ലാത്ത രീതിയിൽ ഞാനത് കാണാതെ

പഠിച്ച് പാടി നടക്കുമായിരുന്നു. ഞങ്ങൾ വേല ചെയ്ത് കൊടുക്കാൻ വിധിക്കപ്പെട്ടവർ ശക്തിയുള്ള പല്ലുകൾ കൊണ്ട് പഴങ്ങൾ കടിച്ച് മുറിച്ച് കഴിച്ച് കൊണ്ടിരുന്നു. അവരോട് ഞങ്ങൾക്ക് അസൂയയില്ല, എത്തിപ്പിടിക്കാനാകാത്തതിനെ ഓർത്ത് അസൂയപ്പെട്ടിട്ട് എന്ത് കാര്യം. അവരുടെ കവിളിലൂടെ ജ്യൂസ് ഒലിച്ച് പോയാൽ പോലും ഞങ്ങളിൽ ഒരാൾക്ക് അത് കണ്ട് വെള്ളമിറക്കാൻ പോലും സാധിക്കുമായിരുന്നില്ല. ജീവിതത്തെ കുറിച്ച് ഓർക്കുമ്പോൾ ഞങ്ങൾ സേവകൻമാരായി ജീവിക്കാൻ ആഗ്രഹിക്കുന്നവരാണ്, ഞങ്ങൾക്ക് യോജിച്ച തൊഴിൽ കാണിച്ച് തന്നെ ദൈവത്തോട് അതിനുള്ള നന്ദിയും കടപ്പാടും ഞങ്ങൾ കാണിക്കുകയും ചെയ്യുന്നുണ്ട്.

എന്റെ മുന്നിലിരിക്കുന്ന മോളെ ഞാൻ നോക്കി. അവൾ തനിച്ചാണ്, ഞാനും തനിച്ചാണ്. അവൾ എന്റെ കൂടെ താമസിക്കാൻ തുടങ്ങിയതോടെ ഞാൻ കൂടുതൽ അപരിചിതയായത് പോലെ തോന്നി. ടി.വിയിലേക്ക് അന്തം വിട്ട് നോക്കിയിരിക്കും. അവൾ മൂകയാണ് എന്ന് ഞാൻ വിശ്വസിക്കുന്നില്ല. എന്നെ വെറുക്കുന്നത് കൊണ്ട് തന്നെ എന്നെ ശിക്ഷിക്കുക എന്നത് മാത്രമായിരുന്നു അവളുടെ ലക്ഷ്യം. ഞാൻ ആഢംബരത്തോടെ ആമോദത്തോടെ ജീവിക്കുകയാണെന്നും നമുക്ക് ആവശ്യമുള്ള കാശ് അമ്മ അയച്ച് തരുന്നില്ലെന്നും, അവളെ തനിച്ചാക്കിയാണ് ഞാൻ വിദേശത്തേക്ക് പോയിട്ടുള്ളതെന്നും എന്റെ അമ്മ അവളെ പറഞ്ഞ് വിശ്വസിപ്പിച്ചതാണ് എന്നോടുള്ള വെറുപ്പിന്റെ മൂലകാരണം. കൂടാതെ ഞാൻ മോശപ്പെട്ട രീതിയിൽ വേശ്യയായിട്ടാണ് ജീവിച്ച് കൊണ്ടിരിക്കുന്നതെന്നും അമ്മ അവളെ പറഞ്ഞ് വിശ്വസിപ്പിച്ചിരുന്നു. അത് കൊണ്ട് തന്നെ ഇവിടെ വന്നത് മുതൽ അവൾ തലയിലൂടെ തട്ടമിട്ടാണ് നടക്കുന്നത്. താൻ വെറുക്കുന്ന ഈ ലോകത്തേക്ക് കൊണ്ടുവന്ന എന്നെ അവൾ അത്ര കണ്ട് വെറുക്കുന്നുണ്ടാകണം.

അടുക്കളയിൽ ചെന്ന് ചായയുണ്ടാക്കി ജനാലയുടെ പിറകിൽ വന്ന് രാത്രികാല പുറം കാഴ്ചകളിലേക്ക് നോക്കി നിന്നു. സ്വന്തമായി നാടോ രാജ്യമോ ഇല്ലാതെ സ്വതന്ത്രമായി അടിച്ച് വീശുന്ന കാറ്റിന്റെ രാത്രിയെ ഞാൻ നോക്കിയിരുന്നു. ഇത് എന്റെ ജീവിതമല്ല. ഞാൻ എങ്ങനെയാണ് ഇതിൽ വീണ് പോയത് എന്ന് എനിക്ക് അറിയില്ല. എന്റെ യാത്രക്ക് വിലങ്ങ് നിൽക്കാൻ ആരുമില്ലല്ലോ. എനിക്കായി തുറന്ന് കിടന്നിരുന്ന വാതിലുകളെല്ലാം താഴിട്ട് പൂട്ടിയിരിക്കുന്നു.

പ്രിയപ്പെട്ട സഹോദരാ,

ഞാൻ അന്ന് മോഷ്ടിച്ച സാധനങ്ങളെല്ലാം സുരക്ഷിതമായ സ്ഥലത്ത് സൂക്ഷിച്ച് വെച്ചിരിക്കുകയാണ്. നീ ജയിലിൽ നിന്ന് ഇറങ്ങുമ്പോൾ എന്നെ സംശയിക്കുന്നത് അവസാനിപ്പിക്കണം, എന്നെ ചീത്ത വിളിക്കാനും വരരുത്. ഇപ്പോൾ ഞാൻ എല്ലാ സത്യങ്ങളും തുറന്ന് പറഞ്ഞിരിക്കുന്നു.

മോഷ്ടിച്ച സാധനങ്ങൾ കൈകാര്യം ചെയ്യാൻ നീ എന്നെ സഹായിക്കണം. വീട് വിറ്റ് കിട്ടിയതിന്റെ ഒരു അംശം ഞാൻ നിനക്ക് നൽകാൻ തയ്യാറാണ്. എനിക്ക് എന്റെ മോളെ ചികിത്സിക്കണം, നമുക്ക് നല്ല സഹോദരി സഹോദരൻമാരായി ജീവിക്കാം. എനിക്ക് ഇപ്പോൾ നീ അല്ലാതെ മറ്റാരുമില്ല. ഞാൻ ഒറ്റക്ക് അത് എങ്ങനെ കൈകാര്യം ചെയ്യും എന്ന് എനിക്ക് അറിയില്ല.

ഞാൻ ഈ കത്ത് ഒരിക്കലും പോസ്റ്റൽ വഴി അയക്കില്ല. അതിന് ഒരു വഴി കാണണം. അല്ലെങ്കിൽ അടുത്ത ദിവസമോ ആഴ്ചകളിലോ നിന്നെ കാണാൻ ജയിലിലേക്ക് വരണം എന്നുണ്ട്. ആ സമയത്ത് നൽകിയാലോ എന്നും ആലോചിക്കുന്നുണ്ട്. ദൈവം കാക്കട്ടെ.

ഏതായാലും ഈ ചിന്തകൾ എന്റെ മനസ്സിൽ നിന്ന് കളയേണ്ടതുണ്ട്. അല്ലെങ്കിൽ വലിയ അപകടത്തിൽ ചെന്ന് വീണേക്കും.

സൂപ്പർവൈസർ ഞങ്ങളെ തിരികെ ജോലിയിലേക്ക് വിളിക്കുന്നുണ്ട്. പിന്നെ കാണാം..

പ്രിയപ്പെട്ട അച്ഛാ..

നമുക്കിടിയിലുള്ള സംസാരം കുറച്ച് ബുദ്ധിമുട്ട് തന്നെയായിരുന്നു. നിങ്ങളോടുള്ള എന്റെ ഇഷ്ടം ആ ബുദ്ധിമുട്ടിനെ മറികടക്കും എന്ന് തന്നെ യാണ് ഞാൻ കരുതുന്നത്.

എന്റെ കൈക്കുള്ളിൽ നിങ്ങളുടെ കൈ വെച്ച്, എന്റെ ശിരസ്സ് നിങ്ങളുടെ തോളിൽ ചായ്ച്ച്, നിങ്ങളോട് ചേർന്നിരുന്ന് അങ്ങോട്ടും ഇങ്ങോട്ടും കഥകൾ പറഞ്ഞിരിക്കുന്നത് ഞാൻ പല തവണ സ്വപ്നം കണ്ടിട്ടുണ്ട്. ഈ ജീവിതം തന്നെ നമ്മെ ഒരുപാട് ദ്രോഹിച്ചിട്ടുണ്ട്, നമ്മെ കൂടുതൽ അകറ്റിയിട്ടുണ്ട്. ഖേദമായിരിക്കും ഞാൻ ഏറ്റവും കൂടുതൽ ഭയക്കുന്നത്. ഖേദവും സങ്കടവും മിണ്ടാതിരിക്കുമ്പോഴും പിണക്കത്തി ലാകുമ്പോഴും നമുക്ക് പലതിനേയും നഷ്ടപ്പെടുത്തുന്ന രണ്ട് കാര്യ ങ്ങളാണ്. നമുക്ക് പരസ്പരം കാണാനും മിണ്ടാനുമുള്ള സമയം കടന്ന് പോയിരിക്കുന്നു എന്ന് അറിയുമ്പോൾ തീർച്ചയായും നഷ്ടബോധം തോന്നുമായിരിക്കും. ദൈവം നിങ്ങൾക്ക് ദീർഘായുസ്സ് നൽകട്ടെ.

എന്നോടുള്ള അങ്ങയുടെ സ്നേഹമെനിക്കറിയാം. ഒരുപാട് കാത്തി രുന്ന് കിട്ടിയ കൺമണിയായിരുന്നല്ലോ ഞാൻ. ഇന്ന് ഈ കത്ത് എഴുതു മ്പോൾ നിങ്ങൾക്ക് എന്നെക്കുറിച്ച് എല്ലാം അറിയാമായിരുന്നു എന്ന സത്യത്തോടൊപ്പം ഇനിയും എന്നെക്കുറിച്ച് അറിയാത്ത വല്ലതും ബാക്കി യുണ്ടെങ്കിൽ അത് പറഞ്ഞ് തരാനും കൂടിയാണ് ഈ എഴുത്ത്, കാരണം എഴുത്താകുമ്പോൾ ചീത്ത വിളികൾ കേൾക്കണ്ടല്ലോ, അലമ്പുകളൊന്നു മുണ്ടാകില്ല. നിങ്ങളെക്കുറിച്ച് ആലോചിച്ചിരിക്കാൻ പണ്ട് നമ്മൾ എടുത്ത ഫോട്ടോ തന്നെ മതിയല്ലോ. ആ ഫോട്ടോയിൽ നിങ്ങളുടെ ശരീരത്തിന്റെ ഭാഗമെന്നത് പോലെയാണല്ലോ ഞാൻ കാണുന്നത്. ആ ഫോട്ടോകളിൽ എന്നെ നിങ്ങൾ കളിപ്പിക്കുന്നു, എന്നെ ഊട്ടുന്നു, എന്നെ മുകളിലേക്ക് എടുത്ത് ഉയർത്തുന്നു, എന്റെ നെഞ്ചിൽ ഇക്കിളിയാക്കുന്നു. അതിലെല്ലാം എന്നെ ചിരിക്കുന്നവനായിട്ടാണ് ഞാൻ കാണുന്നത്, നിങ്ങളുടെ അച്ഛനും അമ്മക്കും അഭിമാനിക്കാവുന്ന ഒരാളായിട്ടാണ് എന്നെ തന്നെ ഞാൻ കാണുന്നത്. ചിലതിൽ നിങ്ങൾ എന്നെ സ്കൂളിലേക്ക് ചുമന്ന് കൊണ്ട് പോകുന്നുണ്ട്, മറ്റു ചിലതിൽ ഐസ്ക്രീം കഴിക്കുമ്പോൾ എന്റെ

കൈമുട്ട് വരെ അത് അലിഞ്ഞ് ഒലിച്ചിറങ്ങിയത് കണ്ട് ഞാൻ കരയുന്നതായിരുന്നു.

നിങ്ങളുടെ രോഗം അറിഞ്ഞത് മുതൽ എനിക്കൊരു സ്വസ്ഥതയും ലഭിച്ചിട്ടില്ല. ചില ദിവസങ്ങളിലെ സ്വപ്നങ്ങളിൽ നിങ്ങളെ ഞാൻ താലോലിക്കുന്നത് പോലെ കാണും, ചിലതിൽ നിങ്ങൾ എന്തോ അപകടത്തിലാണെന്ന് കാണും, ചിലതിൽ നിങ്ങൾ നേരിട്ട് എന്റെ മുന്നിൽ വന്ന് നിൽകുന്നത് പോലെയായിരുന്നു. എന്റേത് ശോഷിച്ച ശരീരമാകുമ്പോൾ അതിനേക്കാൾ ശോഷിച്ചതായിരിക്കും നിങ്ങളുടെ ശരീരം. ചിലപ്പോൾ ഒരു ചെറിയ ഗർഭസ്ഥ ശിശുവിനെ പോലെയാകും. ചിലപ്പോൾ തൂവൽ ഒന്നുമില്ലാത്ത വലിയ ഒരു കുരുവിയെ പോലെ തോന്നിച്ചു. അങ്ങനെ കാണുമ്പോഴെല്ലാം ഞാൻ നിങ്ങൾക്ക് വരാനിരിക്കുന്ന സകല ദുരിതങ്ങളിൽ നിന്നും ദുരന്തങ്ങളിൽ നിന്നും കാത്ത് രക്ഷിക്കുന്നത് പോലെയായിരുന്നു കാഴ്ച. നിങ്ങളുടെ രോഗം അത്ര ഗുരുതരമല്ലെന്നും, വളരെ പെട്ടെന്ന് തന്നെ നിങ്ങളുടെ പഴയ രീതിയിലേക്ക് മടങ്ങുമെന്നും അറിയാമായിരുന്നിട്ടും ഇടയ്ക്കിടെ കാണുന്ന ദുഃസ്വപ്നങ്ങൾ എന്നെ വിട്ട് പോയതേയില്ല. നിങ്ങളോട് ഞാൻ കൂടുതൽ ഒന്നും പറായാതിരുന്നത് പേടിക്കാതിരിക്കാൻ തന്നെയായിരുന്നു. മാത്രമല്ല ഇതൊക്കെ ഒന്ന് പറഞ്ഞ് നോക്കാനുള്ള ഒരു നല്ല സമയം നമുക്കിടിയിൽ ഇല്ലാതെയാവുകയും ചെയ്തു. സംസാരങ്ങളും മിണ്ടാട്ടങ്ങളുമെല്ലാം എന്തിനോ ഏതിനോ ആയി മാറിയിരുന്നല്ലോ.

നിങ്ങൾക്ക് കത്ത് എഴുതാൻ എന്നെ വല്ലാതെ നിർബന്ധിച്ചത് എന്നെ പോലെ ഒറ്റപ്പെട്ട് ജീവിക്കുന്ന ഒരു പെൺകുട്ടിയുടെ ഒരു കത്തായിരുന്നു. ബാറിൽ എന്റെ സ്വകാര്യ ലോക്കറിൽ ഞാൻ സൂക്ഷിച്ച് വെച്ചിരിക്കുകയാണ് ആ കത്ത്. അന്ന് ഞാൻ ബാറിലാണ്, ഹോട്ടലിൽ അല്ല, ജോലി ചെയ്തിരുന്നത്. ക്ലീനിംഗ് വിഭാഗത്തിൽ ജോലി ചെയ്തിരുന്ന ഒരു പെൺകുട്ടിയുണ്ടായിരുന്നു. അവൾ തന്നെയാകണം അത് എന്റെ ലോക്കറിൽ വെച്ചത്. അത്ര മാത്രം പ്രധാനപ്പെട്ട വല്ല രേഖയുമായിരിക്കും എന്നാണ് അന്ന് കരുതിയത്. പക്ഷേ, ആർക്കാണ് അയക്കുന്നത് എന്നോ ആരാണ് അയക്കുന്നത് എന്നോ ഇല്ലാതെ, ആരെയോ മനഃപൂർവ്വം സംരക്ഷിക്കാൻ അവൾ ശ്രമിക്കുന്നത് കൊണ്ടായിരിക്കാം അത് അവിടെ ഒളിപ്പിച്ചത്. അത് കഴിഞ്ഞിട്ട് കാലം കുറെയായി. ഒരു പക്ഷേ, എല്ലാം അവൾക്ക് നന്മയായി ഭവിച്ചിട്ടുണ്ടാകും.

വളരെ പ്രധാനപ്പെട്ട കാര്യം.....

രണ്ട് വർഷങ്ങൾ കഴിഞ്ഞിട്ടും ഞാൻ ആ കത്ത് വായിച്ച് കൊണ്ടിരിക്കുന്നു. ഒരുപാട് ആവർത്തി വായിച്ച് കഴിഞ്ഞിരിക്കുന്നു. എനിക്ക് അവളെ പരിചയമുള്ളത് പോലെ തോന്നുന്നു. ആരോടോ തന്റെ പാപങ്ങൾ പൊറുത്ത് തരാൻ യാചിക്കുന്ന അവളെ നേരിൽ കാണുന്നത് പോലുള്ള

ഒരു അവസ്ഥയാണ് എനിക്ക്. പക്ഷേ, അവൾക്ക് താൻ യാചിക്കുന്നവനെ കാണാനോ കൊള്ളാനോ കഴിയുന്നുമില്ല. അവൾ കരുതിയിടത്തേക്ക് ആ കത്ത് എത്തിയില്ല എന്ന് മാത്രമല്ല, അതിന് അറിഞ്ഞോ അറിയാതെയോ ഞാനും ഒരു കാരണക്കാരനായിപ്പോയി എന്നതാണ് മറ്റൊരു വശം. അവളുടെ ആ ആവശ്യം കേട്ടാൽ മനുഷ്യനായി പിറന്നവന് ചെയ്യാതിരിക്കാൻ തോന്നില്ല. ആര് എന്ത് തന്നെ ചെയ്താലും മാപ്പ് കൊടുക്കാൻ തോന്നിപ്പോകും. ആ കത്ത് അവകാശിക്ക് എത്തിച്ച് കൊടുക്കുന്നത് നടക്കാത്ത കാര്യമാണെന്ന ബോദ്ധ്യമുണ്ടായിട്ട് പോലും അത് എന്റെ കീശയിലിട്ട് മറന്നത് എന്നിൽ ചെറുതല്ലാത്ത കുറ്റബോധമുണ്ടാക്കി. ഒരു നിലക്ക് അത് വഞ്ചന തന്നെയാണല്ലോ. അല്ലെങ്കിൽ അവൾ അങ്ങനെ കരുതാനും സാദ്ധ്യത കാണുന്നുണ്ട്. ഏതായാലും വലിയ പ്രതീക്ഷയൊന്നുമില്ലെങ്കിലും ബാറിൽ ചെന്ന് ആരെങ്കിലും എന്നെ തിരക്കി ഇവിടെ വന്നോ എന്ന് അന്വേഷിച്ചെങ്കിലും അങ്ങനെ ആരും തന്നെയില്ല എന്നായിരുന്നു അവരുടെ മറുപടി. അവിടെയുണ്ടായിരുന്ന സ്റ്റാഫ് മൊത്തം മാറിയിട്ടുണ്ട്. ആ കത്ത് ജയിലിലടക്കപ്പെട്ട തന്റെ സഹോദരന് അവൾ എഴുതിയതാണ്, അതിൽ അവൾ അവനിൽ നിന്ന് മറച്ച് വെച്ച കാര്യങ്ങളെ സമ്മതിച്ച് കൊണ്ട് വിവരണം നൽകുന്നതോടൊപ്പം തനിക്ക് നീയല്ലാതെ ആരുമില്ല എന്ന് സഹോദരനെ അറിയിക്കുകയും ചെയ്യുന്നുണ്ട്. ലക്ഷ്യ സ്ഥാനത്ത് എത്താത്ത ആ കത്ത് തുടക്കം മുതൽക്കേ കേൾക്കാത്ത സംസാരം പോലെയാണ്. ഈ സ്ത്രീ ജനിച്ചത് തന്നെ മൂകയായിട്ടായിരിക്കണം. ആ കത്ത് വായിക്കുമ്പോൾ അവൾ എന്റെ കൂടെയുള്ളത് പോലെ എനിക്ക് തോന്നി. എന്റെയും അവളുടെയും വിധിയും ഒരു പോലെയല്ലേ എന്ന് പോലും തോന്നി. ഞങ്ങളുടെ ജീവിതത്തിലും ആ സാമ്യതയില്ലേ എന്ന് തോന്നാതിരുന്നില്ല.

പ്രിയപ്പെട്ട അച്ഛാ...,

എന്റെ പീഡകളെ പേർത്തും പറഞ്ഞ് വിശദീകരിക്കാൻ എനിക്ക് ഒരു ഉദ്ദേശ്യവുമില്ല. പക്ഷേ, ഒരു കാര്യം പറയാതിരിക്കാൻ എനിക്ക് കഴിയില്ല, നിങ്ങളെ ഓർത്ത് ഞാൻ അഭിമാനക്കാറുണ്ട്, ഒത്തിരി ഒത്തിരി അഭിമാനിക്കാറുണ്ട്. ഞങ്ങളോടുള്ള നിങ്ങളുടെ സ്നേഹവും, പ്രയാസമുള്ള സമയങ്ങളിൽ ഞങ്ങളെ കാത്ത് രക്ഷിക്കാനും, ഞങ്ങൾക്ക് വേണ്ടി ഏത് ബുദ്ധിമുട്ടും സഹിക്കാൻ നിങ്ങൾ കാണിച്ചിരുന്ന മനസ്സും ഓർക്കുമ്പോൾ അഭിമാനം തോന്നാറുണ്ട്. ചില സമയങ്ങളിൽ നിങ്ങളുടെ പ്രായത്തിലും സ്ഥാനത്തും ഞാനായിട്ട് സങ്കൽപിക്കാറുണ്ട്. എനിക്ക് നിങ്ങൾ ചെയ്യുന്നതുപോലെ പറയുന്നതുപോലെ ചെയ്യാനും പറയാനും കഴിയുമോ എന്ന് ആലോചിക്കാറുണ്ടെങ്കിലും ഒരു താരതമ്യത്തിന് പോലും ഒതുങ്ങുന്നതല്ല അത് എന്നാണ് എനിക്ക് തോന്നിയിട്ടുള്ളത്. ഒരിക്കലും നടക്കാത്ത കാര്യം. ഒരാൾക്കും മറ്റൊരാളുടെ സ്ഥാനത്തോ പ്രായത്തിലോ

ആകാൻ ഒരിക്കലും കഴിയില്ലല്ലോ. അത് മറ്റൊരു അർത്ഥത്തിലും കൂടി നമുക്ക് കാണാൻ പറ്റും. എന്റെ ആത്മാവ് കെട്ട് പിണഞ്ഞ് കിടക്കുന്ന രൂപം അത് എന്റെ ശരീരമാണ്, അത് ഒരിക്കലും നിങ്ങളുടേത് ആകില്ലല്ലോ. അത് കൊണ്ട് തന്നെ ഒരു താരതമ്യത്തിന് മുതിരുന്നതുപോലും നിങ്ങളെ വഞ്ചിക്കുന്നതിന് തുല്യമായിരിക്കും. എനിക്ക് ഒരിക്കലും ഒരു നല്ല പോരാളിയാകാനാകില്ല. കാരണം ഉള്ളതുകാണ്ട് തൃപ്തിപ്പെടാനോ വിധിയുടെ വിളയാട്ടത്തിൽ തന്നിലുള്ള വിശ്വാസത്തെ അരക്കിട്ടുറപ്പിച്ച് നിൽക്കാനോ കാലമെത്ര കഴിഞ്ഞാലും പ്രായമെത്ര കഴിഞ്ഞാലും അതിനെ പ്രതിരോധിച്ച് നിൽക്കാനോ നിങ്ങൾക്ക് കഴിഞ്ഞത് പോലെ എനിക്ക് ഒരിക്കലും കഴിയില്ല. നിങ്ങളെല്ലാം എന്നെ പേരിട്ട് വിളിക്കുന്നത് പോലെ ഒരു നപുംസകമായത് കൊണ്ടല്ല അത്. എന്നെ പോലുള്ള എത്ര പേരാണ് പോരാടി ജയിച്ചവരും പോരാടി തോറ്റവരുമുള്ളത്. ജയവും തോൽവിയും അത് എന്റെ പ്രവർത്തന ദശയിൽ വരുന്ന കാര്യവുമല്ല... എന്ത് തന്നെ പറഞ്ഞാലും ശരി ഞാൻ അതിന് യോഗ്യനല്ല തന്നെ.

എന്റെ ശരീരം പുരുഷ പ്രകൃതിയിൽ നിന്ന് വഴുതി മാറിയ ആ സമയത്ത്, ആർക്കും പ്രിയം തോന്നുന്ന കുട്ടിത്തത്തിൽ നിന്ന് ആർക്കും വെറുപ്പ് ജനിക്കുന്ന, അപ്രിയം തോന്നിക്കുന്ന ആ മാറ്റക്കാലത്ത്, നിങ്ങൾ എന്നോട് പ്രിയം വെച്ചിരുന്നെങ്കിൽ എന്ന് അതിയായി കൊതിച്ചിരുന്നു. എന്റെ അന്തരംഗത്തിന്റെ ചിന്തകൾ മനസ്സിലാക്കാൻ നിങ്ങൾ സഹായിച്ചിരുന്നെങ്കിൽ എന്ന് ആഗ്രഹിച്ചിരുന്നു. ഒരു രോഗമായി ഞാൻ കരുതിയിരുന്ന എന്റെ ശരീരപ്രകൃതത്തെ, കാലത്തിന്റെ വികൃതിയുടെ ഏതെങ്കിലും ഘട്ടത്തിൽ താനെ മാറി വരുന്നൊരു രോഗമായി കണ്ടിരുന്ന അതിനെ, തന്റെ കുഞ്ഞിന്റെ രോഗ ശമനത്തിനായി ഡോക്ടറെ പോയി കാണാനും അല്ലെങ്കിൽ മനോവേദന കുറയ്ക്കാനുള്ള മരുന്നുകൾ നൽകാനും അച്ഛൻ എന്നെ സഹായിക്കുമെന്ന് കരുതിയിരുന്നു. എന്റെ രോഗം അത് ഒരു വീഴ്ചയായിരുന്നു. അതിന്റെ കാര്യ കാരണം അന്വേഷിച്ചിറങ്ങിയാൽ ദൈവീക കോപമെന്നോ, ദൈവ ശിക്ഷ നിങ്ങളിലൂടെ എന്നിൽ വന്ന് പതിച്ചു എന്നും കരുതേണ്ടി വരും.

നിങ്ങളുടെ വേദന അതായിരുന്നു എന്നെ വേദനിപ്പിച്ചത്. അത് കൊണ്ട് തന്നെ ഞാൻ പലതും മറച്ച് വെച്ചു. ദൈവത്തോട് ഈ അസുഖമൊന്ന് മാറ്റി നൽകാൻ ഞാൻ കേണ് അപേക്ഷിച്ചു. എന്റെ സൃഷ്ടിപ്പിൽ അവനാണ് പിഴവ് വരുത്തിയതെങ്കിൽ പിന്നെ ആരോടാണ് ഞാൻ എന്റെ രക്ഷയ്ക്കുവേണ്ടി യാചിക്കേണ്ടത്? അതോടെ എനിക്ക് നിങ്ങളെ ഭയമായി. നിങ്ങളുടെ കൈവശമുള്ള ആയുധങ്ങളെയല്ല എനിക്ക് ഭയമുണ്ടായിരുന്നത്. വാതിലിലെ താക്കോൽ പഴുതിൽ ചാവി തിരിയുന്ന ശബ്ദമാണ്, ഉച്ചത്തിലുള്ള നിങ്ങളുടെ ചിരിയും നഗ്നനായി കുളിമുറിക്ക് പുറത്ത് നടക്കുന്നതുമാണ് എന്നെ ഭയപ്പെടുത്തിയിരുന്നത്. എന്റെ അമ്മയോട്

പരുഷമായി പെരുമാറിയിരുന്നതും എന്നെ വല്ലാതെ പേടിപ്പെടുത്തിയിരുന്നു. രാജ്യത്തെ അപകടങ്ങളിൽനിന്ന് രക്ഷപ്പെടുത്തുക എന്നും പറഞ്ഞ് ഞങ്ങൾക്ക് നേരെ നിങ്ങൾ കാണിച്ചിരുന്ന പോക്രിത്തരങ്ങൾ എനിക്ക് ഭയമായിരുന്നു. നിങ്ങൾ വീട്ടിലൂടെ കടന്ന് പോകുന്ന ഓരോ ദിവസവും സന്തോഷം കൊണ്ടും വേദന കൊണ്ടും എന്റെ കണ്ണീർ വീഴാറുണ്ടായിരുന്നു. ഓരോ തവണയും യുദ്ധമുന്നണിയിലേക്ക് നിങ്ങൾ പോകുമ്പോൾ എനിക്ക് ശ്വാസം നിലയ്ക്കുന്നത് പോലെയായിരുന്നു. ആദ്യ യുദ്ധത്തിൽ തന്നെ നിങ്ങൾ മരിക്കുമെന്ന് കരുതി ഞാൻ ഒഴുക്കിയ കണ്ണീരിന് കണക്കുണ്ടായിരുന്നില്ല.

ഞാൻ വളർന്നു. ഞാൻ ശാപമോ രോഗമോ എന്തുമാകട്ടെ അതിനോട് പോരാടിതന്നെ ഞാൻ വളർന്നു. ഇന്ന്, ഞാൻ ആരാണോ അതാണ് ഞാൻ. ഞാൻ ഞാനായി തീർന്നിരിക്കുന്നു. ഈ ലോകത്ത് എന്നെ സ്നേഹിക്കാനും ഇഷ്ടപ്പെടാനും നിങ്ങളല്ലാതെ പലരുമുണ്ടായിരുന്നു. ഞാൻ കൂടുതൽ ഭംഗിയുള്ളവനും ആരാലും നോക്കി നിൽക്കാൻ മാത്രം സൗന്ദര്യമുള്ളവനുമായിരുന്നു. ദൈവത്തെ അവന്റെ ദയാപരമായ രൂപത്തിലും ഹൃദയ വിശാലതയുടെ രൂപത്തിലും പല തവണ കാണാനായി. എന്നെ നിങ്ങളുടെ വീട്ടിൽ നിന്ന് ചവിട്ടി പുറത്താക്കുമ്പോൾ കാരണമായി പറഞ്ഞത് ഹശീശിന്റെ സിഗററ്റ് ഞാൻ ഉപയോഗിക്കുന്നുണ്ട് എന്നായിരുന്നില്ലേ? എന്റെ മുഖത്തേക്ക് തുപ്പുക വരെ ചെയ്തില്ലേ. എന്നോട് ഇറങ്ങി പോകാൻ പോലും പറഞ്ഞില്ലേ? എത്രയായിരുന്നു അന്ന് എന്റെ പ്രായം? ആട്ടിയോടിച്ചു. എല്ലായ്പോയും എല്ലാവരോടും നിങ്ങൾക്ക് തോന്നിയിരുന്ന ഒരു തരം വിഭ്രാന്തിയായിരുന്നില്ലേ അത്? അശക്തരും അശരണരുമായവരെ സംരക്ഷിക്കലായിരുന്നില്ലേ നിങ്ങളുടെ ചുമതല. നിങ്ങൾ എപ്പോഴും പറയാറുണ്ടായിരുന്നത് പോലെ അക്രമങ്ങൾക്കെതിരെയായിരുന്നില്ലേ നിങ്ങൾ യുദ്ധം ചെയ്തിരുന്നത്. പിന്നെ എപ്പോഴാണ് വീട്ടിൽ നിന്ന് ആട്ടിയോടിക്കപ്പെട്ടവരുടെ നേരെ നിങ്ങൾ തിരിയാൻ തുടങ്ങിയത്?

എന്റെ അച്ഛാ... സൈബീരിയൻ അതിർത്തിയിൽ റഷ്യൻ ഭരണാധികാരികളുടെ കീഴിലായി, ഒരു ചെറിയ പ്രദേശത്ത് ജീവിക്കുന്നൊരു മനുഷ്യവിഭാഗത്തെ കുറിച്ച് പരിചയപ്പെടുത്തുന്ന ഒരു ഡോക്യുമെന്ററി ഞാൻ കണ്ടിരുന്നു. അവരുടെ ദൈവവും സ്രഷ്ടാവും ഗുത്തക് എന്ന് വിളിക്കുന്ന ഒരു കാക്കയായിരുന്നു. അവരുടെ ദൈവത്തെ തങ്ങളുടെ കൂട്ടത്തിലുള്ള ഒരാളെ പോലെയാണ് കണ്ടിരുന്നത് എന്നതാണ് രസകരമമായ കാര്യം. അതിനോട് പ്രത്യേക മമതയോ ബഹുമാനമോ ആദരവോ എന്തിന് പ്രത്യേക പ്രാർത്ഥന പോലുമുണ്ടായിരുന്നില്ല. അതിന്റെ മോശം സ്വഭാവത്തെ കുറിച്ച് അവർ തന്നെ പരിഹാസ സ്വരത്തിൽ ചീത്തവിളിക്കാറുണ്ടായിരുന്നു. ഈ ലോകത്തെ അത്ര മേൽ സൗന്ദര്യമാക്കാനും

അത്ര സന്തോഷത്തോടെ ലാളിത്യത്തോടെ ജീവിക്കാനും പ്രയാസ രഹിതമായ ജീവിതം നൽകാൻ സാധിച്ചിട്ടും അതൊന്നും ചെയ്യാതെ ദൈവം ജീവിക്കുന്നതിന്റെ പേരിൽ അതിനെ ഒരു വിഡ്ഢിയായിട്ടാണ് കണ്ടിരുന്നത്. എന്തൊക്കെ പറഞ്ഞാലും അവർ അതിനെ ദൈവമായി വിശ്വസിച്ചിരുന്നു. കാരണം ദൈവം അവരുടെ അടുക്കലുണ്ടല്ലോ, മാത്ര മല്ല ദൈവത്തോട് പ്രതികാരം ചെയ്യാനുള്ള സൗകര്യവുണ്ടല്ലോ. ദൈവ മാണെങ്കിലോ അവർ ചെയ്യുന്ന ഒരു അക്രമത്തിനും തിരിച്ചടിക്കാനോ പകരം വീട്ടാനും വരില്ല. കൈസർ ചക്രവർത്തിയുടെ അനുയായികളായ കൊസാക്കുകൾ പോർച്ചട്ടയണിഞ്ഞ കുതിരപ്പുറത്തിരുന്ന് ഓർത്ത ഡോക്സ് ചർച്ചിന്റെ സംരക്ഷകരായി ചമഞ്ഞ് ആ ചെറിയ നാട്ടിലേക്ക് അതിക്രമിച്ച് കയറി അവിടെയുണ്ടായിരുന്നവരെ വധിക്കുകയും ചുട്ടെരി ക്കുകയും വീടുകളും മറ്റും തകർക്കുകയും സ്ത്രീകളേയും യുവതി കളേയും പശുക്കൾക്ക് പകരമായി കൃഷി നിലങ്ങളിലും സാധനങ്ങൾ വലിച്ച് കൊണ്ട് പോകുന്ന കാളവണ്ടികളിലും നുകം വെച്ച് കെട്ടി വലി ച്ചിഴച്ച് കൊണ്ട് പോയിരുന്നവത്രേ. ബാക്കി വന്നവരെ അടിമകളാക്കി പിടിച്ച് കെട്ടിക്കൊണ്ടു പോകുകയും ചെയ്തു... അതെ പള്ളിയുടെ ചുള്ളന്മാർ കൈസറിന്റെ സംരക്ഷണത്തിലായിരുന്നവത്രേ.. അവർക്ക് ഏത് അക്ര മവും ശരിയായിരുന്നവത്രേ..

അച്ഛാ... കൈസർ ചക്രവർത്തിക്ക് ദൈവത്തിന്റെ ഭൂമിയിലെ താത്പ ര്യങ്ങൾ നടപ്പിലാക്കാനുള്ള അധികാരമുണ്ടായിരുന്നോ? നിങ്ങൾ ആ കാക്ക ദൈവത്തെ കണ്ടിട്ടുണ്ടോ. നമുക്കും ആ കാകനെ കാണാനുള്ള അവസരം കിട്ടുമോ?

അച്ഛാ.. ഞാൻ ഒരിക്കലും, നിങ്ങളിൽ നിന്നോ, യുദ്ധമുഖത്ത് നിന്നോ, ഈ നാട് വിട്ടോ ഒളിച്ചോടിയിട്ടില്ല, എന്റെ പഠനം പൂർത്തിയാക്കാനല്ല ഞാൻ ഓടിയത്, അല്ലെങ്കിൽ എന്റെ ഭാവി ശോഭനമാക്കാനുമല്ല. കൈസ റിന്റെ സ്വഭാവം കാണിക്കുന്നവരിൽ നിന്നാണ് ഞാൻ ഓടി രക്ഷപ്പെടാൻ ശ്രമിച്ചത്. എനിക്കിഷ്ടമുണ്ടായിരുന്ന ആ കാകൻമാരുടെ കൂടെ ഞാൻ കൂടി. അവർ മാത്രമാണല്ലോ എനിക്ക് കൂട്ടുണ്ടായിരുന്നത്. ഞാൻ മാലാഖ യല്ല, സാത്താനുമല്ല. പ്രതികാരത്തിന്റെ വിചിത്രസ്വഭാവങ്ങളുടെ കണക്കെ ടുപ്പുകൾ നടത്തിയാൽ ഒരു പക്ഷേ, സാത്താനായി മാറാനുള്ള സാധ്യത ഞാൻ തള്ളിക്കളയുന്നില്ല.

ഞാൻ എന്റെ കൂട്ടുകാരന്റെ കൂടെ കൂടിയതിന്റെ ഏതാനും നാളു കൾക്ക് ശേഷം അവനിൽ രോഗ ലക്ഷണം കാണാൻ തുടങ്ങി. ആ രോഗ വുമായി ജോലി ചെയ്യിക്കാനാകില്ലെന്ന് കണ്ടതോടെ, ജോലി ചെയ്തി രുന്ന ടെക്സ്റ്റേൽസ് ഉടമ അവനെ പുറത്താക്കി. ചെറിയ ഫ്ളാറ്റിൽ നിന്ന് ഞങ്ങൾ ചെറിയ ഒറ്റമുറിയിലേക്ക് താമസം മാറ്റി. ജൂതന്മാരും ക്രിസ്ത്യാ നികളും കൂടുതൽ സന്ദർശിക്കുന്ന ഒരു ബാറിൽ സാൻഡ്വിച്ച് വിൽക്കുന്ന

കടയിലെ ജോലിക്കാരനായി പോകാൻ, മുൻപൊരിക്കലും ചെയ്യാതിരുന്ന ജോലിയായിട്ട് പോലും, ഞാൻ തീരുമാനിച്ചു. എന്നോട് കൂടുതൽ താത്പര്യം കാണിക്കുന്നവർക്ക് കുറച്ച് സമയം കൊടുക്കുന്നതിൽ ഞാൻ ഒരു താത്പര്യക്കുറവും കാണിച്ചില്ല. ഞങ്ങൾക്ക് കാശ് അത്യാവശ്യമായിരുന്നു. എന്റെ ജോലി ഒരു ആൺവേശ്യയുടെ പണിയായായാണെന്ന അപമാനബോധമൊന്നും എനിക്ക് തോന്നിയില്ല. അതുകൊണ്ട് കാര്യമില്ലെന്നത് കൊണ്ട് തന്നെയാണ് അതിനെ കുറിച്ച് കൂടുതൽ ആലോചിക്കാതിരുന്നതും. ചികിത്സകൊണ്ട് കാര്യമായ മാറ്റങ്ങളൊന്നും കാണുന്നുണ്ടായിരുന്നില്ല. എൻെറ കൂട്ടുകാരൻ ഓരോ ദിവസവും മരണത്തിലേക്ക് ഇഴഞ്ഞ് പോകുന്നത് ഞാൻ കണ്ട് കൊണ്ടിരുന്നു. അവന് വേണ്ടിയുള്ള എന്റെ ശ്രമങ്ങളൊന്നും വിജയിച്ചില്ല.

ഹോസ്പിറ്റലിലേക്ക് പോകാൻ അവൻ കൂട്ടാക്കാതെ വന്നപ്പോൾ, കുളിപ്പിച്ച് , ഭക്ഷണം നൽകാനും എല്ലിനോട് ഒട്ടിക്കിടക്കുന്ന മുറിപ്പൊറ്റനുകൾ അടർത്തിമാറ്റി കൊടുത്ത് അവന്റെ വേദന അൽപമെങ്കിലും കുറച്ച് കൊടുക്കാനുള്ള ചുമതല ഞാൻ തന്നെ സന്തോഷത്തോടെ ചെയ്ത് കൊടുത്തു. രാത്രിയെന്നോ പകലെന്നോ പ്രഭാതമെന്നോ പ്രദോഷമെന്നോ വ്യത്യാസമില്ലാത്ത അവന്റെ മുറിവുകളെ ആരാധിക്കുന്ന പുരോഹിതനായി ഞാൻ മാറിയിരുന്നു. കൊച്ച് കുഞ്ഞിനെ പോലെ അവനെ കൈകളിൽ എടുത്ത്, ശരീരം തടവി കൊടുത്ത്, കാഷ്ഠവും മൂത്രവും വൃത്തിയാക്കി, പനിനീർ വെള്ളം കൊണ്ട് തന്നെ കഴുകി വൃത്തിയാക്കി, വിരിപ്പുകളും മറ്റും കഴുകി വൃത്തിയാക്കി, അവന് കഴിക്കാൻ സാധിക്കുന്ന ഭക്ഷണം തയ്യാർ ചെയ്ത് ഊട്ടിക്കൊടുത്ത് ഞാൻ എന്റെ കഴിവിന്റെ പരമാവധി പരിശ്രമിച്ചു. എന്റെ കഷ്ടപ്പാട് കണ്ട് അവൻ തന്നെ എന്നെ പലപ്പോഴും തടഞ്ഞു.

“പോ.. എന്നെ എന്റെ പാട്ടിന് വിട്.. എന്റെ കാര്യം നീ നോക്കണ്ട... നീ എന്നെ തൊട്ട് പോകരുത്..”

അവനെ പിടിച്ചിരിക്കുന്ന എന്റെ കൈകളെ അവൻ എടുത്ത് മാറ്റും. ഞാൻ കൊടുക്കുന്ന ഭക്ഷണം കഴിക്കാനും അവൻ തയ്യാറാകാതെയായി.

വൈകുന്നോരം ജോലി കഴിഞ്ഞ് തിരിച്ചെത്തിയാലും ഞാൻ അവന്റെ റൂമിലേക്ക് ചെന്ന് നോക്കാതെയായി. ഏതാനും ദിവസം കൂടി കഴിഞ്ഞതോടെ തിരിച്ച് വരുന്ന വഴിക്ക് റോഡ് സൈഡിലുള്ള ബഞ്ചിൽ ഇരുന്ന് ഞാൻ റോഡിലൂടെ പോകുന്നവരെ ഉറക്കം വരുന്നത് വരെ നോക്കിയിരിക്കുന്ന പതിവിലേക്ക് മാറി. ഒരു ദിവസം രാവിലെ പോലീസാണ് എന്നെ വിളിച്ചുണർത്തിയത്. സ്നേഹത്തോടെ അയാൾ ചോദിച്ചു

“എന്റെ മോനേ, നിനക്ക് എന്ത് പറ്റി? ”

ഒരു പൊലീസാണ് വിളിക്കുന്നത് ‘എന്റെ മോനെ’ എന്ന്. എനിക്ക് കരച്ചിൽ വന്നു. ഞാൻ എഴുന്നേറ്റ് നടന്നു.

അവനെ തനിച്ച് മരണത്തിന് വിട്ട് കൊടുത്തു. ഒറ്റ വാക്കിൽ പറഞ്ഞാൽ അതാണ് സത്യം. മറ്റൊരു രീതിയിൽ പറഞ്ഞാൽ അവന്റെ ആഗ്രഹങ്ങൾക്ക് ഞാൻ കൂട്ട് നിന്നു. ആശയറ്റ്, നിരാശ്രയനായി ഞാൻ പോലും കാണരുത് എന്ന വാശിയാണ് അവനുണ്ടായിരുന്നത്. അവനെ ഞാൻ ഏകനായി മരിക്കാൻ വിട്ടു. അവൻ മരിക്കുമ്പോൾ ആരുടെയും ആവശ്യം അവനുണ്ടാകരുത്. എല്ലാം തീരണം, പതിയെ അണഞ്ഞ് തീരണം. എന്നെയും ആവശ്യമുണ്ടാകരുത്, ആരെയും ആവശ്യമുണ്ടാകരുത്. സമയമാകുമ്പോൾ അവൻ മരിക്കും. ഞാൻ അവനെ മറന്നേ പറ്റൂ. അല്ലെങ്കിൽ അവന്റെ കൂടെ ഞാനും മരിക്കണം.

ഞാൻ റോഡിലേക്ക് തന്നെ നടന്നു. അവന് പകരക്കാരനായി ഞാൻ പല ശരീരങ്ങൾക്കും ചൂട് പകർന്ന് കൊടുത്തു. വേദനയോ സങ്കടങ്ങളോ രോഗങ്ങളോ ഇല്ലാത്ത, ആവേശത്തിനും ആവിശ്യത്തിനും ആനന്ദത്തിനുമായി ശരീരങ്ങൾതേടി വരുന്നവരുടെ കൂടെ കിടന്നു.

കുഷ്ഠ രോഗികളോടും വെള്ളപാണ്ടുള്ളവരോടും എനിക്ക് എന്തോ ഇഷ്ടം തോന്നിത്തുടങ്ങി. അവരുടെ കൂടെയായിരുന്നു പിന്നീട് ഞാൻ. ഒറ്റപ്പെടലിന്റെയും ഏകാന്തതയുടെയും വേദന അറിഞ്ഞതാണല്ലോ എന്റെ രോഗവും.

ജീവിതത്തിന്റെ പരുക്കൻ യാഥാർത്ഥ്യങ്ങൾ ഏകാന്തതയുടെ ലോകത്തേക്ക് തള്ളി വിട്ടതാണ് അവരിൽ മിക്കവരേയും. ആരും കാണാത്തവരുടെ ലോകത്തേക്ക് മാറ്റി നിർത്താനും നിൽക്കാനും വിധിക്കപ്പെട്ടവരാണല്ലോ അവർ. ആരും അവരെ കാണാൻ വരുന്നില്ല, അവർ ആരേയും കാണാനും ആഗ്രഹിക്കുന്നില്ല. ലോകം നിർമ്മിച്ച സാങ്കൽപിക തടവറയ്ക്ക് പുറമേക്ക് എത്തി നോക്കുന്നത് പോലും വെറുപ്പിന്റെ ചുളിവുകളുടെ എണ്ണം വർദ്ധിപ്പിക്കുന്നതായിരുന്നു. കാന്തങ്ങളുടെ ഒരേ വശങ്ങൾ ചേർത്ത് വെക്കുന്നത് പോലെയായിരുന്നു അവരും മറ്റുള്ളവരും. അടുക്കുന്തോറും അകലാനുള്ള പ്രവണതയാണ് വർദ്ധിച്ചിരുന്നത്. എല്ലാ അർത്ഥത്തിലും വ്യത്യസ്തമായ രണ്ട് ലോകങ്ങളും, ഭാഷകളും. സംസാരങ്ങൾ പോലും വ്യത്യസ്തമെന്ന് തോന്നിക്കുന്നതായിരുന്നു അത്. പരസ്പരം ആർക്കും ആരെയും മനസ്സിലാക്കാൻ കഴിയുന്നില്ല.

ഞങ്ങൾ വഴിയോരങ്ങളിലൂടെ യാചിച്ചും മോഷ്ടിച്ചും വെറുതെയങ്ങനെ ചുറ്റിക്കറങ്ങുമായിരുന്നു. എനിക്ക് എന്തോ വല്ലാത്ത ആശ്വാസം തോന്നും, ഒരുപാട് ചിരിക്കും. ആശ്വാസത്തിന്റെയും ആനന്ദത്തിന്റെയും ചിരി. തണുപ്പ് കനക്കുന്ന രാത്രി കാലങ്ങളിൽ അവർ വെള്ളമടിച്ചും ചിരിച്ചു രസിച്ചും കഴിയുന്ന വഴിയോരങ്ങളിലും പാലത്തിനടിയിലുമായി ഞാനും കഴിച്ചുകൂട്ടുമായിരുന്നു. അവരോട് കൂടിയപ്പോൾ എനിക്ക് മനസ്സിലായ ഒരു കാര്യം ഞാൻ രോഗിയല്ല. എനിക്ക് വല്ലാത്ത സന്തോഷം തോന്നി.

എന്റെ സുഹൃദ് വലയത്തിലുണ്ടായിരുന്ന ഒരു യുവാവ് ഇടയ്ക്കിടെ ഞങ്ങളുടെ കൂടെ വന്നിരിക്കാറുണ്ടായിരുന്നു. കൂടുതൽ കുനുഷ്ഠ് സ്വഭാവം കാണിക്കാത്തവനായത് കൊണ്ട് തന്നെ കൂടെ ചിരിക്കാനും കളിക്കാനും വരുമെങ്കിലും നരകത്തെ കുറിച്ച് സംസാരിക്കാനോ കളിക്കാനോ അവനെ കിട്ടാറില്ലായിരുന്നു. ഒരു സത്യ ക്രിസ്ത്യാനിയാണെന്നാണ് അവൻ പരിചയപ്പെടുത്തിയിരുന്നത്. അഥവാ ബൈബിൾ വായിക്കുകയും ഈശോയെ ജീവിതത്തിൽ അനുവർത്തിക്കുകയും ചെയ്യുന്നവൻ. ഞങ്ങൾ അവനെ തടയാറില്ലായിരുന്നു. കാരണം ഒരുപാട് സംഘടനകളോടുള്ള അവന്റെ ബന്ധം കാരണത്താൽ ഞങ്ങൾക്ക് അത്യാവശ്യമുള്ള ഭക്ഷ്യ വസ്തുക്കൾ ഉൾപ്പടെയുള്ള സാധനങ്ങൾ ലഭിക്കാറുണ്ടായിരുന്നു. ഒരു ദിവസം അവൻ ഞങ്ങളിൽ ചിലരെ നഗരത്തിന് വെളിയിലുള്ള ഹോട്ടൽ പോലെ തോന്നിപ്പിക്കുന്ന ഒരു സ്ഥലത്തേക്ക് കൊണ്ട് പോയി. കൂട്ടത്തിൽ എന്നെയും കൂട്ടിയിരുന്നു. അവിടെ വെച്ച് എന്നെ പരിശോധിച്ച് ഡോക്ടർ എന്റെ ഒരു കണ്ണിന്റെ കാഴ്ച ശക്തി പൂർണമായും നഷ്ടപ്പെട്ടിട്ടുണ്ടെന്നും രണ്ടാമത്തതും നഷ്ടപ്പെടുന്നതിന്റെ മുമ്പായി എത്രയും പെട്ടെന്ന് ചികിത്സ ചെയ്യണമെന്നും ഓർമിപ്പിച്ചു. അത് എന്റെ കുഴപ്പമല്ലെന്നും ഒരു പ്രത്യേക തരം ബാക്ടീരിയ കണ്ണിൽ കയറി കാഴ്ച ശക്തി പൂർണമായും ഇല്ലാതാക്കി കൊണ്ടിരിക്കുകയാണെന്നും ഓർമപ്പെടുത്തി. അത് കേട്ടപ്പോൾ ഒരുപാട് സങ്കടം വന്നെങ്കിലും എന്ത് ചെയ്യാനാണ്. സങ്കടം തോന്നി, ദേഷ്യവും വന്നു. കാഴ്ചയുള്ള കണ്ണിനെയെങ്കിലും രക്ഷിച്ചെടുക്കാനായി ഓരോ ആഴ്ചയിലും ഞങ്ങളെ കാണാൻ വരുന്ന ഡോക്ടർ പറയുന്ന എല്ലാ കാര്യങ്ങളും ചെയ്യാൻ ഞാൻ തയ്യാറായി.

വൈകുന്നേരം സംസാരിച്ചിരിക്കുമ്പോൾ ഞാൻ അവനോട് യേശുവിന്റെ കഥകൾ പറയാൻ ആവശ്യപ്പെടും. ഒരു ദിവസം ഞാൻ അവനോട് ചോദിച്ചു

“പീലാത്തോസ് ബാരബ്ബാസിനെ കാണിച്ച് ഈശോ മശിഹയെയാണോ അതോ കള്ളനായ വഴിക്കൊള്ളക്കാരനായ ബാരബ്ബാസിനെയാണോ വെറുതെ വിടേണ്ടത് എന്ന് ചോദിച്ചപ്പോൾ എന്തിനാണ് ജനങ്ങൾ ഒച്ചവെച്ചത്? എന്താ കാരണം?”

അവന്റെ ഉത്തരം ചിരിപ്പിക്കുന്നതായിരുന്നു, ഞങ്ങൾ ചിരിക്കുകയും ചെയ്തു.

“ആൾകൂട്ടം എല്ലാഴ്പോയും സത്യത്തിന്റെ കൂടെ നിൽകുകയില്ല. ”

അറിയാനായി ഞാൻ പിന്നെയും ചോദ്യങ്ങൾ തുടർന്ന് കൊണ്ടിരുന്നു.

“എന്തുകൊണ്ട് ഈശോക്ക് എതിരായി ആൾകൂട്ടം ശബ്ദിച്ചത്? അത് കൊണ്ട് എന്താണ് അവർക്ക് നേട്ടം? ആരാണ് അവരെ എതിർത്ത് നിന്നത്?”

ഞങ്ങളുടെ കൂട്ടത്തിലുണ്ടായിരുന്ന ഒരാൾ ചോദിച്ചു

"യേശുവിന് അറിയാമായിരുന്നു താൻ കുരിശിലേറാൻ പോകുന്നുവെന്ന സത്യം"

"പക്ഷേ, എന്തിനായിരുന്നു അത്?"

വേറെ ഒരാൾ ചോദിച്ചു.

സത്യ ക്രിസത്യാനി പറഞ്ഞു

"നമുക്ക് വേണ്ടി രക്തസാക്ഷിയാവുകയായിരുന്നു, നമുക്ക് വേണ്ടിയാണ് യേശു കുരിശിലേറിയത്, നമുക്ക് വേണ്ടിയാണ് മരിച്ചത്"

"അതിന് ഞങ്ങൾ എല്ലാവരും ദിവസവും മരിച്ച് കൊണ്ടിരിക്കുകയാണല്ലോ, അതും വ്യത്യസ്ത രീതിയിൽ. ഞങ്ങളാണെങ്കിൽ ഒരു തെറ്റും കുറ്റവും ചെയ്തിട്ടില്ല."

ചിരിയും വർത്തമാനവും കൂടിയതോടെ സംസാരവും പല തലങ്ങളിലൂടെ കയറിയിറങ്ങി കൊണ്ടിരുന്നു. അവസാനം അവൻ പറഞ്ഞു

"ഇത് ഒരു സൂചനയാണ്, ബൈബിൾ മുഴുവൻ ഇതുപോലെ പല സൂചനകളാണ്.. വെള്ളത്തിന്റെ മുകളിലൂടെ യേശു എന്തിനാണ് നടന്ന് പോയത് എന്ന് അറിയാമോ നിങ്ങൾക്ക്?"

"ഇല്ല, ഞങ്ങൾക്ക് അറിയില്ല"

"അസാധ്യമായത് പോലും സാധ്യമാണെന്ന് നമ്മെ ബോധ്യപ്പെടുത്താനായിരുന്നു അത്"

വെള്ളത്തിന്റെ മുകളിലൂടെ ഒരാൾക്ക് നടന്ന് പോകാനാകും എന്ന ചിന്ത എന്ന അത്ഭുതപ്പെടുത്തുക തന്നെ ചെയ്തു. ഞാൻ ആ ആൾകൂട്ടത്തിലേക്ക് നോക്കി, എല്ലാവരും കടലിൽ നിന്ന് രക്ഷപ്പെട്ട് വന്നവരാണ്. അവരുടെ വീട്ടുകാരെയും കൂട്ടുകാരെയും അവർക്ക് ആ മുങ്ങിയ വള്ളത്തിൽ നഷ്ടപ്പെട്ടിരിക്കുന്നു. വെള്ളത്തിന്റെ മുകളിലൂടെ നടക്കാൻ അവരും പഠിക്കണമായിരുന്നു. അത് സാധിക്കാതിരുന്നത് അവരുടെ വിശ്വാസത്തിന്റെയും സംസ്കരണത്തിന്റെയും കുറവ് തന്നെയാണ്. നാം യഥാർത്ഥ വിശ്വാസികളായിരുന്നുവെങ്കിൽ വഞ്ചികളോ വള്ളങ്ങളോ ഇല്ലാതെ തന്നെ ഒരു അപകടവും കൂടാതെ ഒരു ബുദ്ധിമുട്ടുമില്ലാതെ വെള്ളത്തിന്റെ മുകളിലൂടെ നടക്കാൻ സാധിക്കുമായിരുന്നു. ഞാൻ ചെരിപ്പിട്ട് നടന്നു. വെള്ളത്തിന്റെ മുകളിലൂടെ യൂറോപ്പിലേക്ക്. ചിലപ്പോൾ അതിനും അപ്പുറത്തെ രാജ്യങ്ങളിലേക്ക്. ഹഹഹഹഹ... ഞാൻ സ്കൈറ്റിംഗ് പഠിച്ച് അത് ചെയ്ത് നോക്കി, നടക്കുന്നതിനേക്കാൾ വേഗത്തിലെത്തിക്കുന്നത് സ്കൈറ്റിംഗ് ആണല്ലോ. ചെറിയ ആയാസത്തിന് വേണ്ടി ഞാൻ ഇടയ്ക്ക് വെള്ളത്തിന്റെ മുകളിൽ ഒന്ന് നിൽക്കും. വെള്ളത്തിലേക്ക് താഴ്ന്ന് ചെറുതായി മയങ്ങി പൂർവ്വാധികം ശക്തിയോടെ വീണ്ടും മുന്നോട്ട് കുതിക്കും.

"ക്രൂശിത രൂപത്തിലെ തുണി എന്താണ് ഒരിക്കലും വീഴാത്തത്?"

ഒരു സമാധാനത്തിന് വേണ്ടി ഞാൻ ചോദിച്ചു.

"ക്രൂശിച്ച സമയത്ത് അദ്ദേഹത്തെ പൂർണാർത്ഥത്തിൽ നിന്ദിക്കലായിരുന്നു അവരുടെ ലക്ഷ്യം."

"ക്രൂശിത വ്യക്തിയെ എല്ലാ നിലയ്ക്കും അപമാനിക്കലും നിന്ദിക്കലും അവരുടെ ലക്ഷ്യമാകാം. പക്ഷേ, എന്തിനാണ് പിന്നീട് അത് മറയ്ക്കാൻ തുനിഞ്ഞത്?"

"ചർച്ചുകളിലെ ചുമർ ചിത്രങ്ങളിലും ഛായാ ചിത്രങ്ങളിലും അങ്ങനെ വന്നത് വിശ്വാസികളായവർ അവരുടെ താത്പര്യത്തിന് അനുസരിച്ച് തയ്യാറാക്കിയത് ആയതുകൊണ്ടാണ്. യേശുവിനെ വിശ്വസിക്കുന്ന അംഗീകരിക്കുന്ന ഏത് വ്യക്തിക്കും അദ്ദേഹത്തെ വിശുദ്ധനായിട്ടല്ലേ കാണാൻ കഴിയൂ.. പക്ഷേ, നാമിപ്പോൾ വസ്ത്രങ്ങൾ ഊരിയെറിയാൻ പോകുന്നത് മറ്റ് ലക്ഷ്യങ്ങൾ കൊണ്ടാണ്. ആഹാ... എല്ലാവരും അവരുടെ വസ്ത്രങ്ങൾ ഊരിയെറിയൂ..... അതെ അതെ, മുഴുവൻ വസ്ത്രങ്ങളും ഊരി മാറ്റണം. നമ്മുടെ ശരീരത്തിലെ ഓരോ അവയവങ്ങൾക്കും അതിന്റെതായ രഹസ്യങ്ങളുണ്ട്. ആവശ്യമെങ്കിൽ അത് കണ്ടെത്താനുമാകും. നമ്മുടെ അവയവങ്ങൾ തുറന്നിടുന്നതിൽ ഒരാൾക്കും ഒരു മടിയും ലജ്ജയും തോന്നേണ്ട ആവശ്യമില്ല. അവർക്കും വേണ്ട നമുക്കും വേണ്ട...."

കാര്യവും തമാശയും കൂട്ടിക്കലർത്തിയ രൂപത്തിൽ ആ സത്യ ക്രിസ്ത്യാനി സംസാരിക്കാൻ തുടങ്ങി. അവസാനം അവനെ ഞങ്ങൾക്ക് ആട്ടി വിടേണ്ടി വന്നു. കാരണം ജീവിത ഗന്ധിയായ ഒരു തമാശ പോലും പറയാൻ അവന് അറിയില്ലായിരുന്നു. ഞാൻ എന്റെ കഴിവ് പുറത്തെടുക്കാൻ ശ്രമം നടത്തിനോക്കി. ആ സമയത്താണ് എനിക്ക് അറിയാത്ത ഭാഷകൾ പറഞ്ഞ് എന്നോട് സംസാരിക്കാൻ അവർ വന്നതും ഒന്നുമറിയില്ലെങ്കിലും എല്ലാം അറിയാവുന്നത് പോലെ തലയാട്ടി പുഞ്ചിരിയോടെ അവരെ നേരിടേണ്ടി വന്നതും.

അവരുടെ സംസാര ഭാഷ എനിക്ക് മനസ്സിലാകുന്നില്ലെന്ന് തോന്നിയതുകൊണ്ടാകാം എന്നോട് കൂടുതൽ സംസാരിക്കാൻ അവർ തുനിഞ്ഞിരുന്നില്ല. എന്റെ ഭാഗത്തേക്ക് നോക്കാതെയാണ് അവർ സാധാരണ സംസാരിക്കാറുള്ളത്. ഞാനും കൂടി അറിയേണ്ടുന്ന കാര്യമാണെന്ന് അവർക്ക് തോന്നുന്നുവെങ്കിൽ എന്റെ ഭാഗത്തേക്ക് തിരിഞ്ഞ് ഇംഗ്ലീഷിൽ സംസാരിക്കും. ഒരു പക്ഷേ, എന്റെ മുഖ രൂപം കണ്ട് ഞാൻ ഉന്മാദിയാണെന്ന് അവരിൽ ചിലർ എങ്കിലും കരുതിയിട്ടുണ്ടായിരിക്കണം. അത് കൊണ്ട് തന്നെ രാത്രി സമയങ്ങളിൽ എന്റെ മുന്നിൽ വന്ന് കരയും. എന്റെ മുന്നിൽ വന്ന് നഗ്നരായി കുളിക്കാൻ പോലും അവർക്ക് ആർക്കും ഒരു മടിയുമുണ്ടായിരുന്നില്ല.

ഒരു ദിവസം രാവിലെ സാധാരണയുള്ള വ്യായാമത്തിനായി ഗ്രൗണ്ടി ലേക്ക് ചെന്നപ്പോൾ അവിടമാകെ പുല്ലിൽ നിറഞ്ഞ് നിൽകുന്ന പൂക്കളെ പോലെ വ്യത്യസ്ത കളറുകളിലുള്ള ചെറിയ കൂടാരങ്ങൾ പരന്ന് കിട ക്കുന്നത് കണ്ടു. കുറച്ച് കഴിഞ്ഞപ്പോൾ കുട്ടികളേയും സ്ത്രീകളേയും വഹിച്ച് കൊണ്ടുള്ള ഒരുപാട് ബസുകൾ വന്നു. അവരെ എല്ലാവരെയും ചെറിയ കയറിട്ട് വേർതിരിച്ചിരുന്ന മുൻവശത്തെ മൈതാനിയിൽ ഇറക്കി. അവരെ ചുറ്റി പോലീസുകാരും നിലയുറപ്പിച്ചു. അവരോട് പോലീസു കാർ മെഗാഫോണിലൂടെ ആവശ്യമായ നിർദ്ദേശങ്ങൾ നൽകുന്നുണ്ടാ യിരുന്നു. വെള്ളക്കുപ്പിയും വസ്ത്രങ്ങളും അവർക്ക് പോലീസുകാർ തന്നെ എറിഞ്ഞ് കൊടുക്കുന്നുണ്ടായിരുന്നു. ഗ്രൗണ്ടിന്റെ മറ്റൊരു വശത്ത് ടി.വി. ചാനലുകളുടെ ക്യാമറകൾ നിരന്ന് നിൽക്കുന്നു. എനിക്ക് തല കറക്കമുണ്ടായി. വയറിന് സുഖമില്ലെന്ന് പറഞ്ഞ് ഞാൻ അവിടെ നിന്ന് നടന്നു.

അച്ഛാ... ഇതെല്ലാം നിങ്ങൾക്ക് എഴുതാനുള്ള കാരണം ഞാനും മറ്റുള്ളവർക്കൊപ്പം ചേർന്ന് ബാറബ്ബാസിന്റെ കൂടെ ഒച്ച വെക്കുകയാണ്. കൈസർ ചക്രവർത്തിയുടെ സങ്കടങ്ങൾ ഞാനും തിരിച്ചറിയുകയാണ്. ഞാനിന്ന് രോഗിയാണ്, ഒറ്റപ്പെട്ടവനാണ്, അകറ്റി നിർത്തപ്പെട്ടവനാണ്. എന്റെ കൈയ്യിൽ ചില്ലിക്കാശില്ല, അന്തിയുറങ്ങാൻ ഒരു സ്ഥലവുമില്ല. എനിക്ക് മടുത്തിരിക്കുന്നു. എനിക്ക് വീട്ടിലേക്ക് മടങ്ങാൻ കൊതിയാവുന്നു.

ഐഡി രേഖകളെല്ലാം എന്റെ കൂടെ തന്നെയുണ്ട്. ഞാൻ പറഞ്ഞത് നിങ്ങൾക്ക് സമ്മതമാണെങ്കിൽ ടിക്കറ്റിനുള്ള കാശ് എയർപോട്ട് പോസ്റ്റി ലേക്ക് അയക്കണം. അവിടെ നിന്നാണ് ഈ കത്ത് ഞാൻ എഴുതുന്നത്. നിങ്ങൾ മറുപടി എഴുതുമെന്ന് പ്രതീക്ഷയോടെ..

മറുപടി കൂടുതൽ വൈകില്ല എന്ന പ്രതീക്ഷയോടെ... സലാം....

എയർപോർട്ടിൽ

അവനെ കാണാമെന്ന പ്രതീക്ഷയോടെ ഞാൻ എയർപോർട്ട് ലക്ഷ്യം വെച്ച് ഒരു ഭ്രാന്തിയെ പോലെ നടന്നു. ദിവസങ്ങൾക്ക് മുമ്പ് ഞങ്ങൾ രണ്ട് പേരും കൂടി സംസാരിച്ചിരുന്നത് കണ്ട ഒരാൾ എന്നോട്, വലിയ ഒരു ഭാഗുമായി അവൻ ടാക്സിയിൽ കയറി പോകുന്നത് കണ്ടിരുന്നു എന്ന് പറഞ്ഞു. വളരെ അനുകമ്പയോടെയാണ് അയാൾ എന്നോട് പെരുമാറിയിരുന്നെങ്കിലും അടുക്കാൻ എനിക്ക് ഭയമായിരുന്നു. ജനാലയിലൂടെ നോക്കുമ്പോൾ താഴെ റോഡിലൂടെ നടന്ന് പോകുന്ന ഞാൻ മുകളിലേക്ക് ഇടയ്ക്കിടെ നോക്കുന്നത് കണ്ട് സഹതാപം തോന്നിയതിനാലാണ് ഇത് വന്ന് പറയുന്നത് എന്നാണ് അയാൾ പറഞ്ഞത്. കൂടുതൽ ചൂഴ്ന്ന് ചിന്തിക്കാനുള്ള സമയമില്ലാത്തത് കൊണ്ട് തന്നെ ഞാൻ ഒരു ടാക്സി പിടിച്ച് നേരെ എയർപോർട്ടിലേക്ക് പാഞ്ഞു. അവിടെ ചെന്നിറങ്ങിയ ഉടനെ അവന്റെ നാട്ടിലേക്ക് വിമാനം പറന്നുയരാറുള്ള ഭാഗത്തേക്ക് ഓടി. മണിക്കൂറുകളോളം ഒരു വിഡ്ഢിയെപോലെ ലോഞ്ചിൽ അവനേയും കാത്തിരുന്നു.

എങ്ങനെ കണ്ടുമുട്ടാനാണ് ആ വഞ്ചകനെ...? എങ്ങനെ ഞാൻ ആ വഞ്ചകനെ വിശ്വസിക്കും? ഇത്രയും കള്ളങ്ങൾ പറഞ്ഞ് എന്നെ ചതിക്കുന്നതിന് പിന്നിലുള്ള ഉദ്ദേശ്യം എന്തായിരിക്കും?

അപരിചിതരായ ആൾക്കൂട്ടം. എല്ലാവരും എന്നെ ഒരു രോഗിയായി കരുതുന്നു... അവന്റെ വീടിന്റെ മുന്നിലുള്ള റോഡിലൂടെ ഒരു ആഴ്ചയിൽ തന്നെ പല പ്രാവശ്യം ഞാൻ കടന്ന് പോയിട്ടുണ്ട്. റൂമിൽ വെളിച്ചം കാണുന്ന ദിവസങ്ങളിൽ, വല്ല അവശ്യസാധനങ്ങളും വാങ്ങാനോ കാറ്റ് കൊള്ളാനോ അവൻ വീട്ടിൽനിന്നും പുറത്തിറങ്ങുന്നതും കാത്ത് ഞാൻ എതിർവശത്തുള്ള കോഫിഷോപ്പിൽ കസ്റ്റമേഴ്സിനും വേശ്യകൾക്കുമൊപ്പം കാത്തിരിക്കും. ഒരു കടാക്ഷമെങ്കിലും കിട്ടിയെങ്കിലെന്നായിരുന്നു പ്രതീക്ഷ.

അവിടെ ഇരുന്ന് എണ്ണമറ്റ കാമുകിമാരിൽ ആരെങ്കിലും അവിടെ റൂമിലുണ്ടോ എന്നറിയണമായിരുന്നു. അതിനായി അവന്റെ റൂമിലെ

ജനാല വിരികളിൽ വല്ല പെൺകുട്ടികളുടെയും നിഴൽ പതിക്കുന്നതും നോക്കിയിരിക്കുമായിരുന്നു. എന്റെ മനസ്സിലുള്ള ശക്തമായ പ്രതികാര ചിന്ത തന്നെയായിരുന്നു ഈ കാത്തിരുപ്പുകളുടെ മൂല കാരണം. ആ പ്രതികാരം അവന്റെ ജീവിതത്തിൽ മായാത്ത മുറിപ്പാടായി മാറണമെന്ന് എനിക്ക് വാശിയുണ്ടായിരുന്നു.

നിർഭാഗ്യമെന്ന് പറയട്ടെ... ഞാൻ ആ വഞ്ചകനെ പിന്നീട് കണ്ടില്ല. ഏതാനും ആഴ്ചകളായി അവന്റെ ജനാലയിൽ വെളിച്ചം കാണാറില്ല. അവന്റെ സെറ്റപ്പായി ഞാൻ കരുതിയിരുന്ന അയൽവാസി കൂടിയായ ആ തടിച്ച സ്ത്രീയോട് ചോദിച്ചപ്പോൾ കുറെ ദിവസമായി അവനെ കണ്ടിട്ടില്ല എന്നായിരുന്നു മറുപടി.

പെരുമാറ്റത്തിൽ വളരെ പരുക്കനും ക്രൂരനുമായിരുന്നു അവൻ. ഒളിഞ്ഞും തെളിഞ്ഞും എന്നെ ഉപദ്രവിക്കുമായിരുന്നു. പലപ്പോഴും അക്രമത്തിന്റെ ക്രൂരസ്വഭാവം കാരണത്താൽ എന്റെ കണ്ണുകൾ നിറഞ്ഞ് ഒഴുകാറുണ്ടായിരുന്നു. അയാളെ സ്നേഹിച്ച കാലം മുതൽ കിടപ്പറയിലും അല്ലാതെയും അയാൾ എന്നെ വേദനിപ്പിച്ചു. തുടർന്നും മുഷിപ്പിക്കുന്ന സംസാരവുമായി അയാൾ എന്നോട് കൂടുതൽ ബന്ധം പുലർത്താൻ ശ്രമിച്ചു.

എനിക്ക് വെറുത്തപ്പോൾ ഞാൻ അവസാനിപ്പിച്ചു. അവന്റെ എല്ലാ ഇടപാടുകളോടും എനിക്ക് വെറുപ്പായിരുന്നു. ദാരിദ്ര്യംകൊണ്ട് വീർപ്പ് മുട്ടിയ കുട്ടിക്കാലം മുതൽതന്നെ എന്നോട് ബന്ധം പുലർത്താൻ അവൻ ശ്രമം തുടങ്ങിയിരുന്നു. എന്റെ സ്നഹത്തെ ആവശ്യപ്പെടുന്ന അവന്റെ ഏകാന്തതായിരുന്നു എല്ലാ കുഴപ്പങ്ങൾക്കും കാരണം. ആ സ്നേഹം പിന്നീട് എനിക്കൊരു തലവേദനയായി മാറി. അവന് ഒരു കൂട്ടുകാരനോ അടുപ്പക്കാരോ ഉള്ളതായി എന്റെ അറിവിലില്ല. എന്തിന് ആരോടെങ്കിലും ഒരാഴ്ചയിലധികം നീളുന്ന സ്നേഹബന്ധമോ സൗഹൃദമോ അവന്റെ ജീവിതത്തിലില്ലായിരുന്നു.

എന്റെ ജീവിതത്തിലെ ഒരുപാട് വർഷങ്ങൾ തന്നെ നശിപ്പിച്ച ആ സ്നേഹം പിന്നീട് തീരാപ്പകയായി മാറുകയായിരുന്നു.

അവനോട് പ്രതികാരം ചോദിക്കുക മാത്രമായി പിന്നീടുള്ള എന്റെ ജീവിത ലക്ഷ്യം. അവൻ എന്നിൽനിന്ന് കവർന്നെടുത്ത ജീവിതം വീണ്ടെടുക്കുന്നതിലായി പിന്നീടുള്ള ചിന്തകൾ. അങ്ങനെ പൂർവ്വാധികം ശക്തിയോടെ സ്നേഹത്തിലേക്കും ലൈംഗികതയിലേക്കും തിരിച്ച് വരണമെന്ന് ഞാൻ ആഗ്രഹിച്ചു. നിർഭാഗ്യകരമെന്ന് പറയട്ടെ, അയാൾ എന്റെ ആത്മാവിനെയാണ് ആവാഹിച്ചെടുത്തത്. അതുകൊണ്ടുതന്നെ ഇനി ആരുടെയും കാമുകിയാവാനോ അത്ര സുന്ദരിയാകാനോ എനിക്കാവില്ല. ഉന്മാദിയെ പോലെ എന്നെ സ്നേഹിച്ച ആ വ്യക്തിക്ക് ഒരു സായാഹ്ന സന്ധ്യയിൽ എങ്ങനെ എന്നെ വിട്ട് പിരിയാൻ സാധിച്ചു?

എയർപോർട്ടിൽ വശങ്ങളിലായി ഒരുക്കിയ ബെഞ്ചിൽ ഞാനിരുന്നു. മറ്റുള്ളവരിൽ നിന്ന് കണ്ണീർ മറച്ച് പിടിക്കാൻ ഞാൻ ശ്രമിച്ചു. അവരോട് ഞാൻ അട്ടഹസിക്കുന്നതുപോലെ എനിക്ക് തോന്നി "എന്താ കാര്യം...? വിമാനത്താവളം യാത്ര അയക്കുന്ന, വിട പറയുന്ന സ്ഥലമല്ലേ? കണ്ണീരിന്റെ സ്ഥലമല്ലേ?"

ഞാൻ ഇനി എവിടെ പോയി ഒളിക്കാനാണ്? ഒരു വാക്ക് പോലും മിണ്ടാതെ എന്തിനായിരിക്കും എന്നെ വിട്ട് അവൻ പോയിട്ടുണ്ടാകുക? എന്ത് കണ്ടിട്ടാണ് അയാൾ എന്റെ സ്നേഹം ഇത്രമേൽ നിസ്സാരമാക്കിയത്? ജീവിതം മുഴുവൻ സമർപ്പിച്ചത് അവന് വേണ്ടിയായിരുന്നില്ലേ?.

എന്തായിരിക്കും അവൻ എന്നിൽനിന്ന് ആഗ്രഹിച്ചിട്ടുണ്ടാകുക? ഇപ്പോൾ എന്തായിരിക്കും അവൻ വിചാരിച്ച് കൊണ്ടിരിക്കുന്നത്?

അവന്റെ ഏകാന്തതയ്ക്കും ഒറ്റപ്പെടലിനും കാരണക്കാരി ഞാനാണോ? അതിന്റെ പേരിൽ എന്റെ സ്വഭാവവും പെരുമാറ്റ രീതികളും മാറ്റാത്തതായിരുന്നോ എല്ലാ പ്രശ്നങ്ങൾക്കും കാരണം? എന്തിനായിരുന്നു ഇത്രയും സ്നേഹം? എന്റെ ഹൃദയം എന്തേ അവനോട് അകലാനാകാത്തവിധം ഒട്ടിപ്പിടിച്ചുപോയത്? ഇപ്പോൾ ഇവിടം ഞാൻ ഏകയായി. അവൻ ദൂരെ എവിടെയോ... മുമ്പിലെ സീറ്റിൽ ഇരിക്കുന്നയാളുടെ ശിരസ്സ് എവിടെയോ കണ്ടത് പോലെ തോന്നി. എന്റെ ശരീരം വെട്ടി വിറച്ചു. എനിക്ക് കരച്ചിൽ വന്നു. സ്വപ്നത്തിൽപോലും അവനെ കണ്ടുമുട്ടാൻ ഭയം തോന്നുന്നു. ഞാൻ എന്തിന് അവനെ ഭയക്കണം? പിറകിൽ നിന്ന് നോക്കുമ്പോൾ അവൻ ആണെന്ന് തോന്നുന്ന ഒരാളെ കാണുന്നതിൽ ഞാനെന്തിന് പേടിക്കണം, അതും മണിക്കൂറുകളായി എന്റെ മുന്നിലെ സീറ്റിൽ ഇരുന്നിട്ടും ഒന്ന് തിരിഞ്ഞ് നോക്കുക പോലും ചെയ്യാത്തവൻ. അവനെ ഞാൻ എന്തിന് ഭയക്കണം? അത് അവനല്ല എന്ന് എനിക്കറിയാം. അവൻ എന്നെങ്കിലും എന്നെ സ്നേഹിച്ചിട്ടുണ്ടോ? ഒരു നിമിഷമെങ്കിലും? കിടപ്പറയിലോ, കോഫി ഷോപ്പിലോ, വഴിത്താരയിലോ അവൻ എന്നെ സ്നഹിച്ചിട്ടുണ്ടോ? അവൻ ഇഷ്ടപ്പെടുന്ന ഒരു പെണ്ണായിരുന്നില്ലേ ഞാൻ.. എന്നിൽനിന്ന് പ്രതീക്ഷിക്കുന്നതെല്ലാം അവന് കിട്ടിയിരുന്നില്ലേ?

ഉത്തരം കിട്ടാത്ത ഈ ചോദ്യങ്ങൾ അന്തരീക്ഷത്തിൽ തളം കെട്ടി നിൽക്കുന്നു. ഞാൻ ആത്മാർത്ഥമായി സ്നേഹിക്കുന്ന ആ വ്യക്തിക്ക് വേണ്ടി എനിക്ക് ഒന്നും ചെയ്യാനില്ല. ഞാൻ എങ്ങനെ മനസ്സിലാക്കും. അവൻ ഇപ്പോൾ ലോകത്തിന്റെ ഏത് കോണിലാണ്? ഈ മറഞ്ഞുപോകലിന്റെ പിന്നിലുള്ള രഹസ്യമെന്താണ്? ആരാണ് എനിക്ക് അത് പറഞ്ഞ് തരിക?

ഇനി ഈ ഒളിവുജീവിതം വല്ല നിർബന്ധിതസാഹചര്യം കൊണ്ടായിരിക്കുമോ? ഞാനറിയാത്ത വല്ല ശത്രുക്കളും അവനുണ്ടായിരുന്നോ?

വിദൂരസാധ്യതയാണെങ്കിലും ശത്രുക്കളെക്കുറിച്ച് എന്നോട് ഒരിക്കൽ പോലും സൂചിപ്പിക്കാതെ നാട്ടിലേക്ക് മടങ്ങിയത് എന്തുകൊണ്ടാകും? അങ്ങനെ വിശ്വസിക്കാനാണ് എനിക്ക് ഇഷ്ടം. അവസാന കാലത്ത് ഞങ്ങൾ നല്ല കൂട്ടുകാരായിരുന്നല്ലോ..

അവൻ പാസ്സ്പോർട്ട് തിരിച്ച് ചോദിച്ചിരുന്നോ? തീർച്ചയില്ല. അവൻ പറഞ്ഞത് മിക്കതും കളവായിരുന്നല്ലോ. ആകാശം കരയുമ്പോൾ പതിക്കുന്ന മഴത്തുള്ളികൾക്കിടയിലൂടെ നടക്കുന്നത് പോലെയായിരുന്നു അവൻ പറഞ്ഞ കള്ളങ്ങൾക്കിടയിൽ എന്റെ നീക്ക് പോക്കുകൾ. അവൻ പറയുന്നതിലെ ശരിയും തെറ്റും മനസ്സിലാക്കാൻ പോലും എനിക്ക് ചില സമയത്ത് സാധിക്കാറില്ല. മുമ്പ് പറഞ്ഞ കള്ളം മായുന്നതിന് മുമ്പേ പുതിയതുമായി അവൻ വരും. എന്ത് തന്നെയാണെങ്കിലും എന്നോടുള്ള ഇഷ്ടം കൊണ്ടാണല്ലോ, കള്ളങ്ങൾ കൊണ്ട് കെട്ടിടം പണിതുയർത്തുന്നതെന്ന് ചിന്തിച്ച് തുടങ്ങിയാൽ എനിക്ക് എന്നെ തന്നെ തൃപ്തിപ്പെടുത്താനാകും എന്ന രീതിയിലെത്തി കഴിഞ്ഞിരുന്നു കാര്യങ്ങൾ. പാവപ്പെട്ടവരുടെയും ധൈര്യമില്ലാത്തവരുടെയും പരാജിതരുടെയും സ്നേഹത്തിന്റെ മറ്റൊരു കാഴ്ച.

സർക്കസ് കൂടാരത്തിലെ മൃഗങ്ങളെ വളർത്തുന്നതുപോലെയായിരുന്നു എന്നോടുള്ള അവന്റെ പെരുമാറ്റം. ഞാനത് സമ്മതിച്ച് കൊടുക്കും. ഇത്തിരിപോലും ഇഷ്ടമില്ലെങ്കിൽപോലും ഞാനത് സമ്മതിച്ച് കൊടുക്കും. എന്റെ മുന്നിൽ പ്രതിസന്ധികൾ സൃഷ്ടിക്കുന്നത് അവന്റെ വിനോദമായിരുന്നു. ഒരു പ്രതിസന്ധി മറികടക്കുമ്പോഴേക്കും സമാനമായ പത്തോളം പ്രതിസന്ധികളിലേക്ക് അവൻ എന്നെ കൊണ്ടെത്തിക്കുമായിരുന്നു. അവന്റെ വെറും ഉപഭോഗ വസ്തുവായി എന്നെ കണക്കാക്കുമായിരുന്നു. അതും ഞാൻ സഹിച്ചു. സഹിക്കാൻ, എനിക്ക് പരിചതീർക്കാൻ ഒന്നുമില്ലായിരുന്നു. ഒരു തരം സാഡിസം. എനിക്ക് പോലും അറിയാത്ത എന്തെങ്കിലും വ്യത്യസ്തത അവന് കാണാൻ കഴിയുന്നുണ്ടാകണം, അവന്റെ കാഴ്ചപ്പാടിൽ അവൻ ശരിയുമായിരിക്കണം. അല്ലെങ്കിൽ പിന്നെ ഞാൻ എന്തിനാണ് എല്ലാം സഹിക്കാൻ നിൽക്കുന്നത്?

എന്റെ കാൽതുടകളും മനസ്സും കാറ്റിന് തുറന്ന് വെച്ച് കൊടുത്തത് പോലെയായിരുന്നു. മനുഷ്യ രൂപം പൂണ്ട പിശാചായിരുന്നു അവൻ ചില സമയങ്ങളിൽ. തുളച്ച് കയറുന്ന നോട്ടം എന്റെ ശരീരത്തിൽ പതിക്കാതിരിക്കാൻ അവന്റെ മുന്നിൽ പെടാതെ രക്ഷപ്പെടാനുള്ള ശ്രമത്തിലായിരുന്നു. ആ മനുഷ്യരൂപം പലപ്പോഴും ദാഹം തീർക്കാനായി എന്റെ ശരീരത്തിനായി കൊതിച്ചിരുന്നു. കൂടെ ശയിക്കുമ്പോഴെല്ലാം ഒരു മധുരക്കനിപോലെ എന്നെ ഭക്ഷിച്ചു. ആവശ്യം കഴിഞ്ഞപ്പോൾ ഒരു കാരക്കക്കുരുപോലെ, വിഷലിപ്തമായ ഭക്ഷണം പോലെ വലിച്ചെറിഞ്ഞു. അവന്

എന്തായിരുന്നു എന്നിൽ ഇഷ്ടമുണ്ടായിരുന്നത്, എന്തായിരുന്നു വെറു ത്തിരുന്നത്? അവനിൽ നിന്നും അകലാൻ ആഗ്രഹിച്ചപ്പോഴെല്ലാം എന്തി നായിരിക്കാം ഒരു പ്രാണേശ്വരനെ പോലെ അവനെ തിരിച്ച് കിട്ടാൻ ഞാൻ മോഹിച്ചത്? സത്യത്തിൽ അവന് എന്നെ കുറിച്ച് പേടിയുണ്ടായിരുന്നോ. അതോ അവന് പുറത്ത് പറയാനാകാത്ത ആപത്കരമായ വല്ല രഹസ്യ ങ്ങളുമുണ്ടോ?

എന്നെക്കാൾ മറ്റൊരു സ്ത്രീയെ അവന് ഇഷ്ടമായിരുന്നോ? ഞാൻ ആ ബന്ധത്തെ ഒരിക്കലും എതിർക്കുകയില്ല എന്നറിഞ്ഞിട്ടും എന്തു കൊണ്ട് അവൻ അത് മറച്ച് വെച്ചു? ഞാൻ എന്തിന് എതിർക്കണം, അതിന് എന്ത് അവകാശമാണ് എനിക്കുള്ളത്? പലപ്പോഴും അവന്റെ കാര്യങ്ങളിൽ ഇടപെടാൻ അവകാശമില്ല എന്ന് വിളിച്ച് പറയുമ്പോൾ എല്ലാം സ്വീകരിക്കുകയായിരുന്നില്ലേ ഞാൻ ചെയ്തിരുന്നത്. ഒരുപാട് വേദനിപ്പിച്ചിരുന്നെങ്കിലും ഞാൻ അത് സ്വീകരിക്കുകയല്ലേ ചെയ്തിരു ന്നത്. അവന് സ്വസ്ഥതയും സമാധാനവും കിട്ടുന്ന ഏത് കാര്യത്തിനും ഞാൻ തയ്യാറായിരുന്നു, കാരണം അവൻ കാരണമാണല്ലോ ജീവിത ത്തിൽ ഞാൻ മറ്റൊരു സ്ത്രീയായി പരിണമിച്ചത്. അവന്റെ നാട്ടുകാരായ പല സ്ത്രീകളും ഇഷ്ടപ്പെടാത്ത കാര്യങ്ങൾ പോലും അവന് വേണ്ടി ഞാൻ ഇഷ്ടപ്പെട്ടിരുന്നു. എതിരഭിപ്രായമാണ് ഉണ്ടാകേണ്ടിയിരുന്നത് എന്ന് പറഞ്ഞാലും ശരി, സത്യമതായിരുന്നില്ലല്ലോ. ഒരുപക്ഷേ, ഞാൻ കാണാൻ കൊള്ളാവുന്നവളായിരിക്കില്ലായിരിക്കാം. എനിക്കറിയില്ല. ഇനി എനിക്ക് ഒന്നും അറിയണം എന്നുമില്ല.

നേരത്തെ കണ്ട ആ മനുഷ്യനെ ഒന്ന് കൂടെ പോയി കാണണം. ഇനി കണ്ടാൽ തന്നെയും അവൻ പറയാൻ പോകുന്ന ഒരു കാര്യവും ഞാൻ വിശ്വസിക്കാൻ തയ്യാറല്ല.

അവൻ എങ്ങനെ എന്നെ ഇവിടെ ഉപേക്ഷിച്ചു? എങ്ങനെ ഉപേക്ഷി ക്കാൻ തോന്നി അവന്?

വളരെ വൈകിയാണ് ഞാൻ എയർപോർട്ടിൽ എത്തിയത്. പത്ത് മണിക്കൂറിലധികം കാത്തിരിക്കേണ്ടി വന്നതിന് ശേഷമാണ് വിമാനം കയറാനായത്. വിമാനത്തിലെ ആറു മണിക്കൂർ നീളുന്ന യാത്രയും വല്ലാതെ ക്ഷീണിപ്പിക്കുന്നതായിരുന്നു.

പറഞ്ഞറിയിക്കാനാകാത്ത വിധം ഞാൻ ക്ഷീണിച്ചിരുന്നു. താമസിക്കാനുള്ള ഹോട്ടൽ ഏകദേശം നൂറ് കിലോമീറ്റർ അകലെയായിരുന്നു. റോഡിൽ തിരക്കില്ലാത്ത സമയത്താണെങ്കിൽ തന്നെ ഏകദേശം ഒരു മണിക്കൂർ സമയമെടുക്കുമായിരുന്നു എയർപോർട്ടിലെത്താൻ. മഴ കൂടി പെയ്താൽ പിന്നെയുള്ള യാത്രയുടെ ബുദ്ധിമുട്ട് പറയുകയും വേണ്ട.

എന്റെ ലഗ്ഗേജ് ഇപ്പോഴും ലഗേജ് ബെൽറ്റിൽ എത്തിയിട്ടില്ല. അത് നഷ്ടപ്പെട്ടില്ല എന്ന് ഉറപ്പിക്കാനൊന്നും സാധിക്കില്ല. അവരോട് പരാതിപ്പെട്ടാൽ എങ്ങനെയെങ്കിലും കണ്ടെത്തി തരുമായിരിക്കും. ഒരു പക്ഷേ, ഞാൻ കനഡയിലേക്ക് മടങ്ങിയതിന് ശേഷമായിരിക്കും. ഇനി ബ്രീഫ് കേസ് കൂടി വൈകിയെത്തിയാൽ ക്ഷീണം വർദ്ധിക്കും. കൂട്ടത്തിൽ സങ്കടവും ദേഷ്യവും ഇരട്ടിക്കുകയും ചെയ്യും.

ഞാൻ സാധാരണ ചെയ്യാറുള്ളത് പോലെ ചെറിയ ഹാൻഡ് ബാഗ് എടുത്താൽ മതിയായിരുന്നു. ആഴ്ചകളോളം അവിടെ തങ്ങേണ്ടി വരുമെന്ന് തോന്നിയത് കൊണ്ടാണോ ഇത്രയും സാധനങ്ങൾ കൂടെ കരുതിയതും, വലിയ ലഗേജ് എടുക്കേണ്ടി വന്നതും.? ചിലപ്പോൾ നമ്മുടെ തലച്ചോർ പറഞ്ഞ് തരുന്ന പല കാര്യങ്ങളും വിചിത്രമായി തോന്നാറുണ്ട്..

ഇനി ഞാൻ എന്ത് ചെയ്യും? ബാഗ്ഗേജ് ഓഫീസിലെ ജോലിക്കാരൻ എന്നോട് പരാതി എഴുതി കൊടുക്കാനോ, അല്ലെങ്കിൽ കിട്ടുന്നത് വരെ കാത്തിരിക്കാനോ ആവശ്യപ്പെട്ടു. ഇവിടെ ബാഗ്ഗേജ് വിതരണ വിഭാഗത്തിന്റെ മുന്നിലുള്ള കാത്തിരിപ്പ് കാലാവസ്ഥയുടെയും തിരക്കിന്റെയും അടിസ്ഥാനത്തിൽ പലപ്പോഴും വെറുതെയായി പോകാറുണ്ട്. അവരുടെ സംസാരം കേട്ടിട്ട് എനിക്ക് തോന്നിയത് ലഗേജുകൾ നഷ്ടപ്പെട്ടിരിക്കുന്നു എന്ന് തന്നെയായിരുന്നു. ഇനിയെന്ത് ചെയ്യുമെന്ന് അറിയാതെ ഞാൻ തരിച്ചിരുന്നു.

കാത്തിരിക്കാൻ തീരുമാനിച്ചതോടെ തൊട്ടടുത്ത സീറ്റിൽ ഇരിക്കുന്നതിന് മുമ്പ് കൈയ്യിലുണ്ടായിരുന്ന ട്രോളി അതിന്റെ സ്ഥാനത്ത് കൊണ്ട് വെച്ചു. ബാഗ്ഗേജുകൾ കറങ്ങി വന്നിരുന്ന ഇലക്ട്രോണിക് ബെൽറ്റിന്റെ ചലനം പൂർണമായും നിലച്ചിരിക്കുന്നു. മറ്റു നാടുകളിൽ നിന്ന് വന്ന യാത്രക്കാർ അതിന്റെ മുന്നിലേക്ക് വന്ന് പ്രതീക്ഷയോടെ അവരുടെ ബാഗ്ഗേജുകൾ കാത്തിരിക്കാൻ തുടങ്ങി.

ബാഗിന്റെ പുറത്തെ അറയിലാണ് എന്റെ ഗുളികയുള്ളത് എന്ന് ഞാൻ ഓർത്തു. യാത്രക്കിടയിൽ ആവശ്യമുള്ളത് എടുത്ത് കീശയിലിടുകയും ബാക്കിയുള്ളത് ബാഗിൽ തന്നെ വെക്കുകയുമാണ് ചെയ്തത്. എന്തിനാ അങ്ങനെ ചെയ്തത്? മരുന്ന് കുറവായിരുന്നല്ലോ, ടിക്കറ്റിന്റെ കൂടെ കയ്യിലുണ്ടായിരുന്ന ചെറിയ ഹാൻഡ് ബാഗിൽ തന്നെ വെച്ചാൽ മതിയായിരുന്നു.

എന്തിനാണ് വേണ്ടാത്ത പണി കാണിച്ചത്?

ഞാൻ എന്തിനാണ് ഇവിടെ വന്നത്? കാറ്റും കോളും നിറഞ്ഞ രാത്രിയിൽ എന്തിനായിരുന്നു എന്നെ വീട്ടിൽ നിന്ന് പുറത്തിറക്കിയത്? അത് വെറുമൊരു തമാശയായിരുന്നോ? വെറും നേരംപോക്ക്? ഞാൻ കണ്ട, ആ സ്ത്രീയെ കാണാനാണോ? അതോ എന്റെ പഴയ പൗരുഷത്തിന്റെ മാസ്മരികതയാണോ ഇവളെ കാണാൻ എന്നെ പ്രേരിപ്പിക്കുന്നത്? ഒരു കാലത്ത് ഞാൻ സുമുഖനും സുന്ദരനുമായിരുന്നല്ലോ? എന്തുകൊണ്ട് ആയിക്കൂടാ? ഞാൻ ആത്മഗതം ചെയ്തു. ഞാൻ പോകും. അവളെ കാണുകയും ചെയ്യും. എന്റെ ജീവിതത്തിൽ സാധാരണ സംഭവിക്കുന്ന കാര്യങ്ങളെ പിന്തുടരാൻ എനിക്ക് താത്പര്യമില്ലാതെയായിരിക്കുന്നു. ഇത് പോലെ തന്നെയല്ലേ ശുഭപര്യവസാനമുള്ള പുസ്തകങ്ങളിൽ നാം വായിക്കാറുള്ളത്. നമുക്ക് വ്യക്തമായ ബോധ്യമുണ്ടായിട്ടും സിനിമകളിലെ കാഴ്ചകൾ നമ്മെ പിഴപ്പിക്കുന്നത് ഇങ്ങനെ തന്നെയാണല്ലോ. നാം സിനിമകളുടെ അപകടങ്ങളെക്കുറിച്ച് അവബോധ്യമുള്ളരാണെങ്കിലും നമ്മെ ഒരുതരം ഭ്രാന്ത് പിടികൂടുന്നു. ഓരോ സിനിമാകാഴ്ചകളും നമ്മുടെ രക്തത്തിൽ ബാക്കി വെക്കുന്നത് ഒരിക്കലും പരീക്ഷിച്ച് കണ്ടെത്താനോ മനസ്സിലാക്കാനോ സാധിക്കാത്ത ചില വിഷലിപ്തമായ ചിന്തകളാണ്.

"എന്ത് കൊണ്ട് ആയിക്കൂടാ" എന്ന വാക്ക് വളരെ നികൃഷ്ടമായ ഒരു വാക്കാണ്. ഒരാളുടെ നാശത്തിന് വരെ കാരണമായേക്കാവുന്ന വാക്ക്. കാരണം ഈ വാക്ക് ഒരു തമാശ കലർന്ന കളി മാത്രമാണ്. ഒരുപക്ഷേ, ആ കളിയിൽ നീ പരാജയപ്പെട്ടേക്കാം. അല്ലെങ്കിലും എനിക്ക് യോജിച്ച കാര്യമല്ല അത്. ഇത്ര കാലവും യോജിച്ചിട്ടില്ല, ഇനിയൊട്ട് യോജിക്കുമെന്ന് തോന്നുന്നുമില്ല. ഓരോ പ്രണയനഷ്ടത്തിന്റെ വൈമനസ്യങ്ങളും കാലവും കോലവും കഴിഞ്ഞതിന് ശേഷമാണ് തിരിച്ചറിയാൻ കഴിയുക.

കാര്യം അല്ലെങ്കിൽ സത്യം മറ്റൊന്നാണ്. ലോകം മുഴുവൻ ഞാൻ സഞ്ചരിച്ചു. ഇരുപതാം വയസ്സിൽ ഒരു വർഷം മുഴുക്കെ പഠനം നിർത്തി ലോകം മുഴുവൻ സഞ്ചരിക്കാൻ തുടങ്ങി. ആ യാത്രയ്ക്കിടയിലാണ് ഞാൻ ആ സുന്ദരിയെ കണ്ടുമുട്ടിയത്. അവളെക്കുറിച്ച് സുന്ദരമായ ഓർമ്മകൾ മാത്രമാണെനിക്കുള്ളത്. അവൾ എന്റെ യുവത്വത്തിലെ ലഹരിയായിരുന്നു. അന്നേരം ഞാൻ അവളെ സ്നേഹിച്ചിരിക്കാം. ഞങ്ങളുടെ പ്രായത്തിൽ ആർക്കും സംഭവിക്കുന്നതാണീ പ്രണയ ചാപല്യം. ഏതൊരവസരത്തിലും ഭാഗ്യം എന്റെ കൂടെയുണ്ടായിരുന്നു. അക്കാലത്ത് സാഹചര്യങ്ങൾ എനിക്ക് അനുകൂലമായിരുന്നു. അത് ഞാൻ വിട്ടു. ഞാൻ വീണ്ടും മറ്റൊരാളെ സ്നേഹിച്ചു. അവളെ തന്നെ വിവാഹവും ചെയ്തു. അതിന് ശേഷം എന്റെ തുടർപഠനത്തിലും ജോലി യിലും നല്ല മികവ് പുലർത്താൻ എനിക്ക് സാധിച്ചു എന്നതാണ് വാസ്തവം. ഇന്ന് ഒരു റോഡ് മുറിച്ച് കടക്കുമ്പോഴേക്കും പരിഭ്രാന്തനായി യാത്ര മതിയാക്കാൻ ഞാൻ നിർബന്ധിതനാവുന്നു. മകൾ പലപ്പോഴും എന്നോട് ഇത് സൂചിപ്പിക്കാറുണ്ട്. പ്രായാധിക്യമാണോ എന്റെ ഈ ശക്തി യില്ലായ്മയ്ക്ക് പിന്നിൽ? ഇത് പെട്ടെന്ന് മാറിക്കിട്ടുമോ?

എന്റെ ആവേശവും ഉന്മേഷവും കേവലം ഒരു ബ്രീഫ്കേസ് നഷ്ട പ്പെട്ടതു കാരണം ചോർന്നുപോയോ?

അതോ എന്റെ ഭ്രാന്തമായ, അസ്ഥിക്ക് പിടിച്ച പ്രണയം യാത്രയുടെ പ്രയാസത്തെ സഹിക്കാൻ കഴിയാത്ത തരത്തിലായി മാറിയോ. അതും പുസ്തകങ്ങളിലോ സിനിമകളിലോ സമാനതകളില്ലാത്ത ഒരു കഥ കൂടി യാകുമ്പോൾ. പത്ത് വർഷത്തോളമായി ഞാൻ ഒരു റൊമാന്റിക് ഫിലിം കണ്ടിട്ടും അത്തരത്തിലുള്ള ഒരു പുസ്തകം വായിച്ചിട്ടും. എന്റെ പഴയ കാമുകി എന്നിൽ അത്രത്തോളം മാറ്റങ്ങൾ രൂപപ്പെടുത്തിയിരുന്നു. എങ്ങോട്ടാണ് അവൾ എന്നെ കൊണ്ട് പോയത്? ഏത് ലോകത്തേക്കാ ണാവോ? സോഫയിൽ നിന്ന് എഴുന്നേറ്റ് വാതിൽ തുറന്നാൽ മാത്രമേ ഞങ്ങൾ യഥാർത്ഥ ലോകത്തേക്ക് തിരിച്ച് വരൂ. ആ സോഫയിലാണ് ക്ഷീണിച്ച് തളർന്നിരിക്കുകയാണെങ്കിലും ഞങ്ങളുടെ മനോമുകുരത്തിൽ ആഗ്രഹം ജനിപ്പിച്ചിരുന്നതും ആവേശത്തോടെ ശരീരങ്ങൾ ഒന്നായി ത്തീർന്നിരുന്നതും. അകത്തേക്ക് കയറുമ്പോൾ അടക്കുന്ന വാതിലിന്റെ കൂടെ പുറംലോകത്തെ അപകടങ്ങളും ലോകത്തന്റെ കണ്ണിലെ ദുഃസ്വപ്ന ങ്ങളും ഞങ്ങൾ മറക്കും.

അത് ഒരു കാലം. ഞങ്ങൾ ഒരുപാട് മാറി. ഞാനും മാറി, അവളും മാറിയിരിക്കുന്നു.

അവൾ വന്നില്ല. വരാത്തതിൽ എനിക്ക് അതിയായ സന്തോഷമാണ് തോന്നിയത്. അവൾ നാട്ടിൽനിന്നും ഇവിടേക്ക് ഇത്രയും ദൂരം താണ്ടി സഞ്ചരിക്കാനുള്ള സാധ്യതയില്ല. ചിലപ്പോൾ ഈ വിദൂരയാത്ര ചെയ്യാൻ

അവൾ ആഗ്രഹിക്കുന്നുണ്ടായിരിക്കാം, പക്ഷേ എന്റെ സങ്കല്പങ്ങളും സ്വപ്നങ്ങളും പ്രയോഗവൽക്കരിച്ച പരിണാമം അവൾക്കുമുണ്ടാകണ മെന്നില്ലല്ലോ. ഉറപ്പിക്കാൻ വയ്യ, അവൾ എഴുതിയ കത്തിൽ "ഞാൻ വീട് ഉപേക്ഷിച്ച് നിന്നെ കാണാൻ യാത്രതിരിച്ചാൽ തീർച്ചയായും എനിക്ക് നാട്ടിലേക്കൊരു മടക്കയാത്ര ഉണ്ടാവില്ല, കാരണം എനിക്ക് മറ്റു ചില യാത്രകൾകൂടി ചെയ്യാനുണ്ട്" എന്ന് പറഞ്ഞിരുന്നു. അവൾ ഉദ്ദേശിച്ച 'മറ്റു ചില യാത്രകൾ' എന്താണ്? അവൾ ഉദ്ദേശിച്ചത് ഇനി നമ്മൾ തമ്മിൽ ഒരു കൂടിക്കാഴ്ച സാധ്യമല്ലെന്നാണോ?

ഇപ്പോൾ എനിക്ക് മനസ്സിലാവുന്നത് ഈ മധുരവാക്കുകളെല്ലാം വെറും വഞ്ചന മാത്രമായിരുന്നു എന്നാണ്. ഈ സ്ത്രീയെക്കുറിച്ച് എനിക്ക് എന്തറിയാം? ആരു പറഞ്ഞു അവൾ വാഗ്ദാനം നിറവേറ്റുമെന്ന്? നിനക്ക് എന്ത് കൊണ്ട് അവളിൽ നിന്ന് രക്ഷപ്പെട്ട് കൂടാ?

ആഭ്യന്തരയുദ്ധങ്ങളിൽ സുദീർഘകാലം പോരാടിയ മനുഷ്യരെ ക്കുറിച്ച് നമുക്ക് എന്തറിയാം? പരാജയങ്ങൾ, കഷ്ടപ്പാടുകൾ, നെറികേടു കൾ, തീരാഭയങ്ങൾ നിറഞ്ഞ് നിൽക്കുന്ന അവരുടെ ജീവിതത്തെക്കുറിച്ച് നമുക്ക് വല്ല അറിവുമുണ്ടോ? അവർ എങ്ങനെയാണ് മാറിയത്, അവരെ മാറ്റിയത് എന്താണ്, കാർക്കശ്യസ്വഭാവം എങ്ങനെ വന്നു എന്ന് അറി യാമോ? ജീവിതത്തിന്റെ അവസാന വർഷങ്ങളിൽ, മരണം അതിന്റെ അതിരാക്ഷസീയരൂപത്തിൽ അടുക്കുമ്പോൾ, അവർ ഉപകാരപ്രദമായ കാര്യങ്ങൾ ചെയ്യാൻ ജാഗ്രത പുലർത്തും, അത് മാത്രം ചെയ്യാൻ അവർ കൂടുതൽ ഇഷ്ടപ്പെടും. ചെയ്ത് പോയ പാപങ്ങളുടെ ഓർമകൾ കാരണ മായി അവയവങ്ങളിലൂടെ ചുടുരക്തം പ്രവഹിക്കും. രക്ഷപ്പെടാനുള്ള മാർഗ്ഗം അന്വേഷിക്കുകയല്ലാതെ മറ്റൊരു വഴി അവർക്കില്ലാതെ പോകും. ഓർക്കാൻ ആഗ്രഹിക്കുന്ന ഓർമകളുണ്ടാകില്ല, താലോലിക്കാൻ കൊതി ക്കുന്ന ഇഷ്ടങ്ങളുമുണ്ടാകില്ല... ഒന്നുമുണ്ടാകില്ല... നീ ആരിൽ നിന്നാണ് ഓടി രക്ഷപ്പെടാൻ ശ്രമിക്കുന്നത്? ആ സ്ത്രീയിൽ നിന്നാണോ?

എയർപോർട്ട് ഉദ്യോഗസ്ഥൻ വന്ന് എന്നോട് ലഗ്ഗേജ് തിരഞ്ഞെടു ക്കാൻ പറഞ്ഞപ്പോൾ വല്ലാത്തൊരു ആശ്വാസം അനുഭവപ്പെട്ടു.

എയർപോർട്ടിന്റെ അടുത്തുള്ള ഒരു ഹോട്ടലിലേക്ക് തന്നെ പോവാൻ ഞാൻ തീരുമാനിച്ചു. നാളെ ആദ്യ വിമാനം തന്നെ ബുക്ക് ചെയ്ത് വീട്ടി ലേക്ക് തിരിച്ച് പോകണം.

ഒന്ന് ഉറങ്ങണം. എല്ലാം മറന്ന്. ഗാഢമായ ഉറക്കം. ലോകത്തിന്റെ ഏത് കോണിലാണെങ്കിലും അവൾക്കൊരു ശുഭരാത്രി ഞാൻ നേർന്നു.

നന്നായി ഉറങ്ങാൻ എനിക്ക് വല്ലാത്ത കൊതി തോന്നി.

എനിക്ക് എന്റെ ഇണയോട് വല്ലാത്ത ഒരു ഇഷ്ടം തോന്നി.

അവർ എന്നെ വലിച്ചിഴച്ച് കൊണ്ടുപോയി. വേദന കൊണ്ട് ഞാൻ ആർത്തലയ്ക്കുന്നുണ്ടായിരുന്നു.

'കന്യാമറിയമേ, മാതാവേ, യേശുവേ'... ഞാൻ ഒച്ചയെടുത്ത് വിളിച്ച് കൊണ്ടിരുന്നു. ഞാൻ നിരപരാധിയാണെന്ന് ഇടയ്ക്കിടെ വിളിച്ച് പറയുന്നു ണ്ടായിരുന്നു.

വിശുദ്ധന്മാരായി ഞാൻ കരുതിയിരുന്ന എല്ലാ ദൈവങ്ങളേയും വിളിച്ച് ഞാൻ സത്യം ചെയ്ത് കൊണ്ടിരുന്നു.

എയർപോർട്ട് സെക്യൂരിറ്റി റൂമിൽ വെച്ചും, വിമാനത്തിന്റെ വാതിൽക്കൽ വെച്ച് പോലും ഞാൻ പറഞ്ഞ് നോക്കി.

"എന്റെ ദൈവമേ ഞാനെന്ത് തെറ്റ് ചെയ്തു?" ഞാൻ ആർത്ത് കരഞ്ഞു.

അവർ ചോദിച്ചു: "ഇഖാമയെവിടെ? നീ പറഞ്ഞല്ലോ ഇഖാമയു ണ്ടെന്ന്. അത് എവിടെ? എവിടെയാണ് നീ അത് ഒളിപ്പിച്ചിരിക്കുന്നത്?

"അതിന് വേണ്ടി, വിസക്ക് വേണ്ടി അപേക്ഷിച്ചിട്ടുണ്ട്. ഇത് വരെ കിട്ടിയിട്ടില്ല. വൈകാതെ കിട്ടുമെന്ന് കരുതുന്നു."

"ശരി, എന്നാൽ നീ അപേക്ഷിച്ചതിന്റെ സ്ലിപ്പ് കൈയ്യിലുണ്ടാകുമല്ലോ അത് കാണിക്ക്, അത് വെച്ച് കാര്യങ്ങൾ മുന്നോട്ട് നീക്കാമല്ലോ."

എന്റെ താമസസ്ഥലം കത്തിയെരിഞ്ഞ കൂട്ടത്തിൽ അതും കൂടി കത്തി എരിഞ്ഞിരിക്കുന്നുവെന്ന് ഞാൻ സത്യം ചെയ്ത് പറഞ്ഞ് നോക്കി.

"അതൊക്കെ വാർത്തകളിൽ വന്ന കാര്യമാണല്ലോ. അതിന്റെ ഒരു പാട് ഫോട്ടോകൾ ലോകം മുഴുവനും കണ്ടതുമാണ്.."

"ഞാൻ സത്യമാണ് പറയുന്നത്.. കള്ളമല്ല.. സത്യം.. എനിക്ക് നഷ്ട പ്പെട്ട രേഖകൾ തിരിച്ച് കിട്ടാനുള്ള അപേക്ഷ കൊടുക്കാനിരിക്കുകയാ യിരുന്നു ഞാൻ... സത്യം.. സത്യം..."

അവർ പരിഹസിച്ച് പറഞ്ഞു: "ഇതൊക്കെ ഞമ്മളെത്ര കേട്ടതാ. ഈ നീചമായ കേസിൽ നിന്റെ കൂട്ടുകാരനെ അറസ്റ്റ് ചെയ്ത് ചോദ്യം ചെയ്ത പ്പോൾ എല്ലാം അവൻ സമ്മതിച്ചിട്ടുണ്ട്.. എല്ലാം അവൻ വിശദീകരിച്ച്

തരികയും ചെയ്തിട്ടുണ്ട്, നിന്റെ റോൾ എന്താണ് എന്നും പറഞ്ഞിട്ടുണ്ട്, നീയാണല്ലോ പ്രധാന പുള്ളി. ഒരു പൗരയുടെ സ്വത്ത് മോഷ്ടിക്കുക മാത്രമല്ല അവരെ നിഷ്ഠൂരമായി കൊല്ലുകയും ഭൗതിക ശരീരം കീറി മുറിക്കുകയും ചെയ്തിരിക്കുകയല്ലേ? അവരുടെ ശരീര ഭഗങ്ങൾ, പ്രത്യേ കിച്ച് ഹൃദയം പോലുള്ള ഭാഗങ്ങൾ, ഇനിയും ഞങ്ങൾക്ക് കണ്ടെത്താൻ കഴിഞ്ഞിട്ടില്ല. നിങ്ങൾ രണ്ട് പേരുകൂടി അവരെ തിന്ന് തീർത്തോ.. എന്നിട്ടും നിങ്ങൾ ചോദിക്കുന്നു എന്തിനാണ് എന്നെ പോലെയുള്ള സാധാ രണക്കാരായ ജനങ്ങളെ വെറുക്കുന്നതും പേടിക്കുന്നതുമെന്ന്. ദൈവമേ, ഇവനെല്ലാം രാജ്യത്തിന് തന്നെ ഭാരമാണല്ലോ..."

"ദൈവമേ... എനിക്ക് ഇതിൽ ഒരു പങ്കുമില്ലല്ലോ..."

"നിങ്ങളെ തിരിച്ചറിയുന്ന സാക്ഷികൾ ഒരുപാടുണ്ട്... നിങ്ങളെ രണ്ട് പേരേയും ഒരുമിച്ച് പലയിടങ്ങളിലും കണ്ടവരുണ്ട്..."

"ഇപ്പോൾ കളിക്കാനുള്ള സമയമല്ല. ഒന്നുങ്കിൽ നിങ്ങൾ തെറ്റ് അംഗീ കരിക്കണം. അല്ലെങ്കിൽ അൽബേനിയയിലേക്ക് കയറ്റി വിടും. അറി യാലോ ഉത്തരം പറയിപ്പിക്കാനുള്ള ഒരുപാട് രീതികൾ അവർ സ്വീകരി ക്കുമെന്ന കാര്യം. അറിയാലോ ലേ..."

ഞാൻ കുറ്റം സ്വയം ഏറ്റെടുത്തു. നുണ പറയേണ്ടിവന്നു. ചെയ്യാത്ത കുറ്റം ഏൽക്കേണ്ടി വന്നു. പൊടിപാറുന്ന മണൽതരികളിൽ കിടന്ന് ഞാൻ പിടഞ്ഞു. എനിക്ക് ശ്വാസം മുട്ടുന്നുണ്ടായിരുന്നു.

"അവർ എന്നെ കൊല്ലും. അവർ അവിടെ ചെന്നാൽ എന്നെ കൊല്ലും..." ഞാൻ വിളിച്ച് പറഞ്ഞു.

"ആര്?" ഉദ്യോഗസ്ഥർ ചോദിച്ചു.

"ഞാൻ നേരത്തെ ജോലി ചെയ്തിരുന്ന ഗ്യാങ്ങുകാർ എന്നെ കൊല്ലും. അവരുടെ കൂട്ടത്തിൽ നിന്ന് ഓടി രക്ഷപ്പെട്ടതായിരുന്നു ഞാൻ.."

കരഞ്ഞ് സംസാരിച്ചതോടെ മനസ്സിലെ വിഷമം കുറച്ച് മാറി, ഒപ്പം പേടിയും അൽപം കുറഞ്ഞു. ഭയവും പ്രതീക്ഷയും കലർന്ന ഭാവം തിരിച്ച് വരികയും ചെയ്തു.

"പേടിക്കണ്ട. ഞങ്ങൾ നിന്നെ നേരെ അൽബേനിയൻ പോലീസു കാരെ ഏൽപിച്ചോളാം.. നിനക്ക് അവരോട് എല്ലാ കാര്യങ്ങളും, വള്ളി പുള്ളി തെറ്റാതെ പറയാമല്ലോ. അവർ നോക്കിക്കോളും ബാക്കി"

ആ ഭ്രാന്തൻ അറബി എന്താണ് എന്നോട് ചെയ്തത്? മഴയുള്ള ആ രാത്രിയിൽ സൂപ്പർമാർക്കറ്റിന്റെ മുന്നിൽ വെച്ച് അവനെ കണ്ടത് എന്റെ മരണവാറണ്ട് റെഡിയാക്കാനായിരുന്നു എന്നാണ് ഇപ്പോൾ എനിക്ക് തോന്നുന്നത്... വർഷങ്ങളായി ഞാൻ ഓടി കൊണ്ടിരിക്കുകയായിരുന്നു, കാരണം ശപിക്കപ്പെട്ട ഒരു നാട്ടിലാണ് ഞാൻ ജനിച്ചത്. ഓടി ഓടി

ഞാനിതാ നാശത്തിന്റെ വക്കിലെത്തി നിൽക്കുന്നു. ഞാൻ ഒരു ബ്രിട്ടീഷു കാരനോ ആസ്ത്രേലിയക്കാരനോ സ്വീഡിഷ്കാരനോ ആയിരുന്നെങ്കിൽ എന്റെ സഞ്ചാരലക്ഷ്യങ്ങളെ നിർണയിക്കാനും എന്റേതായ താത്പര്യ ത്തോടെ എഴുതി തയ്യാറാക്കാനും സാധിക്കുമായിരുന്നോ? എന്റെ വഴി കളെ നിർണയിച്ച് തരാൻ അവരും കൂടെ കാണുമോ എന്തോ? ജീവിതം തന്നെ വഴി മുട്ടിയവനാണ് ഞാൻ. സ്വന്തം അമ്മ നഷ്ടപ്പെട്ട മൃഗമാണ് ഞാൻ. ആരും എന്റെ ഭാഗം നിൽക്കാനുണ്ടാകില്ല.

അവർ അവിടെ വെച്ച് എനിക്ക് മാപ്പ് തരും എന്ന ഒരു വിശ്വാസവും എനിക്കില്ല. എയർപോർട്ടിൽ നിന്ന് നേരെ ജയിലിലേക്കാകും കൊണ്ട് പോകുന്നത്. അവിടെവെച്ചും അറബിയുടെയോ അല്ലെങ്കിൽ ആ സംഘടനയുടെയോ വാക്കുകൾ അവർ വിശ്വസിക്കാൻ പോകുന്നില്ല. ഇനി അവർ ഞാൻ പറയുന്നത് കേൾക്കാൻ തയ്യാറാവുകയും എന്റെ യഥാർത്ഥ കഥയും സംഭവങ്ങളും കാരണങ്ങളും അവർ വിശ്വസിക്കുകയും ചെയ്താൽതന്നെ പുറത്തുവെച്ച് എനിക്ക് നേരെ വന്നേക്കാവുന്ന ആക്രമണത്തെ ആർക്ക് തടയാനാകും. എന്റെ സുരക്ഷ ദൈവമേ ഞാൻ ആരെയാണ് ഏൽപിക്കുക. ആരെ കൊണ്ടാണ് എനിക്ക് ഒരു ഉപകാര മുണ്ടാകുക. നീതിയുടെ കവാടത്തിൽ നിന്ന് ആട്ടിയോടിക്കപ്പെട്ടവനാണ് ഞാൻ. ഇവിടെയും നീതി കിട്ടാൻ പോകുന്നില്ല, അവരിൽ നിന്നും നീതി കിട്ടാൻ പോകുന്നില്ല. ഞാൻ ആരുമല്ല. ഞാൻ ആർക്കും ആരും ഒന്നുമല്ല.

അവരെന്നെ വിശ്വസിക്കാത്തതാണ് നല്ലത്, കാലാകാലം ജയിലറക്ക കത്തിരിക്കാം. എന്നാലും സംഘത്തിന് എന്നെ കൊല്ലാനായി ഒരാളെ ജയിലിന്റെ അകത്തേക്ക് അയക്കാൻ വലിയ പ്രയാസമൊന്നുമില്ല. വിശ്വാസവഞ്ചന കാണിച്ചവരോട് യാതൊരു ദയയും അവർ കാണിക്കില്ല. അവരെ എനിക്ക് ശരിക്ക് അറിയാം, കാരണം ഞാൻ അവരെ വഞ്ചിച്ചിരി ക്കുകയാണ്. ഞാൻ മടങ്ങി വരുന്നുണ്ട് എന്ന് അറിഞ്ഞാൽ അവർക്ക് കൂടുതൽ സന്തോഷമാകും...

എന്തിനാണ് മോക്ഷത്തിലേക്കുള്ള മടക്കയാത്രയിൽ സൂപ്പർമാർക്ക റ്റിന്റെ മുമ്പിൽതന്നെ ആ അറബിയെ ദൈവം കൊണ്ടുവന്ന് നിർത്തി യത്? എന്റെ പാപ മോചന പ്രാർത്ഥന ദൈവം തള്ളി കളഞ്ഞിരിക്കുന്നു എന്നതിനുള്ള തെളിവ് കാണിച്ച് തന്നതാണോ? ചെയ്യാനുള്ള സകല പാപങ്ങളും ചെയ്ത് കൂട്ടിയ എന്നെ പോലുള്ളവർക്ക് മാപ്പ് ചോദിക്കാൻ പോലും അവകാശമില്ല എന്നാണോ ദൈവം പറയുന്നത്? അതോ പ്രവാ ചകൻ അയ്യൂബിനെ പരീക്ഷിച്ചത് പോലെ എന്നേയും പരീക്ഷിക്കാ നാണോ ദൈവത്തിന്റെ തീരുമാനം.

എന്നെ കൊലയ്ക്ക് കൊടുത്തിട്ട് എന്ത് പരീക്ഷണമാണ് നടക്കാൻ പോകുന്നത്?

ഞാൻ ചവിട്ടി താഴ്ത്തപ്പെടുക തന്നെ ചെയ്യും.

അവൾ കാരണമായി നല്ല കാലങ്ങൾ എനിക്ക് നഷ്ടമായി. ഒരു കഴുതയെ പോലെ അലഞ്ഞ് തിരഞ്ഞ് നടക്കേണ്ടി വന്നിട്ടുണ്ട്. പലപ്പോഴും അവൾ എന്നെ പരിഗണിച്ചിരിക്കുന്നത് ഒരു കഴുതയെപ്പോലെയാണെന്ന് തോന്നിയിട്ടുമുണ്ട്. ഞാൻ തന്നെയാണ് അതിന്റെ കാരണക്കാരൻ. എന്നേക്കാൾ മുന്ന് വയസ്സിന് മുതിർന്നവളായിരുന്നു അവൾ. ഈ ലോകവും മനുഷ്യരും സൃഷ്ടിക്കപ്പെട്ടത് മുതൽ സ്ത്രീകൾ ശപിക്കപ്പെട്ടവരാണ്. അവരെ കുറിച്ച് പുസ്തകങ്ങളിലും വാമൊഴികളിലും വര മൊഴികളിലും വന്നത് വെറും അതിശയോക്തി നിറഞ്ഞ സാങ്കൽപിക കഥകളല്ലായിരുന്നു.

അവളുടെ മാനം കാക്കാൻ വേണ്ടി മാത്രമായി, അതെ അവളുടെ മാനം കാക്കാനായി മാത്രം ഞാനിതാ ജയിലിൽ പോകുന്നു. അവളെ എന്റെ ജീവിതത്തിൽ നിന്ന് എല്ലാ നിലക്കും ഒഴിവാക്കാനായി, എങ്ങനെയെങ്കിലും കുറച്ച് കൂടുതൽ കാശ് സമ്പാദിക്കണമായിരുന്നു. അല്ലെങ്കിൽ തന്നെ കുടുംബം എന്നതിന്റെ യഥാർത്ഥ അർത്ഥം എന്താണ്? ഞാൻ അവളുടെ ഒരേ ഒരു സഹോദരനായി പോയില്ലേ, അവളുടെ അഭിമാനം സംരക്ഷിക്കേണ്ടത് എന്റെയും കൂടെ ബാധ്യതയാണല്ലോ. അപമാനത്തിന്റെ പുഴുക്കുത്തുകൾ കാണുന്ന കപട അഭിമാനം.

തളർച്ച ബാധിച്ചാണ് അച്ഛൻ മരണപ്പെട്ടത്. ഒരു ദിവസം രാത്രി പെട്ടെന്ന് ഹൃദയം സ്തംഭിച്ചു. ലോകം മുഴുവൻ എന്റെ നേരെ തിരിഞ്ഞ് പറഞ്ഞു: "നീയാണ് ഇപ്പോൾ കുടുംബനാഥൻ." അമ്മ പറഞ്ഞു: "വിവാഹമോചനം ചെയ്യപ്പെട്ട നിന്റെ പെങ്ങൾ, അവളുടെ മകളേയും കൂട്ടി, തിരിച്ച് വന്നിട്ടുണ്ട്. ഇനിയുള്ള കാലം ആ കുഞ്ഞിന്റെ അച്ഛൻ നീയാണ്"

അവർ അവരുടെ ഇഷ്ടത്തിന് അനുസരിച്ച് തിരിച്ച് വന്നു, ഞാൻ എന്റെ ഇഷ്ടത്തിനും ജീവിക്കാൻ തുടങ്ങി. കുറച്ച് കാലത്തേക്ക് അവരായി എന്റെ ഇഷ്ടം, അവർക്ക് വേണ്ടിയായി എന്റെ ജീവിതം. പല ജോലികളും ചെയ്യാൻ തുടങ്ങി. അവർ തയ്യാറാക്കി തരുന്ന ബാഗുമായി ഞാൻ പോകും. ആദ്യമൊക്കെ ജോലി എളുപ്പമായിരുന്നു. ഒരു ദിവസം ദൈവം അവന്റെ വിധി നടപ്പിലാക്കിയതോടെ സെക്യൂരിറ്റിക്കാരുടെ കൂടെയുള്ള

നായകൾ ബാഗിന്റെ അകത്തുള്ള സാധനം മണത്തറിഞ്ഞു. അത് വരെ കാര്യങ്ങൾ കരുതിയത് പോലെ തന്നെയായിരുന്നു. അതോടെ എല്ലാം തീർന്നു. ഞാൻ ജയിലിലുമായി. പെങ്ങൾ മോഷണം നടത്തിയ വിവരം ഞാൻ ജയിലിലിരിക്കുമ്പോഴാണ് അറിയുന്നത്... കള്ള പ്രമാണമുണ്ടാക്കി അവൾ വീടു വിറ്റിരിക്കുന്നു. ആരു വിശ്വസിക്കുമത്? സ്വന്തം യജമാനത്തിയെ മരണത്തിന് വിട്ട് കൊടുത്ത് എല്ലാം മോഷ്ടിക്കുക മാത്രമല്ല അതിന്റെ കുറ്റം അവരുടെ ഭർത്താവിന്റെ മേൽ ചാരുകയും ചെയ്തിരിക്കുന്നു.

ആര് വിശ്വസിക്കാനാണ്..? എന്റെ ദൈവമേ... ഏത് ചെകുത്താനാണ് അവളിൽ കയറിയിരിക്കുന്നത്? എവിടെ നിന്നാണാവോ ആ ചിന്തകൾ അവൾക്ക് കിട്ടിയത്, നിയമത്തിന്റെ മുഖം മൂടി കെട്ടാൻ മാത്രമുള്ള കഴിവ് അവൾക്ക് എങ്ങനെ കിട്ടി.?

ഇതൊക്കെ കേൾക്കുമ്പോൾ എനിക്ക് തോന്നുന്നത് രോഗിണിയായ അവളുടെ അമ്മയിൽ നിന്ന് അവൾ രക്ഷപ്പെട്ടതായിരിക്കാം. അഥവാ അവൾ കൊന്നു. അവൾ സ്വന്തം അമ്മയെ കൊന്നിരിക്കാം.

അവളിൽ എന്ത് ചെകുത്താനാണ് കയറിക്കൂടിയിരിക്കുന്നത്?

മാത്രമല്ല, രാത്രി കാലങ്ങളിൽ അന്യ പുരുഷൻമാരുടെ കൂടെ അഴിഞ്ഞാടാനും അവൾ പോകാറുണ്ടെന്ന് കേൾക്കാൻ കഴിഞ്ഞു. നാട്ടുകാർ ഒരിക്കലും നിന്റെ പെങ്ങൾ ഒരു വേശ്യയാണെന്ന് വ്യക്തമായി പറഞ്ഞ് കൊള്ളണം എന്നില്ലല്ലോ. അവൾ വേശ്യാവൃത്തി ചെയ്യുന്നുണ്ട്. ഈ സ്ത്രീ... അവൾ എന്റെ പെങ്ങളല്ല. സത്യായിട്ടും എനിക്ക് അവളെ അറിയുക പോലുമില്ല.

പലരും പറയുന്നത് പോലെ അവൾ ഈ രാജ്യം വിട്ട് മറ്റേതോ രാജ്യത്തേക്ക് ഒളിച്ചോടിയിട്ടുണ്ട്. എവിടെക്കാണെന്ന് അറിയാനുള്ള ഒരു തെളിവും എന്റെ അടുക്കലില്ല. എവിടെയാണ് അവൾ എന്നറിയാതെ അവൾ അപ്രത്യക്ഷമായിരിക്കുന്നു. ആർക്കുമറിയില്ല അവൾ എവിടെയാണെന്ന്. പക്ഷേ, നാട്ടിൽ നടക്കുന്ന എല്ലാ കാര്യങ്ങളും ഞാൻ അറിയുന്നുണ്ടായിരുന്നു. അവളെ കുറിച്ചുള്ള എന്തെങ്കിലും സൂചന എനിക്ക് നാട്ടിൽ നിന്ന് കിട്ടാറുണ്ടായിരുന്നു. അവൾക്ക് ഒരു പെൺകുട്ടിയുള്ളത് കൊണ്ട് അങ്ങനെ ഒളിച്ച് പോകാൻ സാധിക്കില്ലല്ലോ. എന്റെ അമ്മ മരിച്ചു എന്ന് അറിയുമ്പോൾ കൊലപാതകിയായ ആ വേശ്യ തന്റെ മോളെ കൊണ്ട് പോകാനെങ്കിലും അവിടേക്ക് വരുമല്ലോ. കാരണം മോൾക്ക് പോകാൻ അച്ഛന്റെ വീട് പോലുമില്ലല്ലോ. അവളുടെ അച്ഛൻ മറ്റൊരു കല്യാണം ചെയ്തിട്ട് ഒരുപാട് കാലമായി, അയാൾക്ക് ഇനി മോളെ വേണമെന്നില്ല.

ഈ ലോകത്ത് എനിക്ക് ഇനി എല്ലാം ശരിയാക്കിയിട്ട് വേണം. വീട് തിരിച്ച് പിടിക്കണം ആദ്യം. അതിന് ശേഷം അവളെ അന്വേഷിച്ച് കണ്ടു

പിടിക്കണം. എന്നിട്ട് അവളെ കൊല്ലണം. കണ്ട് കിട്ടുന്ന ആ നിമിഷം തന്നെ അറുത്ത് മുറിക്കണം അവളെ.

ആ......

എന്റെ വിധി നടപ്പിലാക്കപ്പെട്ടിരിക്കുന്നു, എന്റെ ഇഷ്ടങ്ങൾക്ക് ഒരു വിലയുമില്ലാതെയായിരിക്കുന്നു. കുഞ്ഞായിരിക്കുമ്പോൾ എന്റെ പെങ്ങൾ എന്ത് സുന്ദരിയായിരുന്നു. അവളുടെ ഭക്ഷണത്തിൽനിന്ന് പോലും എനിക്ക് നൽകാറുണ്ടായിരുന്നു. പുറത്ത് റോഡിൽ കളിച്ച് കൊണ്ടിരിക്കുമ്പോൾ എന്റെ കരച്ചിലിന്റെ ശബ്ദം കേട്ടാൽ അവൾ ഓടി വരാറുണ്ടായിരുന്നു. കടയിലേക്ക് എന്നെയും കൂടെ കൊണ്ട് പോകുന്ന ദിവസങ്ങളിൽ എന്റെ ഇഷ്ടത്തിന് അനുസരിച്ച് എന്തും വാങ്ങിക്കാനുള്ള അവസരം അവൾ നൽകിയിരുന്നു. എല്ലാം വാങ്ങിച്ച് കഴിഞ്ഞാൽ അവൾ ആരും അറിയാതെ എടുത്ത് വെച്ചിരുന്ന നാണയ തുട്ടുകൾ എടുത്ത് ബില്ലടക്കുമായിരുന്നു. തരികിട കാണിച്ചതിന്റെ പേരിൽ അടി കിട്ടുമ്പോൾ പോലും എനിക്ക് വേണ്ടി പലപ്പോഴും അവളാണ് അടികൊണ്ടിരുന്നത്. അച്ഛൻ എന്നെ അടിക്കുമ്പോൾ കരഞ്ഞിരുന്നത് പോലും അവളായിരുന്നു. അവളുടെ ചെറിയ മടിയിൽ എന്നെ പിടിച്ചിരുത്തി മുഖത്തേക്ക് വെള്ളം തെറിപ്പിച്ച് എന്നെ എത്ര തവണ ചിരിപ്പിച്ചിട്ടുണ്ട്... രാത്രി കിടക്കുമ്പോൾ അവളുടെ നെഞ്ചിനോട് ചേർത്തുകിടത്തി അവൾ പറയുന്ന കഥകൾ വീണ്ടും വീണ്ടും പറയിപ്പിച്ചിരുന്നു. അവളുടെ മുടിയിൽ കളിച്ച് കളിച്ചാണ് ഞാൻ ഉറങ്ങിയിരുന്നത് പോലും.

എന്റെ ദൈവമേ..., എന്റെ ദൈവമേ... ആ സുന്ദരിയായ കുഞ്ഞ് പെണ്ണ് എവിടെ പോയി? എന്റെ സ്വന്തം പെങ്ങൾ എവിടെ പോയി?

എന്നെ ഇങ്ങനെ വിട്ടിട്ട് അവൾ എങ്ങോട്ടാണ് ഒളിച്ചോടിയിരിക്കുന്നത്?

എങ്ങോട്ടാണ്? എങ്ങോട്ടുള്ള ടിക്കറ്റിന്റെ കാശാണ് ഞാൻ മുടക്കേണ്ടത്?

എങ്ങോട്ട്...?

"എന്റെ പേരിൽ വല്ല ടെലഗ്രാമും വന്നോ?"
"ഇല്ല..."
"എന്റെ പേരിൽ വല്ല യാത്രാടിക്കറ്റും അയച്ച് തന്നിട്ടുണ്ടോ?"
"ഇല്ല... നന്ദി"
"എന്റെ പേരിൽ ഒരു ടെലിഗ്രാമും ഇല്ല??? ഇനി എയർപോർട്ടിലുള്ള മറ്റ് ഏതെങ്കിലും പോസ്റ്റോഫീസിലേക്ക് അയച്ചിട്ടുണ്ടാകുമോ?"
"ഇല്ല... നന്ദി"
"എന്റെ പേരിലുള്ള ഒരു ടിക്കറ്റ് നിങ്ങൾക്ക് കിട്ടിയിട്ടുണ്ടോ? എയർപോർട്ടിന് പുറത്തുള്ള കമ്പനിയിലേക്ക് തെറ്റി അയച്ചിട്ടുണ്ടാകുമോ?"
"ഇല്ല.. നന്ദി.."

പോസ്റ്റുമാന്റെ മരണം

ശ്മശാനം വരെ നാട്ടിലെ ആ ക്രൂര നായ്ക്കൾ എന്റെ പിറകിൽ തന്നെയുണ്ടായിരുന്നു. അവയുടെ കൂർത്ത പല്ലുകൾക്ക് എന്റെ കണക്കുകൂട്ടൽ പ്രകാരം വലിയ വില നൽകാനുമാകുമായിരുന്നു. ബാലനായിരുന്നപ്പോൾ ആ നായകൾ കടിക്കാതിരിക്കാനും എന്നിൽ നിന്ന് അവകളുടെ ശ്രദ്ധ തിരിക്കാനുമായി ഞാനെന്റെ സൈക്കിൾകൊട്ടയിൽ ഒരു പാട് സാധനങ്ങൾ കരുതാറുണ്ടായിരുന്നു. അത് കൊണ്ട് തന്നെ എന്റെ കാലിന് ഇത് വരെ കടിയേൽക്കേണ്ടി വന്നിട്ടില്ല. ഞാൻ വളർന്നു. കുട്ടിക്കാലത്ത് കാണിച്ചിരുന്നത് പോലെ നായകളെ പോറ്റുന്നത് അത്ര നല്ലതല്ല എന്ന തിരിച്ചറിവുണ്ടായതോടെ അതെല്ലാം നിർത്തി.

എന്റെ ജോലി ഞാനൊരുപാട് ഇഷ്ടപ്പെട്ടിരുന്നു. ജീവിക്കാനുള്ള വക കണ്ടെത്തുന്നതിൽ വീഴ്ച വന്നാൽ തകർന്ന് പോകും എന്ന് വിശ്വസിക്കുന്നവനായിരുന്നു ഞാൻ. പതിയെ ജനങ്ങൾ എന്നെ മറയ്ക്കും, എന്റെ ഉത്തരവാദിത്വങ്ങളും മറക്കും. ഒരാളും എന്നെ കാത്തിരിക്കാനോ പ്രതീക്ഷിച്ചിരിക്കാനോ ഉണ്ടാകില്ല. സാധാരണ എന്റെ സൈക്കിളിന്റെ ട്രണീം ട്രണീം ട്രണീം ശബ്ദം കേട്ടാൽ അവർ പുറത്തിറങ്ങി പോസ്റ്റ് ബോക്സിന്റെ അരികിലായി കാത്തിരിക്കും. ദൂരെ നിന്നുകൊണ്ട് തന്നെ അവർ കൈകൾ ഉയർത്തി ചോദിക്കും... എനിക്കുണ്ടോ വല്ല കത്തും. ഈ അടുത്ത് വിവാഹം കഴിഞ്ഞ പ്രണയ ജോഡികൾ, അഥവാ ഈ അടുത്ത് കല്യാണം കഴിയുകയും ഭർത്താക്കാന്മാർ ഗൾഫിലേക്കോ മറ്റോ പോവുകയും ചെയ്തവരുടെ ബന്ധുക്കളാണ് ആദ്യം വീട്ടിൽ നിന്ന് പുറത്തിറങ്ങി കാത്തിരിക്കാറുള്ളത്. ആ കത്തുകൾ കൊടുക്കുമ്പോൾ അവരുടെ മുഖത്ത് വിരിയുന്ന സന്തോഷമായിരുന്നു എനിക്കും സന്തോഷം നൽകിയിരുന്നത്. റെക്കോർഡ് ചെയ്ത കാസറ്റുകൾ ടേപ്പ് റിക്കാർഡറിൽ ഇട്ട് കൊടുത്താൽ മാത്രം മതിയായിരുന്നില്ല അത് പ്ലേ ചെയ്ത് കൊടുക്കണമായിരുന്നു. കത്തുകളാണെങ്കിൽ വായിക്കാനറിയാത്തവർക്ക് വായിച്ച് കേൾപ്പിച്ച് കൊടുക്കണമായിരുന്നു.

ചില ദിവസങ്ങളിൽ അവരോടു കൂടെ കാപ്പി കുടിക്കാറുണ്ടായിരുന്നു. മധുരം കുറഞ്ഞ ചായയാണ് എനിക്ക് ഇഷ്ടമുള്ളതെന്ന് അവർക്ക് അറിയാമായിരുന്നു. വലിയ കവറുകളോ സമ്മാനപ്പൊതികളോ ഉള്ള ദിവസങ്ങളിലാണെങ്കിൽ എനിക്കും കിട്ടുമായിരുന്നു ഒരു ഓഹരി. കടകളിൽ ചെന്ന് അവസാനിക്കുന്ന ആ യാത്ര മരണവിവരങ്ങളടങ്ങിയ കത്തില്ലാത്ത ദിവസങ്ങളിൽ ഒരു അർത്ഥത്തിൽ ഉല്ലാസ യാത്ര തന്നെയായിരുന്നു കത്ത് വിതരണം. മരണ വാർത്തയാണെങ്കിൽ പോലും അവർ എന്നെ ഹാർദ്ദവമായി സ്വാഗതം ചെയ്യുമായിരുന്നു, കാരണം മരണമെന്നത് കത്ത് കൊണ്ട് വരുന്നവരുടെ കുറ്റമല്ലല്ലോ.

നഗരങ്ങളിൽ നിന്ന് അകന്ന് മാറി നിൽകുന്ന പ്രദേശങ്ങളിൽ രാജാവ് ഞാൻ തന്നെയായിരുന്നു. ഞാൻ സൈക്കിൾ എവിടെ നിർത്തിയാലും ജനങ്ങൾ എന്നെ സ്വീകരിച്ചാനയിച്ചിരുത്തി ഭക്ഷണം കഴിക്കാൻ പോലും സ്നേഹത്തോടെ വിളിക്കുമായിരുന്നു. അടുത്ത് ഒന്നും ഹോട്ടലുകൾ ഇല്ലാത്തത് കൊണ്ട് തന്നെ അവർ തരുന്ന നല്ല മിനുസമാർന്ന റൊട്ടിയും കൂട്ടാനും ഞാൻ നല്ല വണ്ണം കഴിക്കാറുമുണ്ടായിരുന്നു.

ഒരുപാട് കാലങ്ങൾക്ക് മുമ്പോന്നുമല്ല ഇത്. ഒരിക്കലുമല്ല. ഇന്റർനെറ്റോ മറ്റെന്തെങ്കിലുമോ ഒരിക്കലും എന്റെ സ്വതന്ത്ര സഞ്ചാരത്തെ തടഞ്ഞിരുന്നില്ല. എന്തിന് കമ്പ്യൂട്ടർ കഫേകൾ കൂണു പോലെ പൊട്ടി മുളച്ചിട്ടും എനിക്ക് ഒരു ഭീഷണിയുമുണ്ടായിരുന്നില്ല. കാരണം അതൊന്നും ജനങ്ങൾക്ക് അത്ര എളുപ്പത്തിൽ കൈകാര്യം ചെയ്യാൻ കഴിയുമായിരുന്നില്ല. മാത്രമല്ല നല്ല ചാർജ്ജ് കൊടുത്താൽ തന്നെയും ഇടയ്ക്കിടെ കേബിൾ പൊട്ടുന്നത് കൊണ്ട് സിഗ്നലുകൾ ഇടയ്ക്കിടെ തടസ്സപ്പെടുകയും ചെയ്തിരുന്നു. മറ്റൊരു വശത്ത് ഗവൺമെന്റിന്റെ നിരീക്ഷണവും നിയന്ത്രണവും കൂടിയാകുമ്പോൾ അത് ഉപയോഗിക്കുന്നവർ കുറയുന്നതിൽ അത്ഭുതമൊന്നുമുണ്ടായിരുന്നില്ല. പക്ഷേ, കാസറ്റുകളും കത്തുകളുമാകുമ്പോൾ ആരും തന്നെ ചോർത്താനുണ്ടാകില്ലല്ലോ. വളരെ അപൂർവ്വമായിട്ട് മാത്രമേ അങ്ങനെ സംഭവിക്കാറുള്ളൂ....

ചില പ്രത്യേക സാഹചര്യത്താൽ ഞാൻ, പോസ്റ്റ്മാൻ തസ്തികയിൽ നിന്ന് പോസ്റ്റോഫീസിലെ ക്ലാർക്ക് തസ്തികയിലേക്ക് നിയമിക്കപ്പെട്ടു. എവിടെയും തെണ്ടി തിരിയേണ്ടതില്ല, ഒന്നും വിതരണം ചെയ്യുകയും വേണ്ട. എന്ത് എങ്ങനെ ആർക്ക് എന്ന് പൊലും അറിയാത്ത ആകാശയുദ്ധങ്ങളും കരയുദ്ധങ്ങളും വന്നതോടെ ഞാൻ ഓഫീസിലേക്ക് ചുരുങ്ങി. ദാഇഷ്.. അവർ അതിനെ അങ്ങനെയാണ് വിളിച്ചിരുന്നത്. ഓടി രക്ഷപ്പെടാൻ ശ്രമിക്കുന്ന പാവം ജനങ്ങൾ വഴിയരുകിൽ വെച്ച് ക്രൂരമാം വിധം കൊല ചെയ്യപ്പെടുന്നു. അല്ലെങ്കിൽ അവരെ പന്നിത്തീട്ടത്തിൽ കുഴിച്ച് മൂടുന്നു. മൃഗങ്ങൾ ചത്ത് മലച്ച് കിടക്കുന്നു, ജനങ്ങൾ വിശപ്പ് സഹിക്കാനാകാതെ അവകളുടെ മാംസം പറിച്ചെടുത്ത് വിശപ്പടക്കുന്നു. ഞാൻ

തന്നെ പല തവണ എന്റെ ഓഫീസിൽ നിന്ന് ഓടി രക്ഷപ്പെടേണ്ടി വന്നിട്ടുണ്ടായിരുന്നു. അക്കൗണ്ടിലേക്ക് കൃത്യമായി ശമ്പളം വരാതിരുന്നപ്പോൾ അത് വാങ്ങാൻ മാത്രമാണ് തിരിച്ച് വന്നിരുന്നത്. കുറച്ച് കാലത്തേക്ക്, ഒളിച്ചോടുക ശമ്പള സമയത്ത് തിരികെ വരിക എന്നത് മാത്രമായിരുന്നു എനിക്കുണ്ടായിരുന്ന പണി. ഓട്ടം, ചുറ്റിക്കറക്കം, അപമാനം സഹിക്കൽ അത് മാത്രമായി ജീവിതം. പിന്നെ അങ്ങോട്ട് മടങ്ങി ചെന്നിരുന്നത് ടേപ്പ് റിക്കാർഡറിലെ ബാറ്ററിക്ക് വേണ്ടിയായിരുന്നു. പുതിയ ബേറ്ററിയിട്ട ടേപ്പിൽ നിന്ന് വാർത്തകളും നല്ല പാട്ടുകളും കേൾക്കാമായിരുന്നു. കേന്ദ്ര പോസ്റ്റ് ഓഫീസ് പൂർണമായും തകർക്കപ്പെട്ടതോടെ അവിടെ ഒരു ഉദ്യോഗസ്ഥനുമില്ലാതെയായി. എനിക്ക് ഭാര്യയോ കുട്ടികളോ ഉണ്ടായിരുന്നെങ്കിൽ ഒരിക്കലും ഇങ്ങനെ പോകാനും വരാനും സാധിക്കുമായിരുന്നില്ല. ദാഇഷ് കാലം വരെ ഞാൻ ബാക്കിയുണ്ടാകും എന്ന് എനിക്ക് ഉറപ്പുണ്ടായിരുന്നില്ല. ദാഇഷ് അല്ലെങ്കിൽ മറ്റൊരു ഗ്രൂപ്പ് വരും, അതിലും മീതെയുള്ള തീവ്ര ചിന്താഗതിയുമായി. ദൈവ കോപം എന്റെ മരണത്തിന്റെ മുമ്പ് വന്നിറങ്ങുമെന്ന് തോന്നുന്നില്ല. എന്തായാലും എന്റെ ജീവിതം അത് ഇവിടെ തീരാൻ പോകുകയാണ്.

അവകാശികളിലേക്ക് എത്തിക്കാൻ പറ്റാത്ത അല്ലെങ്കിൽ കൃത്യമായ മേൽവിലാസംപോലുമില്ലാതെ റോഡരികിൽ തള്ളേണ്ടിവരുന്ന ഒരുപാട് കത്തുകളെക്കുറിച്ച് ഞാൻ ചിന്തിക്കാറുണ്ടായിരുന്നു. ആ കത്തുകളെല്ലാം കത്തിച്ച് കളഞ്ഞിട്ടുണ്ടാകണം. ആ പാവം ജനങ്ങൾക്ക് ഇനി കത്തുകൾ വരുമെന്ന പ്രതീക്ഷ തന്നെയില്ലാതെയായിരിക്കും കിടന്നുറങ്ങുന്നു ണ്ടാകുക. അത് ഓർത്തുകൊണ്ട് അവർ കത്ത് എഴുത്ത് തന്നെ നിർത്തിയിരിക്കാനും സാധ്യത കാണുന്നുണ്ട്.. ഒരു പ്രദേശത്തെ മുഴുവനായും തകർക്കപ്പെടുമ്പോൾ, ആൾപെരുമാറ്റമില്ലാത്ത പ്രദേശമാക്കി മാറ്റുമ്പോൾ പിന്നെ ആർക്ക് വേണ്ടിയാണ് കത്തുകൾ എഴുതുന്നത്..? ഏത് വിലാസത്തിലേക്കാണ് കത്ത് അയക്കുക? യുദ്ധം അവസാനിക്കുമ്പോൾ ആ ദുരന്തത്തെ അതിജയിക്കാൻ ഭാഗ്യം കിട്ടിയവർ, തങ്ങളുടെ നാട്ടിലെ ബാക്കിയിരിക്കുന്ന റോഡുകൾക്ക് പുതിയ പേരുകൾ നൽകുമായിരിക്കും.

എന്റെ സഹോദരന്റെ അടുക്കലേക്ക് പോയാലോ എന്ന് ഞാൻ ആലോചിച്ചു. അവനും അവിടം വിട്ട് പോയിട്ടില്ലെങ്കിൽ എനിക്ക് അറിയാവുന്ന ഒരേ ഒരു സ്ഥലം അത് മാത്രമായിരിക്കും. പക്ഷേ, ഒരു പോസ്റ്റ് മേന്റെ ചുമതല എന്ന നിലയ്ക്ക് എനിക്ക് വരുന്ന ഔദ്യോഗിക കത്തുകളെല്ലാം അവിടെ വീട്ടിൽ തന്നെയുണ്ടാകുമോ എന്നറിയില്ല. ഇപ്പോൾ ഞാൻ താമസിക്കുന്നത് കേന്ദ്ര പോസ്റ്റ് ഓഫീസിലാണ്. അത്യാവശ്യത്തിന് പുറത്ത് പോകുന്നു, തിരിച്ച് അങ്ങോട്ട് തന്നെ വരുന്നു. എന്റെ വീട്

നിൽക്കുന്ന പ്രദേശത്തേക്ക് അടുക്കാൻ പോലും എനിക്ക് കഴിയുന്നില്ല. ആ പ്രദേശം മുഴുവനുമായി തകർക്കപ്പെട്ടിരിക്കാനാണ് സാധ്യത. പക്ഷേ, എത്ര കാലമാണ് ഇവിടെ ഇങ്ങനെ ഇരിക്കുക. ഈ യുദ്ധത്തിനാണെ ങ്കിൽ ഒരു ആദിയും അന്ത്യവും കാണുന്നുമില്ല. ഇന്ന് തോറ്റോടിയവൻ നാളെ ആകുമ്പോഴേക്ക് ആയുധം സമാഹരിച്ച് പകരം ചോദിക്കാനായി പൂർവ്വാധികം ശക്തിയോടെ തിരിച്ച് വരുന്നു. റേഡിയോയിലൂടെ ദിവസ ങ്ങളായി കേൾക്കുന്ന വാർത്തകൾ പൂർണമായും തെറ്റാണെന്നത് തലക്ക് മുകളിലൂടെ പറന്ന് പോകുന്ന ബോംബർ വിമാനങ്ങളുടെയും ഇടയ്ക്കിടെ കേൾക്കുന്ന പൊട്ടിത്തെറികളുടെയും ശബ്ദം അറിയിച്ച് തരുന്നുണ്ടാ യിരുന്നു.

ഞാൻ പാട്ടുകൾ മാത്രം കേൾക്കാൻ തുടങ്ങി. എന്റെ ഭക്ഷണ കാര്യ ങ്ങളെ കുറിച്ചും എനിക്ക് ചിന്തിക്കണമായിരുന്നു. അത് നാൾക്ക് നാൾ പ്രയാസമുണ്ടാക്കി കൊണ്ടിരക്കുന്ന കാര്യവുമായിരുന്നു. അവിടെയുണ്ടാ യിരുന്ന കത്തുകളും എഴുത്തുകളും വായിച്ച് കഴിഞ്ഞപ്പോഴേക്ക് എന്റെ ഇടനെഞ്ചിലൂടെ അമ്പ് തുളച്ച് കയറിയത് പോലുള്ള മനോഗതിയായി രുന്നു എനിക്ക്. ഒരു ഇൻഡെക്സ് പോലെ തോന്നിക്കുന്ന രീതിയിൽ ഞാൻ അത് ഒരു ഫയലിൽ അഡ്രസ്സും ദിവസവും നോക്കി എടുത്ത് വെച്ചു. എന്നെങ്കിലും ഏതെങ്കിലും ഉദ്യോഗസ്ഥന്മാർ ഇവിടെ എത്തി അതിന്റെ അവകാശികൾക്ക് എത്തിച്ച് കൊടുക്കാൻ ആഗ്രഹിച്ചാൽ അത് എളുപ്പത്തിൽ ചെയ്തോട്ടെ എന്നാണ് ഞാൻ കരുതിയത്. ഓരോ കത്തു കളിലെ എഴുത്തിന്റെ പ്രാധാന്യത്തിന് അനുസരിച്ച് നേരത്തെ എത്തി ക്കേണ്ടതിന്റെ രീതിയിലാണ് ഞാൻ അത് ഫയലിൽ എടുത്ത് വെച്ചിട്ടു ള്ളത്. ഈ പ്രദേശത്തെ കുറിച്ച് ധാരണയില്ലാത്ത ഒരാളാണ് പുതിയ ഉദ്യോഗസ്ഥൻ എങ്കിൽ അയാൾക്ക് മനസ്സിലാകുംവിധം അവ്യക്തമായോ അപൂർണമായോ കിടന്നിരുന്ന പല മേൽവിലാസങ്ങളും ഞാൻ വ്യക്ത മായി എഴുതി ചേർക്കുകയും ചെയ്തിരുന്നു.

ഇപ്പോൾ ഈ കത്ത് ഞാൻ എഴുതുന്നത് ഇവിടേക്ക് വരാനിരിക്കുന്ന വർക്ക് വേണ്ടിയാണ്. കത്തുകളുടെ ഫയലിൽ തന്നെ എല്ലാവർക്കും വ്യക്തമായി കാണാവുന്ന തരത്തിൽ ഞാനത് വെച്ചിട്ടുണ്ട്....

രക്ഷാ ദൗത്യവുമായി ആരെങ്കിലും ഈ കേന്ദ്ര പോസ്റ്റ് ഓഫീസിൽ എത്തുന്നതിന് മുമ്പ് തന്നെ ഞാൻ ഈ ലോകം തന്നെ വിട്ട് പോയിരിക്കും.

ആർക്കറിയാം.....

■

www.ingramcontent.com/pod-product-compliance
Lightning Source LLC
LaVergne TN
LVHW041854070526
838199LV00045BB/1605
* 9 7 8 9 3 8 8 8 3 0 1 1 9 *